NGÔN NGỮ
TẠP CHÍ VĂN HỌC NGHỆ THUẬT
SỐ 39 ■ 1/9/2025

NHÓM CHỦ TRƯƠNG:
Luân Hoán – Song Thao – Nguyễn Vy Khanh - Hồ Đình Nghiêm – Lê Hân
Trần Thị Nguyệt Mai – Uyên Nguyên Trần Triết

CỘNG TÁC TRONG SỐ NÀY:
Ben OH, Cái Trọng Ty, Cao Nguyên, Dan Hoàng, Donry Nguyễn, Dung Thị Vân, Dư Đằng Duy, Đặng Hiền, Đặng Kim Côn, Đặng Xuân Xuyến, Đinh Văn Tuấn, Đỗ T. Công, Hoàng Chính, Hoàng Hoa Thương, Hồ Chí Bửu, Hồ Đình Nghiêm, Hồng Hạnh, Huệ Đan, Huỳnh Liễu Ngạn, Huỳnh Thị Quỳnh Nga, Lạp Chúc Nguyễn Huy, Lâm Băng Phương, Letamanh, Lê Chiều Giang, Lê Hân, Lê Hữu Minh Toán, Lê Minh Hiền, Luân Hoán, M.H. Hoài Linh Phương, Ngàn Thương, Ngô Sỹ Hân, Nguyên Bình, Nguyễn An Bình, Nguyễn Đ. Phượng Uyển, Nguyễn Đức Dũng, Nguyễn Đức Nam, Nguyễn Đức Tùng, Nguyễn Hòa Trước, Nguyễn Minh Nữu, Nguyễn Nguyên Phượng, Nguyễn Văn Điều, Nguyễn Văn Gia, Người Sông Hậu, Nhật Quang, NP Phan, Phạm Cao Hoàng, Phạm Nga, Phạm Ngọc Dũ, Phan Ni Tấn, Phương Tấn, Quảng Tánh Trần Cầm, Song Thao, Tâm Không Vĩnh Hữu, Thái Thị Lý, Thái Tú Hạp, Thiên Di SG, Thục Uyên, Thy An, Tiểu Lục Thần Phong, Tôn Nữ Mỹ Hạnh, Trần C. Trí, Trần Đình Sơn Cước, Trần Huiền Ân, Trần Thanh Quang, Trần Thị Nguyệt Mai, Trần Vấn Lệ, Trần Văn Nghĩa, Triều Hoa Đại, Trịnh Chu, Trịnh Y Thư, Trúc Lan, Trương Xuân Mẫn, Vinh Hồ, Võ Phú, Vũ Khắc Tế, Vũ Thất, Vương Hoài Uyên, Xuyên Trà.

BÌA: Uyên Nguyên Trần Triết

TRANH BÌA: Ngày Mới – tác giả: Họa sĩ Ngụy Đình Hà

DÀN TRANG: Lê Hân

ĐỌC BẢN THẢO: Trần Thị Nguyệt Mai

LIÊN LẠC: Thư và bài vở mời gởi về:
- Luân Hoán: lebao_hoang@yahoo.com
- Song Thao: tatrungson@hotmail.com

TÒA SOẠN & TRỊ SỰ:
Lê Hân: (408) 722-5626 han.le3359@gmail.com

MỤC LỤC
TẠP CHÍ NGÔN NGỮ
SỐ 39 ▪ 1/9/2025

THƯ TÒA SOẠN

Kính chào quý bạn đọc, bạn viết,

Ngôn Ngữ vẫn đang cố gắng tiếp tục bằng số 39, quý bạn đang đọc, tuy vậy cuộc chơi của chúng tôi đang gặp khá nhiều trở ngại trong công việc phổ biến, nhất là tại quê nhà.

Giải pháp chúng tôi chọn áp dụng hiện nay, là sẽ gởi báo đến tất cả người viết có góp bài bằng "file pdf" thay vì báo giấy. Vì thế, chúng tôi mong tất cả các tác giả cho chúng tôi địa chỉ email chính xác, để tiện việc chuyển đi cùng một lúc.

Về nội dung tạp chí, vẫn như lâu nay, Ngôn Ngữ đón nhận mọi thể loại sáng tác, biên khảo về văn học nghệ thuật, không quá nặng tán dương hay đả phá xu hướng chính trị nào. Chúng tôi luôn luôn chào đón bài viết từ mọi nơi. Rất biết ơn những cây bút thành danh, quan tâm chữ nghĩa nước nhà giúp đỡ, cũng rất hoan nghênh những cây bút mới tích cực tham gia cuộc chơi.

Nhân đây, Ngôn Ngữ cũng mong mở ra một sân chơi văn nghệ khác: ngoài mảng văn chương văn học, còn có thêm hội họa, điêu khắc, nhiếp ảnh cũng như âm nhạc. Mọi sáng tác trong những lãnh vực vừa nêu rất cần được đăng tải, vừa làm phong phú thêm nội dung tạp chí, vừa giới thiệu đến độc giả những món ăn tinh thần giá trị và ý nghĩa. Tuy nhiên, cũng xin được thưa trước, vì còn những giới hạn nhất định, Ban Chủ Trương chỉ có thể đăng tải chọn lọc.

Chúng tôi không quên cảm ơn tất cả các bạn đọc luôn ủng hộ. Thân tình kính chúc sức khỏe đến mọi người chúng ta.

Kính quý,

Luân Hoán

CHIA BUỒN

Chúng tôi thành kính tiễn đưa người vừa vĩnh biệt cuộc đời:
bà Nguyễn Thị Ý Thơ, sinh ngày 12-9-1945
tại Phú Triêm, Điện Bàn, Quảng Nam; ra đi vào ngày 13-7-2025
tại Atlanta, Georgia, USA, thọ 80 tuổi
bà là phu nhân nhà thơ Xuyên Trà, một cây bút cộng tác thường xuyên với tạp chí Ngôn Ngữ lâu nay.
Xin thành thật chia buồn cùng anh và con gái Trà My của anh.

Luân Hoán, Hoàng Lộc, Thành Tôn, Thái Tú Hạp
và tạp chí Ngôn Ngữ.

)(

XUYÊN TRÀ

THƠ BUỒN

TỪ BIỆT

Khi tôi chết, vẫn ghi lòng tạc dạ
Cảm ơn Người bao nghĩa nặng tình sâu
Xin hoan hỉ thứ tha điều chưa trọn
Để hồn tôi được ra khỏi địa cầu...

Thay lời Hiền nội: Nguyễn Thị Ý Thơ
(Pháp danh: Chúc Trưởng)
Chồng: Xuyên Trà-Nguyễn Ninh

TIỄN ĐƯA

Bây giờ em đã ra đi
Tám mươi năm, cuộc từ ly hồng trần
Chồng, con, cháu, những người thân
Tiễn đưa lần cuối muôn phần xót xa
Tiếc thương chi, cõi Ta Bà
Nương theo dưới bóng Di Đà muôn sau... ■

SONG THAO
ÁO DÀI LEMUR

Áo dài là y phục cổ truyền của người Việt Nam, đàn ông cũng như đàn bà. Bài này cho các ông ra rìa, chỉ nói tới áo dài của các bà. Kể ra các ông cũng chẳng ghen tỵ chi được vì nói tới áo dài là người ta thường nghĩ tới sự mượt mà, uyển chuyển dịu dàng của phụ nữ. Các ông cũng chẳng mặn mòi chi với áo dài vì khi nước ta trở thành thuộc địa của Pháp, đa số các ông sống ở thành thị đã phụ áo dài để mặc đồ tây.

Trước thập niên 1930, y phục của phụ nữ Việt Nam có màu u tối, nâu hay đen. Áo lùng thùng ba bốn tà, quần thì rộng, phần lớn chân đi đất, chỉ có số ít đi hài mũi vểnh lên cong tít. Đầu thập niên 1930 chiếc áo dài thuần túy bắt đầu thay đổi, giới phụ nữ dùng vải nhiều màu sắc hơn. Tới năm 1934, họa sĩ Nguyễn Cát Tường mới tung ra một loạt các mẫu áo dài tân thời dưới cái tên Lemur, cái tên được Pháp hóa từ tên Cát Tường. Áo dài Lemur là sản phẩm của họa sĩ Cát Tường, đúng phóc. Nhưng có một bàn tay phụ nữ góp phần không nhỏ vào việc canh tân áo dài này. Đó là bà Nguyễn Thị Nội, phu nhân của ông. Cuộc tình của hai ông bà cũng là một biến cố lạ lùng trong thời đại của họ.

Họa sĩ Nguyễn Cát Tường và bà Nguyễn Thị Nội thời điểm khai trương Hiệu may Lemur tại 16 Lê Lợi, Hà Nội.

Trong một lần ra ga Hàng Cỏ đón ông chủ xưởng dệt ren ở Bắc Ninh lên, ông họa sĩ Cát Tường ngó ngang ngó dọc tìm ông khách nhưng mắt ông lại chôn chặt vào bóng một cô gái đi ngang. Cô gái không trang điểm, đầu chít khăn sô đại tang nhưng vẫn toát ra một vẻ đẹp hiếm có khiến anh họa sĩ trẻ ngẩn ngơ. Xã hội thời đó còn quan niệm nam nữ thụ thụ bất thân nên anh chàng chịu chết, không dám tỏ lời ong bướm. Anh ranh mãnh đi lối tắt: viết vài chữ nhờ ông phu xe trao cho cô gái. Thư đi tin lại vài lần, tốn ít tiền bạc hối lộ cho ông phu xe, anh được ông cho biết nàng hẹn gặp anh tại ga Hàng Cỏ vào cuối tuần. Chuyến tàu Bắc Ninh – Hà Nội cuối tuần đó có một chàng trai ăn mặc bảnh chọe đứng đón. Cô gái xuống tàu với hai va ly to đùng. Anh nhào tới, cúi chào điệu nghệ kiểu một công tử Hà thành chính hiệu. Cô gái ngơ ngác không nói chi. Dù sức của chàng họa sĩ chẳng bao lăm, chàng cũng trân mình xách hai chiếc va ly đi theo cô gái. Cô gái đi trước, chàng hai tay nhấc va ly theo sau. Ra khỏi cửa ga, nàng đi thẳng vào đồn cảnh sát. Chàng ngỡ ngàng nhưng cũng theo vào. Cô gái tới gặp một ông cảnh sát và trình: "Ông này lấy cắp hai cái va ly của tôi!". Chàng họa sĩ ngã ngửa người không biết nói sao. Cuối cùng chàng móc túi đưa mấy lá thư của ông phu xe trao cho trước đây ra để xác định hai người có biết nhau. Cô gái nhìn mấy lá thư cãi lại: "Không phải chữ của tôi!". Cô mượn giấy bút của cảnh sát để viết ít chữ so sánh. Chữ của cô hoa mỹ gấp trăm lần chữ trong mấy bức thư. Cảnh sát cho cô nhận hai cái va ly và ra về. Chàng trai Cát Tường bị giữ lại để tường trình sự việc. Cuối cùng anh phải nhờ nhà văn Nhất Linh, thời đó rất nổi tiếng, đến bảo lãnh về. Chàng mới vỡ lẽ là đã bị ông phu xe lừa, tự viết giả thư của người đẹp để kiếm chút tiền thưởng.

Cô gái tên Nội về lại Bắc Ninh kể sự việc cho mẹ nghe. Bà chủ tiệm ren tức giận kẻ đã bôi nhọ thanh danh con gái rượu của bà vì "viết thư cho trai" nên đâm đơn kiện. Mặc dù bị ông phu xe lừa nhưng trước tòa, họa sĩ Cát Tường vẫn bị phần lỗi. Tòa xử anh phải bồi thường một đồng danh dự cho cô Nội.

Chuyện tưởng đã kết thúc nhưng chưa. Ngẫm ra câu "hữu duyên thiên lý năng tương ngộ" đúng ra phết. Ít lâu sau, chàng họa sĩ được mời xuống Bắc Ninh trong một thương vụ quan trọng. Chàng tới gặp đối tác. Bất ngờ người ra rót nước mời khách lại là cô Nội. Họ nhận ra nhau nhưng làm lơ. Bà mẹ chính là đối tác với họa sĩ Cát Tường trong thương vụ này. Bà rất mến trọng tài năng của chàng trai trẻ và vừa lòng với cách ăn nói lễ độ và khiêm nhường của chàng. Cảm tình khiến bà muốn kén chàng làm rể. Cuối năm 1936, sau khi mãn tang chồng, bà tổ chức đám cưới hết sức đình đám tại Bắc Ninh cho con gái. Trong ngày vu quy, cô dâu mặc chiếc áo dài do chú rể sáng tạo riêng cho nàng. Vốn con nhà buôn bán, cô Nguyễn Thị Nội đã là một cánh tay đắc lực giúp chồng phát triển áo dài Lemur tại Hà Nội. Tiệm may Lemur ở số 16 phố Lê Lợi tấp nập khách hàng tới may áo dài Lemur.

Đám cưới Nguyễn Cát Tường, Bắc Ninh 1936. Chú rể đứng phía trái,dang dang hai tay. Cô dâu Nguyễn Thị Nội mặc áo trắng đi cạnh cô phù dâu. Tất cả dâu và phù dâu đều mặc áo kiểu Lemur

Người phụ nữ thứ hai góp công phổ biến áo dài Lemur là cô Nguyễn Thị Hậu, sanh năm 1919, khi đó mới 16 tuổi. Thoạt đầu phụ nữ ngại mặc áo Lemur vì mới quá và hơi hở hang với tính e dè của phụ nữ. Thêm vào là dư luận công chúng không có thiện cảm với chiếc áo dài mới này. Ngay nhà văn Vũ Trọng Phụng cũng đưa ra ý kiến đây là thói học đòi lệch lạc với thuần phong mỹ tục, không thể hiện được "tính cách Việt Nam". Cô Hậu là một người mẫu chuyên chụp hình đăng báo đã bất chấp dư luận, mặc quảng bá chiếc áo dài Lemur. Cô gái với tuổi trăng tròn lẻ này khi đó đang theo học ngành luật, tốt nghiệp và trở thành Luật sư. Năm 1966, bà luật sư 47 tuổi được bổ nhiệm làm Thị Trưởng thành phố Đà Lạt. Người tiền nhiệm của bà là Đại Tá Trần văn Phấn, Tỉnh Trưởng tỉnh Tuyên Đức kiêm Thị Trưởng Đà Lạt. Bà là nữ thị trưởng duy nhất của Việt Nam và đã biến đổi bộ mặt của thành phố Đà Lạt thành một thành phố hoa diễm lệ. Bà cho mua hạt giống các loại hoa về trồng rải rác khắp hai bên đồi thông của dinh tỉnh trưởng và tại các thắng cảnh của thành phố. Trong suốt cuộc đời từ khi làm người mẫu tới lúc làm Thị Trưởng Đà Lạt, bà luôn mặc áo dài.

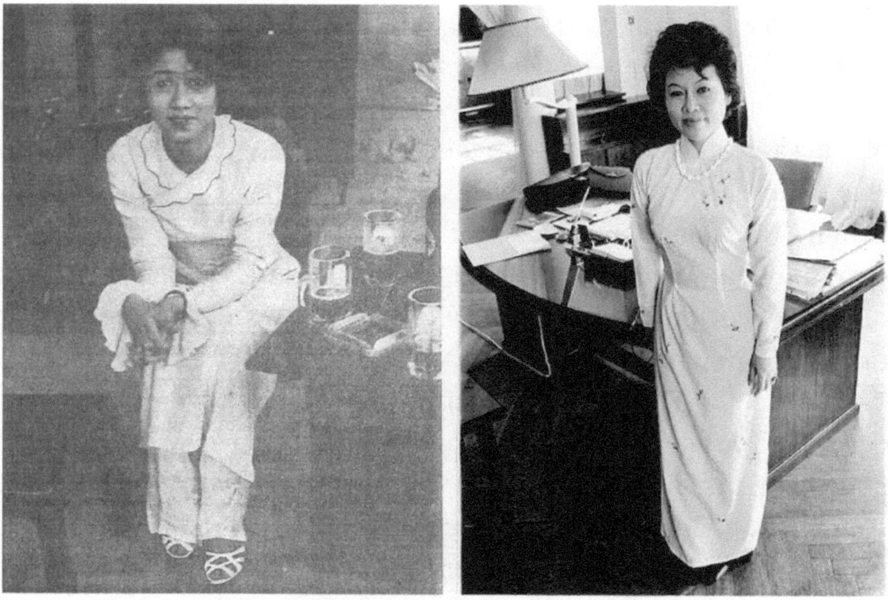

Từ người mẫu Nguyễn Thị Hậu tới Thị Trưởng Nguyễn Thị Hậu.

Trở lại với áo dài Lemur, một cải cách táo bạo của họa sĩ Nguyễn Cát Tường, ông đã phát biểu như sau trên tuần báo Phong Hóa, số 86, ra ngày 23/2/1934: "*Áo dài cho các bạn gái phải như thế nào? Trước hết, nó phải hợp với khí hậu xứ ta, phù hợp với thời tiết các mùa, phù hợp với công việc, phù hợp với khuôn khổ, phù hợp với mực thước của từng thân hình, và phải gọn gàng, giản dị, mạnh mẽ, đồng thời phải có vẻ mỹ thuật và lịch sự. Tuy nhiên, điều quan trọng là nó phải mang cái tính cách riêng biệt của nước nhà. Các bạn là phụ nữ Việt Nam, vậy nên áo dài của các bạn cần phải có một vẻ đẹp riêng biệt để không bị nhầm lẫn với phụ nữ nước ngoài... Hãy cùng để ý xem áo hiện thời của các bạn có điều gì không tiện lợi và thừa thãi không? Mỗi thân thể con người đều có hình dáng riêng, vùng nở và chỗ thắt hợp với nhiều khía cạnh về mỹ thuật, không thể coi như trơn tuột như cái hộp kẹo sìu hay ống bột Nestle. Vì thế, áo dài phải điều chỉnh để phù hợp với người mặc, phải có đường lối văn minh, để vẻ đẹp ấy mới có thể hiện ra bên ngoài. Ngoài ra, kiểu mẫu áo dài cũng cần phải tùy theo từng người mà điều chỉnh thêm bớt. Ví dụ như áo cho người gầy cần nhiều nếp gấp (xếp ly) để thêm phần sự phong phú, trong khi áo cho người mập cần để lẵng để trông tôn dáng khiêm nhường hơn. Để các bạn hiểu rõ hơn về những điều chỉnh và thêm bớt đó, tôi sẽ tiếp tục giới thiệu những mẫu kiểu áo mà tôi đã nghĩ ra...".*

Trong từ điển Oxford có từ "áo dài" được ghi là "loại trang phục của phụ nữ Việt Nam với thiết kế hai tà áo trước và sau dài chấm mắt cá chân, che bên ngoài chiếc quần dài". Mô tả này đích thị là áo dài Lemur. Trên báo Ngày Nay số 1, đầu xuân 1935, nhà văn Thạch Lam, dưới bút danh Việt Sinh, đã giải thích tại sao cần cải cách y phục phụ nữ: "Vật chất chất thường bao giờ cũng đi trước tinh thần và tư tưởng của phụ nữ. Sự cải cách này giúp và cần yếu cho sự cải cách kia". Họa sĩ Cát Tường cũng viết trên báo Phong Hóa số 86: "Các nhà đạo đức thường nói quần áo chỉ là những vật dùng để che mưa nắng, nóng lạnh, ta chẳng nên để ý đến cái sang cái đẹp của nó làm gì (...). Theo ý tôi, quần áo tuy dùng để che thân thể song nó có thể là tấm gương phản chiếu ra ngoài cái trình độ trí thức của một nước. Muốn biết nước nào có tiến bộ, có mỹ thuật hay không, cứ xem y phục của người nước họ cũng đủ hiểu".

Các kiểu áo dài Lemur.

Cha đẻ của áo dài Lemur còn có nhiều cải cách các phụ kiện đi đôi với áo dài nhằm tôn vinh vẻ đẹp của áo dài tân thời. Ông nói: *"Nói ra sợ không ai tin, điều quan trọng nhất của y phục phụ nữ là chiếc quần. [...] Từ cạp đến đầu gối nên thu hẹp bớt để vừa khít với thân hình, như thế những vẻ đẹp thiên nhiên của từng người mới lộ ra được. Còn từ đầu gối trở xuống đến chân, hai ống quần lại phải may rộng dần ra để khi đi đứng cái dáng điệu của các bạn được tăng thêm vẻ nhẹ nhàng".* Đôi hài của phụ nữ xưa cũng đã được ông thay thế bằng guốc cao gót. Rồi áo yếm, đồ lót cho hợp với áo dài. Ngoài áo dài ông còn vẽ kiểu cho áo mặc mùa hè, áo cánh, áo khoác đi biển, áo tắm.

Áo dài Lemur đã xóa sổ chiếc áo dài tứ thân lụng thụng xưa rích xưa rang. Ngay tại Huế, vùng đất thần kinh nệ cổ, áo Lemur cũng được phổ biến đến đặt thành vè:

Ve vẻ vè ve
Nghe vè mốt áo
Bận áo lơ-muya
Đi giày cao gót
Xách bót-tơ-phơi
Che dù cánh dơi

Đi chơi cụ Ngáo
Ăn cháo không tiền
Cởi liền lơ-muya.

Tài sáng tạo của họa sĩ Nguyễn Cát Tường còn phong phú hơn nhiều. Trong bài "Bố tôi, họa sĩ Lemur Nguyễn Cát Tường" được phổ biến vào năm 2006, ông Nguyễn Tất Đạt, con trai của họa sĩ Lemur, đã tiết lộ: *"Tôi đã được xem nhiều kiểu áo mà bố tôi vẽ vào cuối thập niên 30 nhưng cho tới ngày nay vẫn chưa có ai dám mặc vì nó "tân tiến quá": hở cổ, hở vai, hở ngực. Những kiểu áo đó nằm trong tập tài liệu quý giá mà mẹ tôi đã nâng niu và cất giữ từ mấy chục năm nay. Những lúc nhớ chồng, bà thường mở ra để nhìn lại những hình ảnh cũ, những kỷ niệm xưa nay đã nhạt nhòa trong nước mắt. Không may, tất cả những tài liệu này, tài liệu duy nhất mà mẹ tôi đã cẩn thận cất giữ từ khi bố tôi ra đi đã bị thất lạc trong biến cố 1975".*
Nói về tính cách táo bạo trong các mẫu áo dài mà ông Nguyễn Tất Đạt để cập tới, chính họa sĩ Cát Tường đã có lần biện bạch: *"Sở dĩ tôi cho hơi chật ở chỗ bụng là vì tôi muốn phân biệt rõ ràng phần ngực với phần bụng. Trái hẳn với ý tưởng của một vài nhà đạo đức Việt Nam, người Tây Âu đều cho bộ ngực cần nhất cho nhan sắc phụ nữ. Một người con gái đẹp mà "không có ngực", nghĩa là ngực lép kẹp như chiếc đồng hồ Omega thì không thể nào gọi là một người đẹp hoàn toàn được. Có người khi trông thấy một thiếu phụ có bộ ngực nở nang thường ra chiều mai mỉa, vì họ cho thế là chướng, là lẳng lơ. Đối với người đó nếu ta đem ý tưởng Âu Tây, tinh thần mỹ thuật ra giảng, chắc họ không khi nào chịu hiểu. Họ có biết đâu rằng chính người mình cũng hay dùng câu: thắt đáy lưng ong để tả một người con gái đẹp. (Một số báo sau tôi sẽ có bài nói về cách luyện bộ ngực cho được nở nang). Từ bụng trở xuống, ta nên thu hẹp lại cho mất vẻ lòa xòe".*
Để thực hiện những tư tưởng phóng khoáng về toàn cảnh xã hội, họa sĩ Cát Tường đã vung tay thành lập nhiều cơ sở thực tiễn. Ngoài tiệm may Lemur chuyên may và giới thiệu những kiểu áo mới nhất, còn có phòng trà Thiên Hương tại 14 phố Hàng Da, tiệm hớt tóc và tắm nước nóng nam, một xưởng làm guốc cao gót, một cửa hàng cho thuê khoảng 30 chiếc xe tay và xích lô, một xưởng chế tạo đồ chơi

trẻ em làm bằng gỗ. Ông đã có sáng kiến tạo ra những khối bằng gỗ có thể ráp nối nhau thành đồ chơi, tương tự như đồ chơi Lego ngày nay.

Nhưng ngày nay chúng ta chỉ biết tới Lemur là nhờ chiếc áo dài cải cách. Áo dài đã phủ hết những cải cách khác của ông. Ông Nguyễn Tất Đạt, con trai họa sĩ Cát Tường, đã có một kỷ niệm vui về chiếc áo dài của bố ông. Nhân một lần về thăm lại Hà Nội, ông tới ăn tại nhà hàng Thủy Tạ. "*Gọi thức ăn xong nhìn quanh tôi đã thấy thực khách ngồi đã gần đầy. Trên một sân khấu nhỏ, dưới ánh đèn màu tươi sáng, dăm ba thiếu nữ mặc quần áo kiểu xưa đang hát các bài quan họ Bắc Ninh cho thực khách thưởng lãm. Xế bàn chúng tôi bên kia lối đi có một đôi vợ chồng người ngoại quốc đang ngồi ăn. Bà ta có mái tóc óng vàng làm nổi bật khuôn mặt trắng trẻo. Đặc biệt là bà ta mặc một chiếc áo dài Việt Nam, chiếc áo dài màu tím có điểm những hoa cúc nhỏ thật nhã. Tôi ngắm bà ta rồi tôi lại nhìn lên sân khấu. Tôi thấy ngay đây là một cơ hội hiếm có: một người ngoại quốc mặc chiếc áo dài Lemur trước một sân khấu có các thiếu nữ Việt Nam mặc áo tứ thân với chiếc yếm đỏ thắm. Một cảnh tượng rất tương phản và độc đáo. Tôi đánh liều đứng dậy bước qua bàn cặp vợ chồng người ngoại quốc và xin phép ông được chụp hình bà vợ của ông ta với chiếc áo dài Việt Nam. Tôi cũng tự giới thiệu tôi là con của họa sĩ Nguyễn Cát Tường, người đầu tiên đã biến đổi chiếc áo tứ thân ra chiếc áo dài mà bà ta đang mặc. Bà ta nói: "Tôi không tin lời ông nói. Chúng tôi mới từ Sài Gòn ra, tôi mua chiếc áo này ở trong đó, sao ông lại nói chiếc áo này do bố ông vẽ kiểu". Tôi đành phải cắt nghĩa cho hai vợ chồng người Bỉ mà tôi mới quen. "Trước năm 1934 phụ nữ nước tôi đều mặc những chiếc áo tứ thân như vậy. Sau đó bố tôi mới cải biến ra chiếc áo dài Lemur mà bà đang mặc và nó đã trở thành chiếc áo dài phổ thông mà tất cả phụ nữ Việt Nam bây giờ đều mặc".*

Áo dài Lemur trong tranh sơn mài.

Bố ông Nguyễn Tất Đạt đã có một cái chết không bình thường, tới nay vẫn còn là nghi vấn. Cuối năm 1946, ông mang gia đình rời Hà Nội tản cư về làng Tràng Cát, xã Kim An, huyện Thanh Oai, tỉnh Hà Đông. Ngày 17/12/1946, ông trở về nhà lấy thuốc men, quần áo cho các con và người vợ sắp tới ngày sinh. Ông đã bị dân quân bắt tại Hà Nội và đưa đi biệt tích. Gia đình lấy ngày 17 tháng 12 làm ngày giỗ hàng năm.

Sau khi ông bị bắt và biệt tích, bà vợ Nguyễn Thị Nội vất vả nuôi năm con trong thời loạn. Có khi bà phải mang các con sang tận bên Lào để tìm đường sống. Khi Hiệp Định Genève chia đôi đất nước vào năm 1954 được ký kết, bà nấn ná chờ tin tức chồng nhưng chẳng vân mòng chi, bà di cư vào Nam trên chuyến bay cuối cùng rời Hà Nội. Sau 1975, bốn con của bà qua Mỹ nhưng bà ở lại Sài Gòn với cô con gái út. Bà mất vào ngày 21/12/1979, thọ 67 tuổi.

Song Thao
07/2025
Website: www.songthao.com

LUÂN HOÁN

THI PHẨM "SÔNG NÚI CÙNG NGƯỜI THƠM NGÁT THƠ" NGỢI CA TÌNH NGƯỜI TÌNH ĐẤT

Cách đến năm năm, tôi mới có thêm một tập thơ chưng tủ sách, không dám nói là trình làng, bởi làng lúc này đã thật sự vắng khách đọc thơ. Lần này người chi phí khoản ấn loát là em trai tôi, Lê Hân.

Sách in tại Toronto Canada, phát hành trong giới còn yêu thích sách báo.

Tôi có thể xin bìa từ nhiều bạn họa sĩ quen biết, nhưng lần này tôi muốn tự tay trang trí cho nhanh gọn. Mấy ông họa sĩ ngon lành đều sinh sống tại Hoa Kỳ. Ngoài Đinh Cường và Khánh Trường ít ai sốt sắng đáp ứng lại sự nóng vội của tôi. Chủ đề chính của tập này nhẹ hều phần thơ dành cho em út tưởng tượng. Cái tình của tôi được phân phối cho thiên nhiên, cát đất cùng những người liên hệ, do đó tôi thực hiện bìa theo ý mình.

Nền bìa tôi in đầy một bản đồ Việt Nam vẽ theo kiểu bản đồ hành quân, nhưng chưa hẳn mẫu bản đồ dùng để chấm tọa độ cho điểm đứng hoặc để gọi pháo binh. Sông núi nên ba màu xanh lá, xanh nước và vàng đất đều có đủ, hài hòa. Ở mặt trước in hai phác họa khuôn mặt tôi từ họa sĩ Đinh Cường và họa sĩ Trịnh Cung. Bản vẽ của anh Trịnh Cung, nhà văn Song Thao rất khoái, anh cho rằng chỉ vài nét nhưng nhận ra tôi ngay. Bản vẽ của Đinh Cường màu chụp lại tranh tôi đang treo phòng khách. Chữ tên sách tôi dùng nét đậm cũng màu xanh dương. Nhìn bìa là biết sản phẩm của tay ngang. Bìa sau vân núi trên bản đồ đẹp hơn, hồn núi non cũng hùng vĩ lên nhiều. Khuôn mặt tôi lớn chừng ngón tay cái, cắt sát nút thắt cà vạt. Đeo kính trắng, để ria mép, nhìn thoáng có vẻ phương phi, nếu em nào đa tình, lãng mạn cũng có thể chấm, nhìn qua chốc lát.

Trong ruột chữ đen, giấy trắng in thoáng dòng rất ra tập thơ... bình thường. Quý nhất là những phụ bản của chỉ một người, một họa sĩ trẻ sinh hoạt văn học nghệ thuật cùng lớp trẻ tuổi hơn tôi nhiều. Tuy không làm phiền anh Đinh Cường điểm trang, nhưng anh cũng gởi cho tôi năm phác họa thật đẹp, chưa in đâu của con trai anh, họa sĩ Đinh Trường Chinh.

Nội dung, không nhiều, gồm 71 bài thơ được tôi rất yêu thích. Mở đầu, bài tôi viết để nhớ ngày ra đi của thân mẫu tôi. Rằm Tháng Tư Âm Lịch:

"nằm im dưới ánh trăng mù - nghe trong hương gió điệu ru đầu đời - lơ mơ thả gót rong chơi - gặp bàn tay mẹ xoa đầu, à ơi... = chùm ca dao trải xanh trời - chở tôi bay bổng một đời cùng thơ - lòng nôi

lòng võng ngày thơ - lót bằng lòng mẹ bây giờ còn thơm = đời tôi chưa biết ổ rơm - chỉ ngấm hương ổ tình thơm mẫu từ - mẹ đi biệt giữa tháng tư - vầng trăng tròn lắm, hình như tròn hoài = tôi nhìn rõ lắm hai vai - mẹ xuôi trong chiếc quan tài bình an - nhớ như in, nhớ rõ ràng - tôi im lặng đứng cạnh bàn khói hương = tôi không là đứa bình thường - mắt không có lệ lòng vươn trần nhà - tôi đi tôi đứng như là - những cánh hoa huệ nở ra âm thầm = ngậm câu kinh Phật trong lòng - hóa ra tôi khóc bằng dòng khói hương - mẹ tôi chừ ở mười phương? - không đâu, mẹ vẫn ngồi đầu giường tôi = câu thơ tôi ngát tình đời - chỉ nhờ hơi ấm mẹ tôi thở vào - mẹ không biến thành ngôi sao - mẹ là tất cả dòng thơ tôi trồng = già nửa đời tôi lưu vong - rằm tháng tư vẫn chờ trăng xứ người - nằm im đắp ánh trăng mù - nguồn ca dao cũ từ từ mở ra".
(trang 5 -7)

Như đã thưa ở trên, Sông Núi Cùng Người Thơm Ngát Thơ nhẹ hều phần thơ cho các em tinh khôi sắc hương. Mời quý bạn đọc thử bài thứ hai trong tập, có đúng là tôi đã lơ bớt các em chưa:

"chỉ cần chạm nhẹ vào ta
là em có thể rút ra thơ tình
sợi thơ vụn vặt linh tinh
nhưng thừa sức để trói mình với nhau
...
em là tất cả nguồn hương
nằm trong những đốt xương sườn thi nhân
...
trời sinh em trời sinh thơ
nếu không chẳng biết phải thờ em đâu..."
(Em và thơ 8-10)

Dĩ nhiên đây mới chỉ mở đầu để kéo theo: Bệnh Rình Sắc Hương, Trăng Đêm Nở Hoa, Trên Đồi Cỏ, Một Thời Hò Hẹn Ngã Ba, Dặn Chừng, Đi Theo, Thiếu Nữ Trong Tranh, Nhớ, Gặp, Lót Tình Gối Tay, Hứa, Đứng Đợi Đèn Xanh, Lơ Mơ Trong Giấc Ngủ Ngày, Em Gái Con Người Dưng, Làm Thơ, Mùi Hương Từ Cái Vạt Giường, Thơ Tình Dán Ở Ngã Tư, Kỷ Niệm Gởi Một Con Đường, Cầu Ao, Tỏ Tình Tháng

Chín, Biển Và Em, Thơ Tình Chao Đảo Tùy Thời, Những Cuộc Tình Có Thật, Xem Tướng, Yêu... 27 bài, chín nút, dành cho những người có "cái nhu mì" (chữ dùng của Bùi Giáng). Như thế tôi không nói xạo. Và trong 27 bài này, có 3 bài, nhạc sĩ Tuyền Linh (Nguyễn Văn Thơ) phổ nhạc (Em và Thơ, Kim Khánh hát – Hỏi Thật, Thái Hòa hát – Bệnh Rình Sắc Hương, Đào Nguyên hát).

Đường Chữ Sau Lưng nhằm gom trọn ổ câu cú tôi không biết sợ súng chơi cả một đời, nên hy vọng chỉ cuốn này bạn đọc đại khái "nắm đủ" như một tuyển tập, nên tôi cố gắng trích dẫn.

Trăng Đêm Nở Hoa: *"em từ bụi chuối bước ra - ánh trăng làm nũng chao qua ống quần - niềm vui giấu dưới bàn chân - vỡ theo sợi gió lâng lâng ngậm ngùi - tóc tròng trành rối cơn vui - cõng dư hương phút rung người chuyển thơ - em từ cõi tuyệt vời nào - bước ra, khóc, dáng bước vào đã tan - đêm thơm vết xước dịu dàng...".*

Trên Đồi Cỏ: *"em ngồi trải cánh chân phơi = nắng thơm nghiêng một góc trời săm se = tôi ngồi đờ đẫn tay che = con-chim-thơ-đội-mộng xòe cánh bay = gió rình trong nách lá cây = hồ đồ rơi trúng mình dây em mềm = hoảng hồn, gió vãi hương lên - thanh xuân cỏ biếc hai bên tôi nằm = mon men tôi ướm tay thăm - vô tình vướng phải cái dằm nhớ nhung".*

Một thời hò hẹn ngã ba*: "... chở em, nhẫn mặt ngã ba – vài đuôi mắt liếc đâm ra ngại ngùng - ... chờ em thủ sẵn trong người - bài thơ mới viết còn tươi rói tình - chờ em xin phút rùng mình - cho bài thơ được hiển linh đời đời".*

Lót tình gối tay: *dắt em vào bụi hoa lài - bẻ lá lót ổ nằm dài làm thơ – ngó lên gặp sợi nắng tơ - vạch thơm kẽ lá ngu ngơ ngắm tình – vài nhánh mây lấp ló nhìn – hai nhánh chân trái ấm mình cỏ thơm – tay theo ngọn bút lên dòng – thơ tỉa từng hạt vào lòng nguyệt thi – nghe trong khoảnh khắc xuân thì – ghé vai vạn vật chuyển đi nghìn trùng -*

lót tình dưới cánh tay xuân – cho nhan sắc thấm thơm lừng muôn năm - cảm ơn em ủ chỗ nằm - ổ thơ như vạt trăng rằm nõn hương".

hứa: *vài ba năm nữa đi tu - tụng kinh giải thoát tên tù tà tâm – em từ bi mở cõi âm - lỏng tay thả cọng hương trầm vái theo – lòng trần tục chợt trong veo – quên sông quên lạch quên đèo quên mương - chỉ xin giữ được mùi hương - để làm tấm thảm mười phương phiêu bồng...".*

Mùi Hương Từ Cái Vạt Giường: *"xa lâu quá cái vạt giường thuở nọ - hương tre ngâm vẫn khắng khít ấp lưng - dòng kỷ niệm vẫn không ngừng lấp ló - mọc quanh tôi triệu con mắt thăm chừng = luồn dưới gối bàn tay tha thiết nhớ - chạm được gì dưới vuông chiếu trong tâm - đường mây cườm kết nẹp tre lên-nước - giữ hơi ai thuở nằm đợi phiêu bồng = nằm thật thẳng tự đo mình dài ngắn - thời gian làm dùn lại khối thịt da? - càng co cụm càng đụng vào dĩ vãng - mỗi nhánh vạt giường mỗi nhánh xương ta = vẫn nhắm mắt làm thơ sao vẫn nợ - sợi tình ai bỏ sót giữa bàn tay - em yêu dấu, trên vạt giường thuở nọ - em lỡ ươm một nhánh lông mày = em yêu dấu, trên giường tình thuở nọ - thơ chưa thành đủ bọc vóc em nghiêng - ngoài hồn đựng kịp thời đôi mắt liếc - và tiếng-tình em sảng khoái vô biên."*

Thơ Tình Dán Ở Ngã Tư: *"cảm ơn phút cùng tình cờ ngó lại - đủ nuôi tình thơm ngát đến hôm nay - sóng bụi đỏ chập chùng sau xe-ngựa - tưởng như chừng vẫn vói nắm bàn tay = chừ ta ở rất xa nơi em sống - chừ em nằm rất sát giấc mơ ta - trong trời đất có vô vàn khoảng cách - trong tình yêu thương nhớ xóa chia xa = có buổi tối ta nằm nghe ta hát - nhìn ra em dối mẹ ghé qua nhà - có buổi sáng ta thèm đi xe đạp - nhớ chiều theo hương áo thở đôi tà = em có lượm giùm ta chùm gió mới - vừa thổi qua khe cửa sổ phòng em - nơi con muỗi than van xin giọt máu - nơi ta quỳ xin dâng tặng trái tim = em đã đốt giùm chưa bài thơ vụng? - tình cho em một thuở chạy nhật trình - lòng ta trải bao lần trên mặt báo - lặp lại hoài nhưng bảo đảm mới tinh = em cũng gói vừa xong nguồn kỷ niệm? - lót gối đầu hay chôn giữa ngã tư? - năm tiếp tháng người nối người qua lại - tình nhập thân cho đời biết tương tư = em chợt khóc như ngày xưa đó hả?*

- môi tìm môi tiễn giọt lệ qua đời - em đã cất ta sâu vào da thịt - sao nửa chừng cay đắng đánh rơi? = ta cứ hỏi... và thật thà nói dối - khi soi gương ta vẫn nhận ra em - sau em đã khá nhiều người ghé lại - cũng như thơ cứ phiêu giạt bồng bềnh = em nhớ nhé, ra ngã tư giùm nhé - xách guốc lên cho chân đất tìm vai - từ ngón biếc em đi thơ ở lại - mặc ta đành tiếp tục mất cả hai...".

Kỷ Niệm Một Con Đường: *"chắc đôi lúc em tình cờ tưởng nhớ - con đường xanh thao thức lá vuốt ve - con đường thơm hương bụi gió cặp kè - theo bén gót hai bàn chân cánh vỗ = em vẫn giấu vụng về sau vạt áo - cục đường phèn hay nửa trái me chua - ngón tay ngon lấp ló cứ chực thưa - cho em mượn vòng lưng làm chỗ bám = đường đến lớp không bằng đường lãng đãng - hai chiều dài mỗi phút mỗi so le - môi thì thầm lòng lắng lòng nghe - thỉnh thoảng vỡ vài hạt cười e thẹn = vạt má ướt sau lưng chừng hực nắng - đốt rung rinh lớp vải áo trái anh - bánh xe chao, nón vãi tóc khỏi vành - toàn thân thể ngàn mũi hôn rụng kín = chẳng phải lần đầu sao hoài lính quýnh - ờ thì ra, trăm bận vẫn đầu tiên - bốn mươi năm, chỉ một phút vô biên - mừng và chúc em vẫn còn đôi lúc...".*

Hồi còn sống vui, Nhà văn Nguyễn-Xuân Hoàng đọc Sông Núi Cùng Người Thơm Ngát Thơ, có tán gẫu:

"Gọi anh là thi sĩ của tình yêu - thi sĩ nào mà không làm thơ từ tiếng gọi của tình yêu? - không có gì ngạc nhiên, nhưng anh là một thi sĩ toàn phần cho tình yêu.

Những thiếu nữ tràn ngập trên mỗi dòng thơ anh. Anh ấp ủ thiếu nữ trong trái tim mình đã đành, anh còn thấy thiếu nữ cả trong tranh của những họa sĩ bạn anh. Anh viết *"Suối hoa, khe trúc ướp thơ mượt mà"* trong tranh Đinh Cường, anh cảm nhận thiếu nữ trong tranh Hồ Thành Đức *"chằng chịt những sợi gân"*, anh nhìn ra những *"búp gân tím, thỏi thịt hồng"* của những cô gái trong nét vẽ Khánh Trường hay một vẻ đẹp trầm hương hư ảo *[hình như em chẳng có xương]* trong Nghiêu Đề, hay như Nguyên Khai mượn cái *"thân thể ngựa phiêu bồng"* đắp lên vóc dáng em. Luân Hoán không chỉ nhìn ngắm thiếu nữ trong tranh, mà anh còn ngợi ca họ, làm thơ tặng thiếu nữ ở mọi thời đại, bởi vì *"em ở trong tôi, từ lâu lâu lắm... từ hồi chưa quen."*

Tuy vậy có lẽ những bài thơ Luân Hoán làm tôi ngây ngất là những câu thơ hiện thực của anh. Anh viết thơ anh khai sinh từ 'mùi hương cái vạt giường' thuở nọ, cái thời anh còn nằm trên chiếc giường tre ngâm, luồn dưới gối bàn tay tha thiết, và hơi thở, và thịt da, tự đo mình dài ngắn *'trên chiếc giường tình thuở nọ'*.

Thơ Luân Hoán ra đời vào những buổi tối, anh nằm nghe tiếng hát của chính anh, tiếng hát hân hoan chờ đợi vì nhìn thấy em nói dối mẹ lẻn qua nhà anh, và ái ân cuồng nhiệt như *"em đã cất ta sâu vào da thịt"* em.

Thơ không chỉ là hư ảo, với Luân Hoán, thơ còn khai sinh từ mùi hương da thịt, từ hai bàn chân, từ 'đờ đẫn', 'rình mò' trong 'nách lá cây?', từ sự âu yếm *"mon men tôi ướm tay thăm, vô tình vướng phải cái dằm nhớ nhung"*, từ cái ống quần, từ cái vết xước dịu dàng của đêm thơm...

Thơ Luân Hoán nở ra từ cái đầu có mái tóc dài nằm gối lên cánh tay anh, ngất ngây giữa ngày và đêm, và thịt da quyện vào nhau trong một trận mưa tình ái... Thơ của Luân Hoán, ôi sao mà sexy" (NXH - thơ khai sinh từ những gợi tình)

Nhà thơ/văn Trần Huiền Ân thấy ra:

".... Bà Huyện Thanh Quan tả bức tranh vẽ Đèo Ngang chứ không phải tả cảnh thực Đèo Ngang. Cảm nhận của ta đã bị cái "phong cách Thanh Quan" dẫn dắt từ cõi Thực sang cõi Mộng.

Đọc mấy bài "Thiếu nữ trong tranh" của Luân Hoán thì ngược lại. Anh dẫn ta đi từ Mộng sang Thực. Từ Mộng, là vì những thiếu nữ mà Luân Hoán miêu tả đâu phải là người, khác với cả những nữ hồ ly, nữ yêu quái trong truyện Liêu Trai. Khi nói với độc giả phu nhân này là con chồn tu luyện bao nhiêu năm, tiểu thư nọ là con ma chết tự đời nào. Bồ Tùng Linh bảo rằng đó là phu nhân có thực, tiểu thư có thực, họ đang sống kiểu sống của họ, con chồn đã tu luyện thực, con ma đã từng chết thực. Vậy mà, khi đọc dù có yêu thích hay lo sợ ta cũng biết chắc đây là chuyện "nói láo mà chơi nghe láo chơi". Trong lúc ấy Luân Hoán nói rõ những thiếu nữ kia chỉ là thiếu nữ trong tranh, họ hoàn toàn là Mộng được Luân Hoán tái tạo qua nét bút của sáu họa sĩ ai cũng nghe danh. Luân Hoán bảo: "Tôi tả con người trong tranh vẽ của Đinh Cường, Hồ Thành Đức, Khánh Trường, Nghiêu Đề, Nguyên Khai, Thái Tuấn", thế nhưng qua thơ ta thấy họ là nhân vật Thực, người Thực.

Những nhân vật này có đủ hai phần Thể Xác và Linh Hồn... (T.H. Ân).

Chủ đề tình đất, tình người chung chung chiếm nhiều trang. Theo bốn mùa của trời đất, tôi làm thơ. Xuân, hè, thu, đông có đủ, Với Xuân, nhà thơ Mạc Phương Đình lượm ra

áo cổ bẻ, quần dây treo
chân đeo kiềng bạc, cổ đeo bùa vàng
gỡ tay chị, chạy làng quàng
chân phải, chân trái hai bàn vấp nhau
(Mấy Thời Lững Thững Theo Xuân - Hội An, 1945)

Để ghi lại cái hình ảnh chú bé 5 tuổi hiếu động, Luân Hoán chỉ cần một câu "chân phải, chân trái hai bàn vấp nhau" đơn giản mà vẫn đủ. Những gót chân mùa xuân như bay bổng:

Cẩm Phô trộn nắng vào mây
gió mùa xuân lót gót giầy tháng năm

Rồi mùa xuân 49 theo cha mẹ tản cư lên vùng Tiên Châu, Tiên Phước, anh đón xuân với tuổi lên chín lên mười đã bắt đầu có cái nhìn xa hơn qua núi, qua rừng bằng những cảm nhận bóng bẩy hơn:

chiều ba mươi, núi dặn rừng
cành oằn lá ướt tạm ngừng trổ hoa
gió giăng hơi đá thiết tha
nhốt Tiên Châu giữa mượt mà mây rơi
vò đầu gối, ngó khơi khơi
và
"... mẹ chưa về tới đứng, ngồi ngó quanh"

Chất hồn nhiên của tuổi thơ đã từ đó lan vào thơ Luân Hoán, trực giác của anh dường như cũng phát triển thật nhanh, thực khác

thường để rồi với tuổi mười ba đã vượt lên tháng ngày, đột nhiên lòng rung động, những rung động không bình thường từ nụ cười của mẹ, từ nhịp rung đùi ngâm thơ của cha và ngay cả với hình ảnh con chim sẻ bất ngờ bay vào thềm trong ngày xuân nhật...
(MPĐ - Mùa xuân và nét hồn nhiên...)

Những đoạn thơ trên được Mạc Phương Đình trích trong bài Mấy thời lững thững theo xuân, gồm 9 đoạn cho các nơi các thời: Hội An 1945, Tiên Phước 1949, Hòa Đa 1953, Đà Nẵng 1960, Thủ Đức 1967, Quảng Ngãi 1969, Sài Gòn 1985, Montréal 1996 và với một đoạn tôi hy vọng sẽ ở Đà Nẵng nhưng chưa biết trước được năm nào. Bốn con số tên năm tôi mới dám ghi hai con là 2 và 0. thêm hai dấu chấm cùng dấu hỏi. Tám câu đó tôi đã viết:

"xác nằm thơm cỗ quan tài
mặc hồn thả bộ gặp ai cũng chào
nơi này quả đẹp làm sao
đất mát trời ấm nuôi thơ thành người
và tôi nghiêm chỉnh gặp tôi
gặp luôn em giữa đọt cười chớm xanh
câu thơ một đời để dành
mở ra, giản dị, loanh quanh thế này"
(trang 57)

Bây giờ đang là năm 2020. Tôi sẽ có con số nào sau hai số 20 để kết thúc một đời? Và thân xác có được về nơi cố quán?

Thơ Xuân tiếp theo trong tập gồm các bài: Tình xuân lục bát, Xuân nhớ tết, Nhánh xuân xanh, Hương tết, Rước ông bà, Cùng xuân làm... thơ, (... *dễ chừng mùa xuân với tôi – có hàng trăm đứa con rơi trong đời – nhìn từng sợi tuyết rong chơi – lòng xuân nên gặp xuân thôi, dễ dàng – vui tay dọn trống mặt bàn - rước em nằm xuống mơ màng với ta*), Đêm xuân, Yêu em yêu mùa xuân.
Viết về mùa Hạ chỉ có hai bài:

Hạ Thi: "*buồn tay vẽ bậy bụi cây - cây gì? không biết, lá đầy cành phơi - vuốt lòng bón mấy sợi hơi - bất ngờ cây nở tình tôi trĩu cành = vẽ thêm một chú vàng anh – đứng nghiêng đầu hứng gió quanh quẩn về - và trong nắng lụa tứ bề - mùa hè phơi phới chỉnh tề bước ra - thế*

là hoa lẫn vào hoa – và tôi trẻ lẫn tôi già vươn vai – thấy đâu đây vạt áo dài - của ai vừa cởi móc ngoài hành lang – mùi hương thiếu nữ bay ngang - bụi cây tôi vẽ bàng hoàng hóa thơ - mắt nhìn thay ngóng tay sờ - mà sao cứ chợt đụng vào chính tâm – mùa hè nhỏ nhẹ bước thầm – có cho tôi kịp giáp vào chiêm bao" (19-4-2000).
Và Mùa hạ mưa Montréal.

Mùa thu cũng không nhiều, chỉ: Ngọn thơ cuối thu, Thu tình em, Trung thu.

Viết về nhân vật, tôi có bài nhắc đến Đynh Trầm Ca, Trần Dzạ Lữ, Hoàng Trọng Bân. Đôi bài tặng nhà thơ Triều Hoa Đại, Đám học sinh nam nữ Phan Châu Trinh Đà Nẵng, Vài nhà văn nữ không nêu tên, nhà văn Võ Phiến, hai anh bạn họ Trịnh. Tôi thích bài tặng Khắc Minh dưới tên bài Về Lại Những Địa Danh Nằm Lòng, toàn bài:

Về Lại Những Địa Danh Nằm Lòng: *"đêm qua tôi mới về Quảng Ngãi - hái trái mù u ở Nghĩa Hành - gió từ Mộ Đức vây tôi lại - rờ rẫm thăm từng gốc tóc xanh*

tôi gặp bàn tay ai rất mềm - xâu từng chùm nắng xách hai bên - thân thương vói níu tôi dừng lại - xối rửa đôi lòng mắt trót quên

tôi gặp đôi môi ai rất nồng - như tuồng vét hết nước trong sông - thiết tha mớm hết hương Trà Khúc - cho trái tim già lại trổ bông

tôi gặp mồ hôi ai rất hồng - trải thơm từng múi thịt da non - tấm lòng Đức Hải hay Sông Vệ - Quán Lát theo về đến Cửa Đông?

tôi gặp tôi qua núi với rừng - Trà Bồng Thạch Bích cõng trên lưng - đêm qua tôi mới về Quảng Ngãi - một đoạn chân lìa xưa đến thăm".

Trong SNCNTNT, cũng được đi một bài có tính cách hồi ký, **Những Năm Đầu Với Đất Sông Hàn,** bài thơ vui vui nhưng trung thực với hình ảnh sự việc cũ:

"nhập cư vào xã Phước Ninh - sát rìa nghĩa địa u minh hiên người - hồn, thân chung đụng giọng cười - tiếng la câu chửi ngược xuôi bềnh bồng - lần đầu đời, thấy chùm bông - thơm trên thánh-địa đàn ông tôn thờ - cũng lần đầu được nằm mơ - thấy con cu-đất phất phơ đứng gù =

cõng đồ qua ngụ xóm tu - mõ chuông Tĩnh Hội hồ như vây rào - ra đường đụng tiếng nam mô - lên giường đắp chiếu nghe Bồ Tát kêu - trong đầu, trong bụng: trong veo - tóc-đen-sợi-quắn bay vèo đã xa - tò mò, quen thói lân la - xem tướng chư Phật trên tòa sen chơi - mấy ngài tuy có khác tôi - nhưng chắc có chỗ giống y tôi là =

bỗng dời ra tuốt xóm Ga - thăm đường sắt thử xa cỡ nào - chân trời trong giấc chiêm bao - phủi tay tạm gửi mộng vào hư không - quay lưng ra biển đuổi còng - vấp đàn nghêu-trắng im hong nắng trời - cột-buồm đội vải... ra khơi - giở mũ cối đội hương đời chênh vênh =

lại về đóng chốt sát bên - mặt sân vận động mông mênh cỏ gà - mười lăm tuổi ngấm hương hoa - lòng phơi phới bám con ma vật vờ: - câu dài, câu ngắn vu vơ - trắc, bình nhào nặn guồng tơ trong lòng - chiều chiều ma dẫn ra sông - chờ xem rùa-nổi gió lồng lộn bay - những con-rùa-thánh-thần này - cùng con ma tiếp tục đày đọa tôi".
25-8-1999

Cuối tập, một bài viết khá buồn, lưu giữ những tình cảm và hình ảnh khi tôi phải nằm viện. Bệnh viện lớn này nằm trên núi Mont Royal.

Viết Trong Đầu Tại Hôpital Général De Montréal Ngày Giáp Tết Nhâm Ngọ *(lì xì năm con Ngựa cho Lý)*

"bao nhiêu hạt tuyết trong dòng tuyết? - tuyết trắng trời kia có mấy dòng? - khí lạnh khởi từ tinh thể tuyết - có buốt bằng thơ chết trong lòng?

thơ đã tắt rồi? thơ đã chết? - máu chừng chảy vội để lạc thơ - ta nghe đâu đó trong da thịt - khởi kết vòng hoa, dựng nấm mồ

đời lỡ sống với những trò vô ích - làm chi hơn khi dòng máu đầy thơ? - trang chữ viết đâu để dùng đắp mặt - giọt bụi ta đọng được giữa hư vô?

nhìn em đứng thất thần trong lo lắng - xốn như gai ai chích khắp thân mình - không dám nghĩ ngày mai em ở lại - nuốt hương trầm, lặng lẽ giữa tràng kinh

em yếu đuối em thiệt thà em vụng dại - một đời giàu nhân nghĩa với yêu thương - thân mòn mỏi sẽ cõng đời còn lại - một mình đi cho hết những đoạn trường

em gắng nhé, em yêu, đường còn lại - ta hình dung, ta tưởng tượng, rõ như là... - gắng đốt hết vết đời ta sót lại - thương chính mình là em đã nhớ ta

em gắng nhé, bước ngoan đường còn lại - thời nhiễm trùng-thơ rồi sẽ phôi phai - một lát nữa hay mốt mai... đâu biết - lặng nhìn em vừa lội tuyết ra ngoài

thơ đuối sức nhưng lòng bay theo tuyết - em về lo khăn áo để mang vô... - vẫn để tình ở lại hồi sinh thơ - sẽ vì em gắng sống đến bao giờ...".

Tập thơ 130 trang, trang không đánh số mở tập ghi hai câu :

tham lam tôi nhốt vào trong ngực
sông núi cùng người thơm ngát thơ

Đọc lại cảm thấy buồn buồn.

Luân Hoán

TRỊNH Y THƯ

KẾT TỪ CHO CUỐN THẾ GIỚI SÁNG TẠO MIỀN NAM VIỆT NAM 1954-1975 VÀ Ở HẢI NGOẠI ĐẾN NAY

1.

Cuốn sách này có tựa đề *Creative World of South Vietnam 1954-1975 and Overseas to the Present* (2025) / *Thế Giới Sáng Tạo Miền Nam Việt Nam 1954-1975 Và Ở Hải Ngoại Đến Nay* (2025), là bản dịch của cuốn sách ban đầu được gọi là *Chân Dung Văn Học Nghệ Thuật & Văn Hóa* của tác giả nổi tiếng Ngô Thế Vinh. Bản dịch tiếng Anh của học giả người Mỹ, Tiến sĩ Eric Henry. Đây là một cuốn sách độc đáo, theo nghĩa là nó trình bày cho độc giả nói chung những hình ảnh mới mẻ về nhiều nhân vật bao gồm nhà văn, tiểu thuyết gia, nhà thơ, nhà báo, họa sĩ, nhạc sĩ và các nhân vật văn hóa khác, những trí thức được kính trọng và có ảnh hưởng nhiều nhất ở Việt Nam.

Các chân dung văn học nghệ thuật và văn hóa, qua giọng văn đầy thân ái và nhân hậu của nhà văn Ngô Thế Vinh, là một công trình biên soạn phong phú tư liệu, một tập hợp quý hiếm quy tụ những khuôn mặt văn nghệ và văn hóa tiêu biểu của một thời đại vốn được xem là nhiễu nhương nhất của dân tộc, suốt nửa sau thế kỷ XX cho đến nay. Ngô Thế Vinh không khoác áo nhà phê bình, ông không làm kẻ đứng trên bục giảng nghiêm khắc phê phán tác phẩm hay sự nghiệp mỗi văn nghệ sĩ được nhắc đến. Ông không làm thế, bởi họ chẳng phải ai xa lạ mà chính là những bằng hữu văn nghệ, những vóc dáng tài năng, gần như trọn đời người, đã cùng ông dấn thân trên những chặng đường trắc trở nhất, trong những điều kiện ngặt nghèo nhất, để xây dựng một nền văn nghệ nhân bản đích thực và có giá trị nghệ thuật cao cho dân tộc. Ông mượn tác phẩm của họ như cái cớ để ngồi xuống nhẩn nha lần giở từng trang ký ức bộn bề, len lỏi vào từng ngõ ngách tâm hồn dưới lớp bụi dày thời gian, cố tìm lại những cung bậc hoài niệm mù tăm để làm nên những trang viết thật đẹp, thật ấm áp tình bằng hữu, thật chan chứa tình người. Tất cả những gì ông viết trong cuốn sách gần như chỉ là những nét phác họa đại cương về con người, khung cảnh sống, hoàn cảnh sáng tạo của những văn nghệ sĩ, mà chính ông cũng là một thành viên. Đan xen vào đấy là những không gian và thời gian kỷ niệm, đầy ắp kỷ niệm, kỷ niệm nào cũng được nâng niu, trân quý như món bảo vật khó tìm. Tuy thế, đọc kỹ hơn, chúng ta có thể cảm nhận ra một điều, là bên dưới lớp sắc màu tương đối hiền hòa, dịu êm ấy là niềm xác tín chắc nịch, một cái nhìn quả quyết cộng thêm chút tự hào, về một nền văn nghệ, văn hóa miền Nam Việt Nam tự do thời kỳ 54-75 và, trong chừng mực nào đó, vẫn tiếp nối ở hải ngoại, mà sự đột phá về các mặt tư tưởng, nghệ thuật, nhân sinh, tưởng như chưa thời nào qua mặt nổi.

2.

Trong số những chân dung, chỉ hai người thuộc thế hệ người viết sau 1975 được đề cập, nhà văn Cao Xuân Huy và nhà văn Phùng Nguyễn. Tuy vậy, dù trước hay sau, tất cả đều kinh qua thời đoạn lịch sử khốc liệt của dân tộc vào nửa sau thế kỷ XX. Bởi thế, dù muốn hay không, lịch sử hiện hữu khắp nơi và bám chặt lên đời sống mọi người. Sự hiện hữu của con người và thế giới xung quanh liên kết, thắt buộc vào nhau như con ốc sên đeo dính cái vỏ của nó. Thế giới là một chiều kích bất khả cách ly của con người; thế giới biến đổi, cái hiện tiền oan khiên cũng biến đổi theo. Thế giới chúng ta đang hiện hữu có bản chất lịch sử, quy trình đời sống của tất cả con người chúng ta mở ra theo chiều thời gian đánh dấu bằng những cột mốc biến cố và ngày tháng (30/4/1975 chẳng hạn). Cuốn sách của nhà văn Ngô Thế Vinh không đi chệch ra ngoài định đề ấy, nhưng nó hoàn toàn bác bỏ mọi giá trị sử học định kiến mà chỉ chú tâm đến những hồi đoạn trọng đại ở mặt nhân chủng nhưng bị quên lãng, không chút trọng lượng đối với sử gia hay nhà chính trị.

Lịch sử ở đây hiện lên với bản di chúc viết tay của Nhất Linh kèm theo câu nói ngắn gọn "*Nhờ Vinh giữ, khi cần Vinh đưa lại*" giữa hai người sinh viên trước cửa cư xá đại học. Lịch sử hiện lên trong cuộc chia tay cảm động giữa cơn đại hồng thủy của nhà báo Như Phong Lê Văn Tiến với gia đình Đỗ Thúc Vịnh trên đường Tự Đức. Lịch sử hiện lên "*sau khi lệnh đầu hàng được phát đi, có thể thấy từ mấy tầng lầu cao là một cơn mưa confetti, chỉ một màu trắng của những mảnh vụn giấy tờ tùy thân của quân cán chính cần được xé hủy trước khi cộng quân hoàn toàn kiểm soát Sài Gòn.*" Lịch sử hiện lên "*những giày nón quân phục được cởi bỏ vội vàng vứt tả tơi trên đường phố.*" Lịch sử hiện lên khi nhà văn Lê Tất Điều trông thấy nhà văn Võ Phiến ứa nước mắt khóc trên con tàu Challenger đậu ngoài khơi trong chuyến di tản rời bỏ quê hương không ngày trở lại. Lịch sử hiện lên khi nhà văn Phạm Việt Châu tuẫn tiết tại tư gia sau khi Cộng sản hoàn toàn chiếm miền Nam. Lịch sử hiện lên với nỗi đau không ai biết của nhà thơ Thanh Tâm Tuyền vì mất tích đứa con trai trên đường vượt biển, và suốt thời gian sau đó ông "*đã không ngừng khắc khoải trong vô vọng lần tìm tin tức và dấu vết đứa con mất tích ấy.*" Lịch sử hiện lên lúc nhà văn Nhật Tiến cùng hai nhà báo Dương Phục và Vũ Thanh Thủy "*viết từ trại tị nạn và gửi ngay ra ngoài những bản cáo trạng về thảm cảnh trên Biển Đông, đã làm rúng động lương tâm của thế giới và cũng là bước đầu hình thành Ủy Ban Cứu Người Vượt Biển hoạt động nhiều năm về sau này.*" Danh sách còn dài lắm.

Lịch sử ấy trong men say chiến thắng lên cơn đồng thiếp giở trò cưỡng bức vô-văn-hóa cực kỳ man rợ. Đó là chiến dịch đốt sách.

Là nhà văn lại phải chứng kiến cái trò phản-văn-hóa man rợ đó, Ngô Thế Vinh đau xót là phải. Ông nhắc đến nhiều lần trong cuốn sách. Hãy nghe ông miêu tả cảnh đốt sách và biểu lộ nỗi bất bình của mình:

"... chúng giẫm đạp những cuốn sách, nổi lửa đốt từng chồng sách rồi tới cả những kho sách. Những cuốn sách mà đa phần chúng chưa hề đọc, trong đó có cả một tủ sách Học Làm Người. Sách của những 'tên biệt kích văn nghệ' còn được trưng bày trong tòa nhà triển lãm Tội Ác Mỹ Ngụy cùng với vũ khí chiến tranh và chuồng cọp, dĩ nhiên có sách của Dương Nghiễm Mậu, có cả cuốn Vòng Đai Xanh của người viết."

Hoặc ở một đoạn khác, ít phẫn nộ hơn nhưng đau xót không kém, trong bài viết về nhà văn Nguyễn Đình Toàn:

"Sách Nguyễn Đình Toàn được xếp vào loại văn hóa đồi trụy sau 1975; nên tất cả bị tịch thu và trở thành Tro Than, như tên một tác phẩm định mệnh Nguyễn Đình Toàn trong chiến dịch đốt sách lan rộng khắp miền Nam thời bấy giờ."

"Chúng ta cần có một lịch sử ở dạng toàn nguyên, để không rơi ngã trở lại vào nó mà để vượt thoát nó." Triết gia Tây Ban Nha José Ortega Y Gasset có lần nói thế. Cái lịch sử nhân chủng suốt hơn trăm năm qua của chúng ta có quá nhiều lỗ hổng, lỗ hổng nào cũng to đùng như nhà văn Ngô Thế Vinh trình bày. Làm sao có được một lịch sử toàn nguyên trong khi thay vì khâu vá những lỗ hổng cho lành lặn chúng ta lại phá ruỗng cho nó rách toác thêm? Ông Ortega Y Gasset nếu còn sống chắc phải lắc đầu ngán ngẩm với lũ chúng ta thôi. Và nhà văn Ngô Thế Vinh trước cuộc bể dâu ấy đã không kềm hãm được lòng phẫn nộ, với giọng đanh thép, ông nói:

"Không phải chỉ có oan nghiệt giam cầm hủy hoại những thân xác, họ còn giết chết sức sáng tạo của văn nghệ sĩ trong khoảng thời gian sung mãn nhất. Một nỗ lực hủy diệt cả một nền văn hóa đến tận gốc: trước lịch sử, ai phải nhận lãnh trách nhiệm cho những tội ác thiên thu ấy?"

Hỏi là trả lời. Nhưng cái tòa án lịch sử ấy biết đến bao giờ mới được lập ra để xét xử kẻ có tội? Nửa thế kỷ trôi qua trong quên lãng, và có lẽ cái "tội ác thiên thu" mà nhà văn Ngô Thế Vinh nhắc nhở chúng ta, sẽ lặng lẽ trôi vào thiên thu thôi.

3.

Ngô Thế Vinh không tuân thủ một công thức nhất định nào ở các bài viết trong bộ sách của ông. Ông viết tùy hứng và có lẽ cũng tùy cảm quan và quan hệ riêng tư giữa ông và các chân dung. Nhờ thế, chúng ta không phải đọc một bản báo cáo dài lê thê các lý lịch cá nhân đơn điệu chán ngắt. Ngược lại, ở mỗi chân dung ông đều có một cách xử lý riêng, hợp tình và thú vị. Mỗi chân dung là một câu chuyện kể với nhiều cung bậc cảm xúc khác nhau, lúc sôi nổi, lúc u tình, lúc chua xót, lúc phẫn nộ, lúc cười mỉm nhưng cũng có lúc ứa nước mắt. Qua ngòi bút linh động nhưng chân thực của Ngô Thế Vinh, những chân dung ấy bỗng nhiên "sáng" hơn, gần gũi người đọc chúng ta hơn, và ở chừng mực nào đó, chúng ta "hiểu" tác phẩm của họ hơn.

Ông nói khá nhiều về thân thế cũng như sự nghiệp văn học của nhà văn Mặc Đỗ, ông không giấu giếm lòng tâm đắc và tâm phục của mình đối với nhà văn đàn anh trong nhóm Quan Điểm lừng lẫy của thời kỳ 20 năm văn học miền Nam này. Mỗi truyện ngắn của Mặc Đỗ được ông xem như một "*viên ngọc của chuỗi ngọc*" và "*ngôn ngữ thì giàu hình ảnh nhưng cô đọng và trau chuốt*".

Ông cũng yêu thích những truyện dài, truyện ngắn của nhà văn Linh Bảo như các cuốn Gió Bấc, Những Đêm Mưa, Tàu Ngựa Cũ. Theo ông thì "ngòi bút của Linh Bảo thông minh sắc sảo, giễu cợt lật ra những mặt trái của cuộc sống, một cách tàn nhẫn với giọng nghịch ngợm tinh quái bất cần đời nhưng cũng thật là chua chát. Người phụ nữ trong tác phẩm Linh Bảo tuy cứng cỏi, chịu đựng nhưng vẫn luôn luôn là "nạn nhân đáng thương của những hoàn cảnh". Ông còn đi xa hơn khi đưa ra nhận định nữ sĩ Linh Bảo qua tác phẩm đã sớm là ngòi bút đấu tranh cho nữ quyền, một nhận định đáng lưu ý cho những ai có tham vọng nghiên cứu về Nữ quyền trong sáng tác văn học của các nhà văn nữ Nam Việt Nam thời kỳ 54-75.

Giấc Ngủ Chập Chờn, một truyện dài của nhà văn Nhật Tiến viết về ấp Vĩnh Hựu, một ngôi làng xa xôi tan nát do hoàn cảnh một vùng xôi đậu ban ngày Quốc Gia ban đêm Việt Cộng, cũng được ông nhắc đến với nỗi niềm cảm hoài u uất:

"... dân chúng trong làng sống dở chết dở giữa hai lằn đạn với oán thù chồng chất vây bủa giăng mắc họ ngày đêm. Đám thanh niên và cả con nít ở cái làng đó vốn thân thiết với nhau nhưng đến lúc cuộc chiến tràn về thì hàng xóm giết nhau, anh em cũng giết nhau, gây ra bao thảm cảnh khổ đau."

Ngô Thế Vinh cũng nói thêm cuốn sách này của nhà văn Nhật Tiến đã "*nói lên một sự thực là không có phong trào quần chúng bất mãn chế độ mà nổi dậy trong cái-gọi-là Mặt Trận Giải Phóng Miền Nam,*" và chính vì thế cuốn sách cũng như tác giả của nó đã bị tập đoàn lãnh đạo Cộng sản Hà Nội kết án là cực kỳ phản động, một tội danh *one-size-fits-all* cho tất cả những kẻ nào không đồng ý với đường lối chính trị của họ.

Ngô Thế Vinh tự bản chất có lẽ là một nhà văn xã hội ưu thời mẫn thế, những tác phẩm của ông trong suốt quá trình viết chứng tỏ như thế, và chẳng có gì ngạc nhiên khi ông tỏ ra đồng cảm với những sáng tác như cuốn *Giấc Ngủ Chập Chờn* của nhà văn Nhật Tiến hay các cuốn *Áo Mơ Phai, Đồng Cỏ* của nhà văn Nguyễn Đình Toàn. Ông viết như sau:

"Áo Mơ Phai là dự cảm về một thành phố Hà Nội sắp mất, Đồng Cỏ là một tác phẩm khác dự báo một Sài Gòn sắp mất. Nguyễn Đình Toàn mẫn cảm với thay đổi thời tiết cũng như với những biến chuyển của lịch sử. Dự cảm hay trực giác của nhà văn đi trước tấn thảm kịch, đi trước những đổ vỡ chia ly đã mang tính tiên tri."

Ngô Thế Vinh đặc biệt tâm phục công trình biên soạn bộ sách *20 Năm Văn Học Miền Nam* của nhà văn Võ Phiến. Đây là một công trình đồ sộ mà nhà văn Võ Phiến đã dốc không biết bao nhiêu công sức thực hiện. Khi bộ sách ra mắt quần chúng hải ngoại, nó bị một thiểu số rất ít phê phán là thiên kiến (gạt bỏ một số chân dung quan trọng), chật hẹp trong quan điểm về thơ (thiếu sót những nhà thơ cách tân), và thiếu tính phê bình nghiêm chỉnh (văn phong đôi lúc giễu cợt, châm biếm), v.v... Tuy vậy, đại đa số, giới cầm bút cũng như quần chúng độc giả, đều nhiệt tình đón nhận bộ sách như một công trình giá trị to tát và xứng đáng, không phải ai cũng làm được. Ngô Thế Vinh thuộc đa số. Ông nêu ý kiến mình về cuộc tranh cãi ấy:

"Công trình nghiên cứu của Võ Phiến cần được đánh giá đúng vào giai đoạn thập niên đầu ngay sau 1975 với hoàn cảnh ra đời của nó: khi mà trong nước có cả một sách lược hủy diệt toàn diện, xóa sổ nền văn học miền Nam 20 năm ấy, công trình của Võ Phiến như một nỗ lực sưu tập và cứu vãn/rescue mission, nên xem như một khởi đầu đáng được trân trọng. Ai cũng hiểu bộ sách Văn Học Miền Nam "không chuyên nghiệp" của Võ Phiến sẽ không bao giờ là bộ sách phê bình văn học duy nhất hay cuối cùng, nhưng đó là một bước tạo thuận/facilitation khởi đầu, một roadmap dẫn tới cả một khối tài liệu đồ sộ để tham khảo, nó như một giàn phóng cho những công trình hoàn chỉnh kế tiếp. Đây chính là phần trách nhiệm và nghiệp vụ của giới phê bình chuyên nghiệp, họ cần có hùng tâm để "bắt đầu nghiêm chỉnh" việc đánh giá nền văn học 1954-75 bằng những tác phẩm xứng đáng thay vì cứ mãi xoáy nhìn vào "nửa phần vơi" của bộ sách Võ Phiến. Một câu hỏi được đặt ra: Ai trong chúng ta có thể "bắt đầu nghiêm chỉnh" một công trình nghiên cứu như vậy? Một câu hỏi tiếp theo: Ai sẽ thừa kế kho tư liệu phong phú mà anh Võ Phiến có được trước khi rơi vào quên lãng?"

Câu trả lời cho cả hai câu hỏi của nhà văn Ngô Thế Vinh chỉ có thể là một tiếng "Chưa." Chưa ai làm được mặc dù đã 30 năm trôi qua từ ngày Võ Phiến hoàn tất tập sách cuối cùng trong bộ sách.

(Tưởng cũng nên nói thêm, mặc dù chế độ Cộng sản tìm đủ mọi cách xóa sổ nền văn học 20 năm miền Nam, nhưng sự thật là ngày nay nó vẫn tồn tại và được lưu giữ, yêu quý bởi thế hệ đi sau, cả hải ngoại lẫn trong nước. Quan trọng hơn, những luồng tư tưởng xuất phát từ nó, mà quan trọng nhất là tư tưởng tự do, đã mãi mãi ở lại với chúng ta. Tôi xin mượn câu phát biểu thật khảng khái của nữ sĩ Helen Keller, một nhà văn Mỹ, về vụ Quốc xã Đức đốt sách, "*Các người có thể đốt sách tôi và sách của những bộ óc trí tuệ bậc nhất châu Âu, thế nhưng, các tư tưởng trong những bộ sách ấy đã tuôn chảy qua cả muôn triệu sông ngòi và sẽ tiếp tục chảy mãi không ngừng*" để thêm một lần nữa củng cố lòng xác tín của riêng mình là, không một thế lực bạo tàn nào có thể vùi lấp những phẩm giá cơ bản cao đẹp nhất của con người.)

Với những nhân vật khả kính suốt đời tận tụy đấu tranh hay cống hiến tài năng, sở học của mình cho dân tộc, đất nước như nhà báo Như Phong Lê Văn Tiến, bác sĩ Phạm Biểu Tâm, nhà khoa học Phạm Hoàng Hộ, nhà văn Ngô Thế Vinh luôn luôn đặt sự trân trọng của mình lên hàng đầu. Nhưng với những bằng hữu văn nghệ – như họa sĩ Nghiêu Đề, mà ông gọi là người bạn *tấm cám* – thì khác. Ở đây chúng ta bắt gặp một Ngô Thế Vinh nhân hậu, thương quý bằng hữu, lo lắng cho bằng hữu, và thậm chí xem những tật xấu nho nhỏ nào đó của bạn mình như cái gì dễ thương, chẳng có gì đáng phiền hà.

Đặc biệt thú vị hơn các tác phẩm "chân dung" khác, ở cuốn này, nhà văn Ngô Thế Vinh còn cho chúng ta biết "tình trạng sức khỏe" của các văn nghệ sĩ ra sao. Ông bỏ ra khá nhiều chữ nghĩa với không ít thuật ngữ y học viết về một số ca bệnh hiểm nghèo đã cướp đi sinh mệnh những người bạn văn. Cao Xuân Huy lì lợm cắn răng chịu đựng chứng ung thư "*melanoma-mắt với di căn gan*"; Nguyễn-Xuân Hoàng lao đao trên con dốc tử sinh với chứng "*sarcoma cột sống*". Ngô Thế Vinh đôi lúc nhìn bạn mình trong vai trò một y sĩ. Dễ hiểu thôi, ngoài đời ông là bác sĩ y khoa, và đối với "bệnh-nhân-bạn-văn," ông chính là hình ảnh của một "lương y như từ mẫu".

Tôi không rõ lắm sự nhân hậu nơi con người nhà văn/bác sĩ Ngô Thế Vinh đến từ bản chất con người ông; hay một nền giáo dục gia đình và xã hội nhân bản; hay những năm tháng bên cạnh giường người bệnh, đau với nỗi đau của nhân sinh; hay những tấm gương sáng như bác sĩ Phạm Biểu Tâm? Có thể là tất cả những điều trên. Sự nhân hậu ấy phản ánh trong mắt nhìn chiếc bàn viết lữ thứ của Mai Thảo lưu vong, phảng phất đôi nét u buồn, chua xót:

"Căn phòng nhỏ hẹp ngày nóng đêm lạnh ấy là không gian sống và cũng là tòa soạn báo Văn của Mai Thảo. Mỗi lần tới thăm anh, tôi vẫn để ý tới chiếc bàn viết lữ thứ của Mai Thảo kê sát khung cửa sổ thấp nhìn thoáng ra bên ngoài. Rồi tới kệ sách, không có nhiều sách Mai Thảo, chỉ có ít cuốn sách tiếng Pháp, mấy số báo Văn, đôi ba cuốn sách mới bạn văn gửi tặng anh."

Hoặc, tại nhà Dương Nghiễm Mậu, trong bữa cơm gia đình sau những tang thương dâu bể mà thân phận mình, bằng hữu mình cũng như đất nước như đang hấp hối:

"Nếu không là ngày phải ra trễ, tôi ghé qua chợ mua một món ăn gì đó, đem tới bày thêm vào mâm cơm gia đình. Có thêm món thịt, thêm chút chất đạm thì hôm đó với hai đứa nhỏ như là bữa tiệc. Những lần gặp nhau, tôi và Nghiễm đều ít nói. Hình như Nghiễm có viết ở đâu đó là những điều không cần nói ra nhưng cũng đã hiểu nhau rồi."

Vâng, cuốn sách có những trang viết chân tình, đẹp đến nao lòng. Tình bằng hữu, nhất là bằng hữu văn nghệ, không phải một sớm một chiều có ngay. Từ điểm hội tụ, nó cần được chưng cất, tinh luyện nhiều tháng năm với tấm lòng chân thành, tha thiết. Điểm hội tụ đó chính là lòng đam mê văn chương, nghệ thuật mà Ngô Thế Vinh cùng các bằng hữu của ông có thừa.

Hình như tố chất đam mê đã chảy rất sớm trong huyết quản nhà văn Ngô Thế Vinh và các bằng hữu của ông.

4.

Sinh hoạt văn học nghệ thuật của miền Nam lúc đó như bừng lên tràn trề sức sống. Trước hết phải kể đến thành phần văn nghệ sĩ di cư từ Bắc vào Nam. Họ đã đóng góp một phần không nhỏ vào sự khởi sắc đột khởi này. Chỉ một năm sau Hiệp định Geneva chia đôi đất nước, nhật báo *Tự Do* ra đời tại Sài Gòn với một ban biên tập hùng hậu và những người cộng tác gồm toàn những cây bút Bắc kỳ di cư nhiều kinh nghiệm với Cộng sản, như: Tam Lang Vũ Đình Chí, Mặc Đỗ, Đinh Hùng, Như Phong Lê Văn Tiến, Mặc Thu, Vũ Khắc Khoan, và ít lâu sau có thêm Hiếu Chân, Hi Di Bùi Xuân Uyên và họa sĩ Phạm Tăng. Thế nhưng, đáng chú ý nhất ở thời đoạn này là các nhóm văn chương. Nhờ hít thở bầu khí quyển tự do, tiếp cận trực tiếp với các trào lưu văn nghệ, tư tưởng lớn của Tây phương, mà điển hình là Pháp, các nhóm văn chương đã có cơ hội nở rộ, tạo môi trường thuận tiện, là chất xúc tác cho những sáng tạo đột phá, gây kinh ngạc lớn và có khả năng trường tồn. Theo Ngô Thế Vinh thì có các nhóm chính sau: 1) *Tự Lực Văn Đoàn* được tiếp nối với *Văn Hóa Ngày Nay* của Nhất Linh; 2) *Sáng Tạo* của Mai Thảo, Thanh Tâm Tuyền phủ nhận nền văn học tiền chiến với nỗ lực cách tân văn chương; 3) *Quan Điểm* của Nghiêm Xuân Hồng, Vũ Khắc Khoan, Mặc Đỗ; 4) *Đêm Trắng* (còn được gọi là nhóm *La Pagode* nơi họ tụ tập sinh hoạt) được xem như nhóm *Tiểu Thuyết Mới* của Sài Gòn.

Không thấy Ngô Thế Vinh nói ông thuộc nhóm nào, có thể ông đứng ngoài, nhưng xuyên qua vài cảm nghĩ rời người ta có thể phỏng đoán ông có cảm tình đặc biệt với nhóm *Đêm Trắng* gồm các nhà văn nhà thơ đa số xuất thân nhà giáo, như: Huỳnh Phan Anh, Đặng Phùng Quân, Nguyễn Nhật Duật, Nguyễn-Xuân Hoàng, Nguyễn Đình Toàn và Nguyễn Quốc Trụ. Người ông đề cao nhất trong nhóm là nhà văn Nguyễn Đình Toàn:

"Nổi bật trong nhóm này là Nguyễn Đình Toàn với kỹ thuật viết mới, viết truyện mà không có truyện, những trang chữ là một chuỗi những hình ảnh tạo cảm xúc và là một trải dài độc thoại nội tâm. Nguyễn Đình Toàn thành công trong nỗ lực tự làm mới văn chương nhưng không vì thế mà bảo ông chịu ảnh hưởng và chạy theo phong trào tiểu thuyết mới của Pháp."

Tiện thể, ông nói luôn về những thành tựu làm mới văn chương của thời kỳ này:

"Thanh Tâm Tuyền và Dương Nghiễm Mậu là hai tên tuổi khác cũng được nhắc tới khi nói về khuynh hướng tiểu thuyết mới ở Sài Gòn lúc bấy giờ. Tưởng cũng nên nhắc tới ở đây, Hoàng Ngọc Biên không ở trong nhóm Đêm Trắng nhưng chính anh là người đầu tiên thực sự nghiên cứu về phong trào Nouveau Roman của Pháp, vào giữa thập niên 50 với các tên tuổi như Alain Robbe-Grillet, Nathalie Sarraute, Michel Butor, Claude Simn. Hoàng Ngọc Biên đã dịch một số

tác phẩm của Alain Robbe-Grillet và cũng thể hiện quan niệm tiểu thuyết mới ấy qua tập truyện Đêm Ngủ Ở Tỉnh do Cảo Thơm xuất bản, Sài Gòn, 1970. Cũng theo Hoàng Ngọc Biên, thì ngoài danh xưng, trong 20 năm Văn Học Miền Nam thực sự đã không có một phong trào Tiểu Thuyết Mới tại Sài Gòn "theo cái nghĩa thời thượng" của phong trào Tiểu Thuyết Mới xuất phát từ Tây phương."

Hiện hữu chỉ vỏn vẹn 20 năm nhưng trước và sau đó chưa có thời kỳ nào trong văn học Việt Nam khởi sắc như thế, chưa có thời kỳ nào có nhiều tài năng hơn thế. Vậy mà nó bị gọi là đồi truỵ và phản động để rồi bị vùi dập không thương tiếc, cả một nền văn hóa nhân bản tươi đẹp của dân tộc bị truy lùng, diệt trừ đến tận gốc. Và, chúng ta hiểu tại sao nhà văn Ngô Thế Vinh vừa đau xót vừa phẫn nộ khi nhắc đến chuyện này trên trang viết của ông.

5.

Chỉ thấy ba nhà họa tài ba của hội họa Việt Nam – Đinh Cường, Nguyên Khai, Nghiêu Đề – được nhắc đến trong bộ sách. Là những họa sĩ mà Ngô Thế Vinh có mối quan hệ bằng hữu chân tình, nhưng qua đó ông cũng nhắc đến những tên tuổi lừng lẫy khác như Mai Trung Thứ, Tạ Tỵ, v.v..., và nhất là quá trình xây dựng và phát triển trên bình diện nghệ thuật của hội họa miền Nam Việt Nam thập niên 60. Đây là một điểm nhấn khác của Ngô Thế Vinh:

"Họ ở lứa tuổi 20-30, cho dù là hội viên của Hội Hoạ Sĩ Trẻ Việt Nam hay không, một số tốt nghiệp trường Mỹ Thuật như Đinh Cường, Lâm Triết, Nguyễn Trung, Trịnh Cung, Nguyễn Phước, Nguyên Khai, hay bỏ học ngang như Nghiêu Đề, hoặc không xuất thân từ trường Mỹ Thuật như Cù Nguyễn, nhưng họ đều là những "viên ngọc ẩn thạch", những khuôn mặt tài năng có cơ hội là phát triển với sức sáng tạo thăng hoa tới mức cao nhất để hình thành những tác phẩm hội họa có giá trị nghệ thuật trong không khí tự do của miền Nam."

Một lần nữa chúng ta lại thấy yếu tố "không khí tự do" được nhà văn Ngô Thế Vinh nhắc đến như điều kiện cần và đủ cho bất cứ thể loại sáng tạo nghệ thuật nào. Họa sĩ Trịnh Cung nói nhiều về Hội

Hoạ Sĩ Trẻ trong hai tác phẩm của ông xuất bản ở hải ngoại – *Mỹ Thuật Việt Nam, Những Vấn Đề Xoay Quanh* và *Nhận Định & Những Câu Hỏi về Mỹ Thuật* – với ít nhiều tự hào. Theo lời họa sĩ Trịnh Cung, hội họa miền Nam Việt Nam không phải đợi đến khi Hội Hoạ Sĩ Trẻ có mặt năm 1966 mới bắt đầu khởi sắc. Từ thời Đệ Nhất Cộng Hòa, hội họa Sài Gòn đã có những thành tựu đáng kể mà cột mốc khó quên là cuộc triển lãm quốc tế lần thứ nhất tổ chức năm 1962 tại công viên Tao Đàn với sự tham dự của các nền hội họa hàng đầu thế giới như Ý, Hà Lan, Pháp, Tây Ban Nha... Tranh của các họa sĩ Việt Nam ngay từ thời điểm này đã được các nhà sưu tập nước ngoài tìm mua không ít.

Kỳ thực, Việt Nam có một truyền thống hội họa phong phú mà bệ phóng chính là trường Mỹ Thuật Đông Dương do người Pháp thành lập năm 1924 ở Hà Nội. Trước Cách Mạng Tháng Tám đã có một đội ngũ họa sĩ nhiều tài năng như Bùi Xuân Phái, Nguyễn Tư Nghiêm, Dương Bích Liên... Thế nhưng con đường hội họa nhiều triển vọng tốt đẹp ấy đã bị con chó ngao biện chứng Hiện thực Xã hội chủ nghĩa từ lịch sử xông ra chặn đường.

Stalin đã áp đặt cái chủ nghĩa ấy làm phương pháp sáng tác chủ đạo cho *tất cả* các bộ môn văn nghệ trong xã hội Xô Viết, và dần dà nó được "xuất khẩu" sang các quốc gia khác trong cộng đồng Xã hội chủ nghĩa, trong đó có Bắc Việt Nam. Kết quả như thế nào thì chúng ta đã quá rõ, chẳng cần nhắc lại nơi đây.

Trong khi đó, sau Hiệp định Geneva 1954, một số họa sĩ miền Bắc di cư vào Nam như Thái Tuấn, Duy Thanh, Ngọc Dũng, Tạ Tỵ... cùng một số du học từ châu Âu trở về Sài Gòn đem theo những quan niệm sáng tác của chủ nghĩa Hiện đại, tất cả đã góp phần tạo một luồng gió mới cho sự phát triển văn hóa miền Nam nói chung, mỹ thuật hiện đại Việt Nam nói riêng, mà trung tâm là thủ đô Sài Gòn lúc đó. Được tiếp cận với sách vở và tạp chí nghệ thuật Tây phương, được tham gia các cuộc triển lãm quốc tế (tại Việt Nam hoặc nước ngoài), không bị con chó ngao biện chứng Hiện thực Xã hội chủ nghĩa canh chừng ngày đêm, các họa sĩ miền Nam tha hồ tiếp cận và tiếp thu nhanh chóng các trường phái của chủ nghĩa Hiện đại như

Tượng trưng, Siêu thực, Trừu tượng, Biểu hiện, Biểu Trừu tượng, Dã thú, Lập thể, v.v... Nhờ thế, nền nghệ thuật tạo hình Sài Gòn từ chỗ còn non yếu đã mau chóng phát triển bằng những bước dài chững chạc, có khả năng diễn ngôn cùng một ngôn ngữ hội họa chung thế giới.

Sau cột mốc cuộc triển lãm quốc tế lần thứ nhất năm 1962 là cột mốc thứ hai, sự thành lập Hội Họa Sĩ Trẻ năm 1966 với sự tham gia của hầu hết các họa sĩ tài danh lúc đó như Nguyễn Trung, Trịnh Cung, Nguyễn Lâm, Nguyên Khai, Đinh Cường, Ngy Cao Nguyên, Hồ Hữu Thủ, Rừng, La Hon, Đỗ Quang Em, Hồ Thành Đức, Nguyễn Phước, Hoàng Ngọc Biên... Âm vang của Hội Họa Sĩ Trẻ cho đến tận ngày nay vẫn còn, chứng tỏ tầm ảnh hưởng của nó là không nhỏ. Điểm khác đáng lưu ý là, song hành với những nỗ lực cách tân với ảnh hưởng Tây phương rõ rệt, hội họa mang tính mỹ cảm truyền thống vẫn không ngừng chảy với các họa phẩm giá trị của các họa sĩ như Tú Duyên, Nguyễn Siên, Trần Văn Thọ... Và đặc biệt Nguyễn Gia Trí, người được xem là tiên phong trong lĩnh vực làm mới sơn mài, chinh phục giới thưởng ngoạn bằng một cảm xúc sâu lắng, hòa phối từ hai trường phái Phục hưng và Hiện đại; hay tranh lụa Lê Văn Đệ với đường lối đặc trưng tỏa sáng hương sắc bình dị, nhẹ nhàng, sâu lắng.

Xem thế, sự lớn mạnh của nền hội họa miền Nam trong giai đoạn 54-75, như nhà văn Ngô Thế Vinh trình bày trong cuốn sách của mình và như họa sĩ Trịnh Cung xác nhận, là sự phát triển theo quy luật tự nhiên nhờ vào những điều kiện tạo thuận từ bình diện học thuật, tư tưởng cho đến chính trị. Song hành với văn học, có thể xem đó là thời đại hoàng kim của hội họa Việt Nam mà trước đó hay sau này đều không thấy.

6.

Nếu phải chọn một nhạc sĩ duy nhất để khắc họa, có lẽ sẽ khó biết chọn ai ngoài Phạm Duy. Và Ngô Thế Vinh đã chọn Phạm Duy cho loạt "chân dung" này. Một con người vĩ đại, đáng kính nể, Phạm Duy đã có sự nghiệp âm nhạc kéo dài hai thế kỷ, từ thời Kháng chiến chống Pháp cho đến 30 năm sinh sống ở nước ngoài. Ông luôn được nhiều thế hệ người Việt Nam ngưỡng mộ, kính trọng, thậm chí tôn thờ. Ông là một nhà soạn nhạc và nhạc sĩ sung mãn và không biết mệt mỏi, tác phẩm của ông thuộc nhiều thể loại, từ những bài hát như vần điệu trẻ em đến những nhạc khúc dài hơi chịu ảnh hưởng nhạc cổ điển phương Tây, từ những bài hát ngắn chỉ vài ô nhịp đến những tổ khúc dài, đa dạng. Tuy thế những sáng tác thành công nhất của ông là những ca khúc có âm điệu thấm đẫm tình cảm quê hương. Âm nhạc của ông đi vào lòng người dân cả nước, và hầu như tất cả chúng ta đều nhớ và thỉnh thoảng ngân nga một trong những bài hát của ông. Vì vậy, thật không ngoa tí nào khi gọi Phạm Duy là nhạc sĩ vĩ đại nhất của Việt Nam thời hiện đại. Ngô Thế Vinh, cũng như chúng ta, có một trái tim đầy lòng kính trọng và ngưỡng mộ đối với Phạm Duy. Tuy nhiên, ông không đào sâu vào chiều sâu âm nhạc của nhạc sĩ nổi tiếng đó, mà để người đọc nhìn ông qua lăng kính của những chi tiết đời thường, và đặc biệt là câu chuyện trở về Việt Nam để sống những năm tháng cuối đời. Với sự lựa chọn phong phú các tư liệu và hình ảnh, tác giả cuốn sách đã vẽ nên một bức chân dung chân thực về Phạm Duy trong những năm tháng xế chiều, đau buồn vì cuộc sống lưu vong, vẫn gắn bó sâu sắc với quê hương, và khôn nguôi tình cảm nhớ nhung những người bạn cũ, những cảm xúc thôi thúc ông tìm cách trở về, mặc dù sự trở về đó không chỉ mang lại niềm vui mà còn là nỗi buồn không đáng có. Tuy nhiên, đó là Phạm Duy trong mắt những người hiểu ông, và Ngô Thế Vinh là một trong những người như vậy.

Ông viết: "*... Sau 30 năm sống ở Mỹ, trong tình yêu thương của cộng đồng người Việt ở hải ngoại, nay Phạm Duy chọn về sống ở Việt Nam, đó là quyền của ông, cần được mọi người tôn trọng. Và như ước nguyện, ông được sống và chết ở Việt Nam.*"

Phạm Duy, xét cho cùng, là một nhân vật phức tạp và gây nhiều tranh cãi. Đó chính là lý do tại sao Ngô Thế Vinh tìm thấy nhiều nét nghịch lý ở con người này. "*Khi viết về chân dung Phạm Duy, để thấy rằng một Phạm Duy có nhiều chân dung trong các giai đoạn cuộc đời nghệ sĩ của ông. Phạm Duy luôn luôn khẳng định ông là một nhạc sĩ, một người Việt Nam, không quan tâm tới chuyện chính trị. Nhưng điều rất nghịch lý là vào giai đoạn cuối đời, với sự nghiệp đã to tát đến như thế Phạm Duy lại chọn trở về sống trong một đất nước vẫn chưa có tự do, vẫn có đó một nền văn nghệ chỉ huy – Phạm Duy đã chọn một cuộc sống an phận với cảnh "chim hót trong lồng". Không ai ép buộc ông, nhưng ông đã tự nguyện nhiều lần có những phát biểu mang màu sắc chính trị, mang tính cách "xuôi dòng", khiến ngay cả những người vốn yêu mến và luôn luôn bênh vực ông cũng đã phải sượng sùng đến chau mày."*

7.

Tuyển tập *Chân Dung Văn Học Nghệ Thuật & Văn Hóa* của nhà văn Ngô Thế Vinh không phải là một cuốn sách *Who's Who* về các nhà làm văn nghệ, văn hóa Việt Nam. Nó không có tham vọng vẽ lại toàn cảnh hay nghiên cứu chuyên sâu một tác giả nào. Nó mang tính cách tâm tình nhiều hơn. Nó cũng không tán rộng các điểm phụ bên ngoài đời sống văn học nghệ thuật. Đọc xong cuốn sách, chúng ta không rõ trong hoàn cảnh nào nhà văn Nhật Tiến viết cuốn *Thềm Hoang*, hoặc nhân vật nữ trong tiểu thuyết *Một Chủ Nhật Khác* của Thanh Tâm Tuyền là ai ngoài đời, v.v... Những điều đó hình như không quan hệ lắm đối với giới nghiên cứu văn học Việt Nam. Nhưng nhà văn Ngô Thế Vinh đã cho chúng ta cái nhìn bao quát đa chiều kích về một thời kỳ văn học – theo lời nhà văn Võ Phiến – kém may mắn (vì thiếu phê bình) và bất hạnh (vì bị hủy diệt). Cuốn sách còn là một kho tư liệu rất quý, vô cùng hữu ích cho những ai muốn tìm hiểu sâu thêm.

Đối với bằng hữu văn nghệ, đối với những nhân vật nhà văn Ngô Thế Vinh hằng ngưỡng mộ và kính trọng, đối với người đọc chúng ta, ông quả đã làm tròn điều ông muốn làm, đó là, "*Của tin gọi một chút này làm ghi*".

Trịnh Y Thư
2025

Ảnh: Nguyễn Bá Khanh

Sinh 1952 tại Hà Nội. Viết văn, làm thơ, dịch. Nguyên Chủ bút tạp chí Văn Học (California). Đương chăm sóc cơ sở xuất bản Văn Học Press; Chủ bút Việt Báo Weekly; Phụ trách trang Văn Việt.

Tác phẩm dịch đã xuất bản: Đời nhẹ khôn kham *(The Unbearable Lightness of Being - Milan Kundera);* Căn phòng riêng — *Virginia Woolf;* Jane Eyre — *Charlotte Brontë;* Gặp gỡ với định mệnh - *nhiều tác giả;* Tập sách cái cười & sự lãng quên *(The Book of Laughter and Forgetting – Milan Kundera).*

Sáng tác đã xuất bản: Người đàn bà khác *(tập truyện);* Chỉ là đồ chơi *(tạp bút);* Phế tích của ảo ảnh *(thơ);* Theo dấu thư hương *(tạp luận),* Đường về thủy phủ *(tiểu thuyết). Hiện định cư tại California, Hoa Kỳ.*

HUỆ ĐAN

Ngôn Ngữ và Giải Thoát: Mỹ Học và Sứ Mệnh Văn Học Phật Giáo

Từ khi con người biết cất tiếng gọi tên nỗi khổ của mình, văn học đã trở thành một chiếc gương soi cả hai mặt - một bên là bóng dáng phù du của thế giới, bên kia là những mảng tối sâu thẳm của tâm thức. Trong lịch sử Việt Nam hiện đại, những trang văn đã chứng kiến bao lần biến thiên của đất nước, từ máu lửa chiến tranh đến những biến động thầm lặng trong đời sống tinh thần. Nhưng giữa tất cả những tiếng nói đó, văn học Phật giáo không hiện diện như một mảnh màu riêng biệt; mà là mạch nước ngầm thấm qua mọi vùng đất của ngôn ngữ, nuôi dưỡng những cội cây ý thức và làm mát dịu cả những sa mạc khô khát của tâm hồn.

Phật giáo, khi đi vào văn học, không tìm cách dựng lên một giáo đường chữ nghĩa để người đọc đến quỳ lạy, mà lặng lẽ mở ra những nẻo đường nhìn thấy sự thật. Sự thật ấy không tô điểm bằng hào quang huyền bí, mà hiển lộ trong từng nhịp thở, từng ý nghĩ, từng biến thiên của đời sống — ở đó, vô thường không còn là khái niệm mà là một kinh nghiệm; từ bi không còn là đức tính mà là một phương cách hiện hữu. Văn học Phật giáo vì thế vừa là tấm bản đồ, vừa là con đường, vừa là bước chân — không chỉ kể chuyện về giải thoát, mà còn mời gọi người đọc cùng khởi hành.

Chúng ta đang sống trong một thời đại mà mọi ý niệm đều có thể bị tiêu thụ nhanh chóng, mọi thông tin đều có nguy cơ tan vào quên lãng chỉ sau vài lần lướt màn hình. Trong dòng chảy ấy, văn học Phật giáo cần thiết hơn bao giờ hết, không phải để níu giữ quá khứ như một bảo tàng tĩnh tại, mà để làm một ngọn đèn đứng vững giữa gió, soi rõ khuôn mặt thật của hiện tại. Người đọc đến với văn học Phật giáo không để tìm một liều thuốc tinh thần tức thì, mà để học cách tự bước qua đêm tối của mình, bằng ánh sáng tự tâm.

Và cũng chính ở điểm này, văn học Phật giáo gặp gỡ mọi khuynh hướng lớn của văn học Việt Nam hiện đại: khát vọng hiểu con người đến tận cùng, nói thật, sống thật, viết thật. Nhưng đi xa hơn một bước—nhắc chúng ta rằng "tận cùng" ấy không phải là vách tường tuyệt vọng, mà là một cửa mở sang tự do. Ai đủ kiên nhẫn đọc đến tận cùng, sẽ nhận ra điều mà mọi văn bản Phật học và mọi trang văn vĩ đại đều ngầm nói: rằng hành trình cứu rỗi không bắt đầu từ một giáo điều hay một triết thuyết, mà bắt đầu từ khoảnh khắc ta dừng lại, lắng nghe và thấy rõ mình trong từng con chữ.

I. Những khúc quanh định mệnh của văn học Việt Nam hiện đại

Từ cuối thế kỷ XIX đến 1932:
Như một bình minh mới, chữ quốc ngữ ra đời và nhanh chóng chiếm lĩnh bầu trời chữ nghĩa, thay thế cho Hán – Nôm vốn đã trị vì nhiều thế kỷ. Báo chí, nhà in, trường học – những thiết chế mới – mở ra một không gian công cộng nơi ý tưởng có thể đi xa và nhanh hơn bao giờ hết. Phê bình, tiểu thuyết, ký sự bắt đầu định hình không những như hình thức, mà như lời tự giới thiệu của một dân tộc bước vào hiện đại.

1932–1945:
Mùa gió Thơ Mới nổi lên, khẳng định cái tôi cảm xúc vừa say đắm vừa hoang mang. Tự Lực Văn Đoàn thắp lên ngọn lửa cá nhân tính, cổ xúy cải cách xã hội. Từ các trang dịch thuật triết – văn phương Tây, một chân trời tư tưởng mới hé lộ. Ý thức hiện sinh và tinh thần duy lý cùng vang lên, tạo nên một "nội địa thẩm mỹ" rộng mở, nơi đời sống được nhìn như một văn bản, và văn bản như một đời sống.

1945–1954:
Văn học khoác chiến bào, bước vào cuộc cách mạng. Hiện thực chiến tranh rèn nên một thi pháp tập thể, lấy hy sinh và kháng chiến làm

trục. Nhưng bên cạnh tiếng kèn xung trận, vẫn có những âm thầm dò tìm nội tâm, tìm cách nói riêng cho những trải nghiệm không thể quy đồng vào khẩu hiệu.

1954–1975 (hai miền):
Miền Bắc: Hiện thực xã hội chủ nghĩa và trữ tình công dân gánh vác trách nhiệm lịch sử. Kỷ luật tư tưởng và hình thức trở thành chuẩn mực, tạo ra một bầu khí văn học mang tính "nhiệm vụ".
Miền Nam: Trái lại, không gian mở cho đa thanh vang vọng. Hiện sinh, phân tâm, huyền thoại, siêu thực chen vai cùng phê bình triết học, dịch thuật sôi động. Thơ và tiểu thuyết thử nghiệm phá bỏ chuẩn mực, tìm đến những kết cấu lạ, ngôn ngữ táo bạo, nhân vật như bóng ma của ý thức thời đại.

Sau 1975:
Hậu chiến mang theo ký ức và nhu cầu hòa giải. Những vết thương của lịch sử trở thành đề tài lớn, đôi khi âm thầm như một nỗi nghẹn, đôi khi vỡ òa trong hồi ký, truyện ngắn, thơ. Từ Đổi mới 1986, văn học dần thoáng gió, đời tư – thân phận – sự thật lịch sử được cất lời mạnh bạo hơn, mở ra một giai đoạn vừa hồi cố vừa đối diện thẳng.

Hải ngoại (từ 1975):
Một "lãnh thổ thứ hai" của tiếng Việt hình thành ngoài biên giới. Văn học lưu vong vừa giữ gìn ký ức, vừa tạo một địa hạt đối thoại Đông – Tây, nơi hoài niệm, căn cước, và truy vấn ý nghĩa tồn tại đan xen. Ở đây, các mạch tâm linh, đặc biệt là Phật giáo, trở thành nguồn dưỡng chất, như một nhịp thở sâu trong ký ức ly hương.

Thời kỳ thuật số (từ 2000s):
Văn học mạng, phi hư cấu, tự thuật chấn thương, phê bình công dân tràn vào. Các dòng viết nữ quyền, giới tính, môi sinh, liên văn hóa nổi lên. Tốc độ, ngắn gọn, phân mảnh vừa mở rộng khả năng tiếp cận, vừa thử thách sự trầm tĩnh của đọc và viết.

Phác họa ấy cho thấy văn học Việt Nam hiện đại không những là lịch sử của những thể loại hay phong trào, mà là chuỗi những "tái sinh" của cái nhìn con người về chính mình – từ cá nhân lãng mạn đến công dân cách mạng, từ chủ thể hiện sinh đến nhân vị hậu chiến, rồi người di dân, cư dân số. Trên nền đó, văn học Phật giáo không nhằm dựng thêm một "chủ nghĩa", mà như một dòng thiền trong trẻo, truy nguyên tự tính của chủ thể, soi tỏ vô ngã và duyên sinh như hai trụ cột cho cả sáng tạo và tiếp nhận.

II. Văn học Phật giáo: vị trí, mạch nguồn, sứ mệnh

Nếu văn học quốc dân là lời tự sự của một cộng đồng đang tìm cách ghi nhớ và khẳng định mình trong lịch sử, thì văn học Phật giáo chính là phép tự tri của cộng đồng ấy – một hành động quay về soi vào "tự tâm" để thấy rõ căn nguyên của mọi thịnh suy. Nó không riêng kể lại những biến cố bên ngoài mà còn đọc được những chuyển động thầm lặng trong chiều sâu ý thức tập thể, nơi mọi kinh nghiệm được lọc qua trí tuệ vô ngã và ánh sáng từ bi.

Từ thời Lý – Trần, khi những bài kệ thiền, văn bia và truyện tích tỏa ra như những đốm lửa nhỏ trong đêm dài lịch sử, đến cận – hiện đại, tinh thần Phật học nhiều lần trở về như một khí hậu tư tưởng nuôi dưỡng cả ngôn từ lẫn tâm thức. Trong khí hậu ấy, ngôn ngữ thường giản lược đến mức tinh khiết, không để khoái cảm tu từ lấn át khả năng chỉ bày thực tại; còn nghệ thuật, thay vì là đích đến, trở thành phương tiện thiện xảo (upāya) để chuyển hóa khổ đau, mở ra lối đi cho cả tác giả và độc giả cùng bước.

Sang thế kỷ XX–XXI, mạch nguồn này bước vào những cuộc đối thoại thẳng thắn với triết học hiện đại: hiện tượng học soi chiếu trải nghiệm trực tiếp của tâm; phân tâm học đào sâu những bóng tối vô thức; hiện sinh học chạm vào cảm thức phi lý và tự do; hậu cấu trúc học tháo dỡ những "siêu truyện" cứng nhắc. Từ đây, những nguyên lý Phật học như tính liên hệ (pratītya-samutpāda) soi sáng các khủng hoảng căn cước, vô thường giúp giải cấu các hệ thống quyền lực ngầm, và từ bi được nâng lên thành một đạo đức học của liên-hữu – nơi mọi sinh thể chỉ thực sự tồn tại khi biết sống vì nhau.
Chính vì vậy, sứ mệnh của văn học Phật giáo thời nào cũng không đóng khung mình vào một "thể loại tôn giáo" dành riêng cho người đã quy y, mà là dấn thân hiến tặng cho xã hội một mỹ học giải khổ và khai minh. Mỹ học ấy đưa bốn sự thật thánh – khổ, tập, diệt, đạo – vào trong những hình thức nghệ thuật có khả năng tồn tại trong

nhịp sống gấp gáp của thời đại số, nhưng vẫn giữ được phẩm chất lắng sâu của định – tuệ. Đó là nghệ thuật vừa mở cửa cho người hiện đại bước vào, vừa dẫn họ về nơi mà mọi tiếng ồn tắt lặng, và tâm được nhìn thấy chính nó.

III. Mỹ học Phật học cho người viết và người đọc hôm nay

Viết và đọc trong tinh thần Phật học không những là một thao tác văn chương, mà là một thực hành tâm linh, mỗi con chữ là một hơi thở, mỗi câu văn là một bước chân trên con đường Bát Chánh Đạo. Mỹ học này không nhằm dựng nên một "trường phái" mới mà để người cầm bút và người cầm sách cùng chia sẻ một không gian tỉnh thức, nơi ngôn ngữ trở thành chiếc cầu bắc qua hai bờ mê – ngộ.

Ngôn ngữ như phương tiện thiện xảo

Ngôn từ, trong lăng kính Phật học, không bao giờ là đích đến; nó chỉ là chiếc bè đưa người qua sông. Khi đã sang bờ bên kia, chiếc bè được đặt xuống, không luyến tiếc. Vì thế, lối viết Phật học đặt trọng tâm vào chánh kiến của ngôn ngữ – minh xác trong khái niệm, trong sáng trong biểu đạt, tiết chế trong tu từ. Cái đẹp không nằm ở chỗ phô diễn trí thức hay dệt gấm câu chữ, mà ở sự giản dị mà vẫn thấm đẫm trí tuệ, mộc mạc mà không hời hợt, ít lời mà nhiều ý. Mỗi từ được chọn như một hạt giống, gieo đúng chỗ, nó sẽ nảy mầm trong tâm người đọc.

Hình thức như thể nghiệm vô thường

Nếu đời sống luôn biến đổi, thì hình thức văn học cũng không thể bị trói buộc trong những khung cứng. Cấu trúc có thể phân mảnh như những mảnh gương vỡ phản chiếu muôn hình, có thể vòng tròn như bánh xe pháp luân, hoặc "mở" như một con đường không tận. Người viết không ngại lai ghép thể loại – để ký, tiểu luận, thi kệ cùng hòa âm; không sợ phá bỏ chuẩn mực – vì mỗi hình thức chính là một pháp môn phản ánh tính sinh diệt, vô thường của mọi hiện tượng.
Nhân vật như tiến trình, không là vật thể.

Trong văn học Phật giáo, nhân vật không phải là tượng đài bất động, không phải "người tốt" mẫu mực để ngưỡng vọng từ xa.

Họ là một quỹ đạo chuyển hóa, từ mê lầm đến tỉnh thức, từ chấp thủ đến buông xả. Tâm lý nhân vật nên được trình hiện như một dòng chảy niệm – cảm – tưởng, trong đó sự ý thức về thân – thọ – tưởng – hành – thức là sợi chỉ xuyên suốt. Nhân vật sống trong tiến trình, và chính tiến trình ấy là câu chuyện.

Từ bi như mỹ cảm chủ đạo

Từ bi trong mỹ học Phật học không phải là một cảm xúc mềm yếu, mà là một năng lực sáng suốt, thấy rõ bản chất của khổ đau để hành động đúng. Trong văn chương, từ bi tạo ra một thẩm mỹ của diệu lực, ngôn ngữ không bị biến thành vũ khí, mà thành làn gió mở cửa; định kiến được tháo chốt để con người có thể gặp nhau trong sự khác biệt; mỗi câu văn không đóng lại bằng kết án, mà mở ra một không gian cho kẻ khác được là chính họ.

Trí tuệ như kỷ luật của viết

Nếu từ bi là trái tim, thì trí tuệ là đôi mắt của người viết. Viết trong tinh thần Phật học đòi hỏi một kỷ luật nghiêm cẩn, tư liệu phải xác thực, dẫn dụng phải chuẩn xác, phiên âm và dịch thuật thuật ngữ phải thống nhất. Bi – Trí – Dũng là tam vị nhất thể, lòng thương dẫn đạo, hiểu biết soi đường, can đảm mở lối. Người viết Phật học không né tránh sự thật, nhưng biết cách đặt sự thật trong ánh sáng của giải thoát.

Và trên tất cả, mỹ học Phật học là một lời nhắc, viết không riêng cầu để in thành sách, đọc không riêng mong để tích lũy kiến thức, mà để cả người viết lẫn người đọc cùng bước thêm một đoạn trên con đường giải khổ – đoạn đường bắt đầu ngay khi con chữ được đặt xuống trang giấy, và tiếp tục mãi khi trang giấy đã gấp lại trong tâm.

IV. Những thách thức mà văn học Phật giáo phải nhìn thẳng

Văn học Phật giáo của hôm nay không bước đi trên một con đường trải hoa, mà trên một con đường vừa gập ghềnh, vừa bị vây bủa bởi những luồng gió mới lạ, nhanh, và đôi khi lẫn lộn phương hướng. Nó cần đủ bản lĩnh để nhìn thẳng vào từng thử thách, không né tránh, không phán xét vội, mà tiếp nhận như tiếp nhận những vị khách lạ – mời họ ngồi xuống, rót một chén trà, rồi lắng nghe để hiểu.

Tốc độ số và sự phân tán chú ý

Chưa bao giờ nhân loại đọc và viết nhanh như hiện nay, nhưng cũng chưa bao giờ việc đọc và viết lại dễ bị tan vào quên lãng đến thế. Lối đọc ngắn, lướt, phản xạ "quét" thông tin khiến văn học – vốn cần thời gian ủ men – bị thay thế bằng những mảnh nội dung dễ tiêu hóa nhưng chóng tiêu tan. Văn học Phật giáo không thể chống lại thời đại bằng cách thu mình vào tháp ngà, mà phải tìm cách thiết kế văn bản có độ "tương tác nội tại", từng đoạn ngắn chứa ý sâu, từng ý sâu liên kết chặt, tạo khoảng dừng để người đọc thở, suy niệm, và tiếp nhận như uống từng ngụm nước mát. Viết cho thời số không phải để chiều tốc độ, mà để gieo hạt chậm rãi trong tâm giữa cơn lốc vội vã.

Khủng hoảng sự thật và ngôn ngữ bị chính trị hóa

Khi ngôn từ bị bẻ cong bởi lợi ích và quyền lực, khi "sự thật" trở thành hàng hóa tùy giá bán, văn học Phật giáo phải trở thành một nơi trú ẩn cho tính trung thực. Không tô hồng để ru ngủ, không kích động để giành sự chú ý, mà dùng kỷ luật kiểm chứng và can đảm gọi tên khổ đau đúng như nó là. Sự thật trong văn học Phật giáo không phải lưỡi gươm để chém, mà là tấm gương để soi – soi rõ, nhưng không làm tổn thương.

Thị trường hóa tâm linh

Khi thiền, chánh niệm và Phật học bị biến thành "sản phẩm" trong ngành công nghiệp tinh thần, nguy cơ mất đi bản chất giải thoát là điều không thể xem nhẹ. Văn học Phật giáo cần giữ giới – định – tuệ như một tiêu chuẩn nội tại, không để ngòi bút bị dẫn dắt bởi mốt thị trường. Thay vì bán những "cảm giác an lạc" đóng gói, nó cần mở cửa cho những trải nghiệm thật – có thể không dễ chịu, nhưng đủ chân thực để dẫn đến hiểu và buông.

Đứt gãy liên thế hệ và liên vùng

Một tác phẩm Phật học hôm nay có thể được đọc bởi người trẻ ở Sài Gòn, người Việt hải ngoại ở Paris, và một cụ già ở một làng quê Bắc Bộ. Làm thế nào để cả ba đều nhận ra mình trong cùng một văn bản? Đó là thách thức của ngôn ngữ vừa thuần Việt vừa đối thoại quốc tế

– giữ được hồn tiếng Việt như một dòng sông cội nguồn, nhưng cũng mở cửa cho những khái niệm, cách diễn đạt mà người trẻ toàn cầu có thể bước vào. Văn học Phật giáo, nếu thành công, sẽ trở thành một chiếc cầu nối qua những vách ngăn của tuổi tác, địa lý và trải nghiệm sống, để mỗi người đọc, dù ở đâu, cũng có thể nghe cùng một tiếng chuông.

Những thách thức này, nếu nhìn bằng mắt sợ hãi, sẽ thành rào cản. Nhưng nếu nhìn bằng tâm Bồ-đề – tâm nguyện đi vào đời để hóa giải – thì chính chúng sẽ trở thành pháp môn: để người viết học kiên nhẫn, người đọc học mở lòng, và văn học Phật giáo học cách đứng vững trong gió, như ngọn đèn không tắt giữa đêm.

V. Con đường xây dựng một nền văn học Phật giáo tầm vóc

Một nền văn học Phật giáo muốn có tầm vóc không thể chỉ dựa vào cảm hứng nhất thời hay sự tận tâm của một vài cá nhân, mà cần một **tầm nhìn dài hạn** cùng một **kết cấu hạ tầng trí tuệ** đủ bền vững để nuôi dưỡng nhiều thế hệ. Đó là hành trình vừa giữ gìn ngọn lửa truyền thống, vừa mở rộng những nẻo đường mới để ngọn lửa ấy chiếu sáng trong thời đại hôm nay.

Thiết lập "kỷ luật thuật ngữ" và chuẩn dịch học

Ngôn từ là chiếc cầu nối giữa tư tưởng và người đọc. Nhưng với văn học Phật giáo, mỗi từ còn là một pháp ấn, một dấu ấn tâm linh. Bởi vậy, cần thiết lập một **kỷ luật thuật ngữ** nghiêm cẩn: thống nhất cách dịch các khái niệm Phật học sang tiếng Việt hiện đại sao cho vừa chuẩn xác vừa dễ tiếp nhận. Những thuật ngữ như "vô ngã", "duyên khởi", "tánh không" không thể được dịch tùy hứng hay theo mốt thời, mà phải giữ được sự nhất quán và độ sâu nghĩa gốc. Mỗi tác phẩm nên kèm theo phần chú giải ngắn gọn ngay trong chính văn, để độc giả dù không có nền Phật học vẫn đọc được và cảm thấu. Xa hơn, cần tạo một **cẩm nang thuật ngữ mở** – kho tư liệu sống động, liên tục được cập nhật và đối thoại, để làm chuẩn mực chung cho giới sáng tác, nghiên cứu và dịch thuật.

Dựng "tủ sách hai tầng": đại chúng và học thuật
Một nền văn học muốn lan tỏa rộng và bền cần biết **nói chuyện với nhiều đối tượng**.

Tầng đại chúng: bao gồm truyện ngắn, tản văn, ký sự, tiểu luận ngắn... khai thác những đề tài khổ đau đương đại như sức khỏe tinh thần, đổ vỡ gia đình, nghiện công nghệ, bạo lực mạng... Đi kèm mỗi tác phẩm là những hướng dẫn thực tập đơn giản, để người đọc không những hiểu mà còn bắt đầu trải nghiệm sự chuyển hóa.

Tầng học thuật: chuyên sâu vào văn bản học, phê bình mỹ học Phật học, lịch sử văn học Phật giáo Việt Nam từ trung đại đến hiện đại, và các công trình đối thoại triết học liên ngành. Đây là nơi để đào sâu căn cốt, nuôi dưỡng thế hệ tác giả và độc giả có nền tảng trí tuệ vững chắc, từ đó tiếp tục làm mới di sản.

Khơi thông "trường phái phê bình Phật học"
Cần hình thành một phương pháp đọc mang tinh thần Phật học: **đọc dựa trên duyên khởi, vô ngã, tánh không**. Đọc một tác phẩm không như tìm kiếm "bản ngã tác giả" hay một chân lý đóng kín, mà như lần theo một **mạng lưới tương quan**: văn bản – tác giả – độc giả – bối cảnh – thời đại. Ở đó, mỗi yếu tố là một mắc xích trong vòng duyên sinh, không có gì tồn tại độc lập. Phê bình theo tinh thần này không phải để kết án hay áp đặt, mà để mở ra con đường giải khổ, giúp tác phẩm và độc giả cùng trưởng thành.

Liên kết trong – ngoài nước, liên tôn và liên ngành
Văn học Phật giáo không nên khép kín trong cổng chùa hay biên giới quốc gia. Cần mở ra những nhịp cầu: tổ chức các workshop viết thiền, trại sáng tác tại chùa, tu viện, hoặc trung tâm văn hóa; hợp tác đồng xuất bản với các nhà xuất bản hải ngoại để tạo sự giao thoa giữa các cộng đồng Việt ở khắp nơi. Không những vậy, còn cần **đối thoại liên tôn** – cùng các truyền thống tôn giáo khác – và **liên ngành** – với khoa học thần kinh, tâm lý học lâm sàng, truyền thông học... để làm phong phú hiểu biết về tâm, khổ, và con đường chuyển hóa.

Cơ chế khích lệ: giải thưởng – học bổng – lưu trữ số

Một nền văn học lớn cần biết tri ân và khuyến khích. Cần trao giải thưởng thường niên cho những tác phẩm văn học Phật giáo xuất sắc; cấp học bổng cho người trẻ dấn thân nghiên cứu, sáng tác; và đặc biệt, xây dựng **thư viện số mở** – một kho tư liệu chung lưu trữ văn bản, bản thảo, thư tịch, bài phê bình... để ai cũng có thể tiếp cận, học hỏi và tiếp nối. Thư viện ấy sẽ là ký ức tập thể, một nơi mà mỗi thế hệ đều có thể tìm về như tìm lại nguồn nước đầu nguồn.

Một con đường như thế, nếu được kiên trì xây dựng, sẽ giúp văn học Phật giáo vừa là một nhánh nhỏ trong văn đàn Việt Nam, mà trở thành **một cột trụ tinh thần** – nơi ngôn ngữ, trí tuệ và từ bi gặp nhau, nơi chữ nghĩa không để đọc mà còn để sống, để thở, và để cùng nhau bước tới một xã hội an lành hơn.

VI. Vài nguyên tắc thực hành viết (gợi ý)

Viết trong tinh thần Phật học là tạo ra một tác phẩm, đồng thời là một hành trình tu tập bằng chữ nghĩa. Mỗi trang viết, nếu được thực hiện với chánh niệm, sẽ trở thành một pháp thoại thầm lặng, nơi người viết vừa là người kể chuyện vừa là người hành giả đang bước trên con đường Bát Chánh Đạo. Những nguyên tắc dưới đây không phải giới luật khắt khe, mà là những chiếc mốc thiêng để nhắc người viết nhớ phương hướng và phẩm chất của con đường.

Viết như thiền hành

Mỗi câu, mỗi đoạn là một bước chân chánh niệm. Không vội vàng, không kéo lê, mà biết rõ mình đang đặt chữ xuống đâu và vì sao đặt ở đó. Cũng như khi thiền hành, không phải mục tiêu là đi thật xa, mà là thấy từng bước đang đi. Khi viết như vậy, câu chữ không đơn thuần chỉ chuyển tải ý, mà còn mang hơi ấm của sự có mặt trọn vẹn.

Lấy trải nghiệm thật làm gốc, nhưng "chuyển y" thành hình tượng

Cội nguồn của văn học Phật giáo là đời sống thật, không tô hồng, không giả tạo. Nhưng trải nghiệm thật không nên được bê nguyên xi vào trang giấy; nó cần được "chuyển y" – lọc qua hơi thở của ngôn ngữ, qua ánh sáng của quán chiếu, để từ một bi kịch cụ thể nở ra cộng hưởng phổ quát. Như hoa sen từ bùn mà mọc, hình tượng văn học từ khổ đau mà nở rộ, tỏa hương cho nhiều người.

Tôn trọng tiếng Việt

Ngôn ngữ là quê hương thứ hai của người viết. Tiếng Việt, với sự trong sáng và nhạc tính tự nhiên, là kho báu để chuyển tải Phật học mà không cần nặng nề vay mượn. Hãy tiết kiệm thuật ngữ ngoại lai, chỉ dùng khi thật cần thiết và ưu tiên cấu trúc trong sáng, giản dị nhưng giàu nhịp điệu. Chăm chút thanh điệu, khoảng trắng, nhịp nghỉ – vì đôi khi, im lặng giữa hai câu có sức mạnh hơn cả ngàn chữ. Luôn có một kết cấu "đạo lộ".

Một tác phẩm thấm tinh thần Phật học không những kể chuyện hay bàn luận, mà dẫn người đọc qua một hành trình. Hành trình ấy có thể ẩn hoặc lộ, nhưng vẫn mang một đạo lộ bốn nhịp: mở ra – nhận diện khổ; thân chứng duyên khởi; chuyển hóa; và mở cửa con đường. Khi đọc xong, người đọc không chỉ "hiểu" mà còn thấy mình đang ở một chỗ khác – nhẹ hơn, sáng hơn, tự do hơn.

Tự kiểm

Trước khi phổ biến, hãy đọc lại tác phẩm như một người xa lạ – không dính mắc vào công sức đã bỏ ra. Hãy bỏ đi những câu "tự đắc" vốn chỉ để khoe mình, và giữ lại những khoảng lặng cần thiết – nơi người đọc được quyền hít thở, suy tư, và nghe tiếng của chính mình. Tác phẩm, khi đã ra đời, không còn là sở hữu của tác giả; nó là một pháp duyên, và người viết cần học cách buông để nó tự tìm đường đến với những ai hữu duyên.

Viết như thế, mỗi trang giấy sẽ là sản phẩm văn chương, đồng thời à là một pháp môn sống, có thể đồng hành cùng người đọc như một người bạn hiền, một tấm gương soi, hoặc một tiếng chuông tỉnh thức giữa chợ đời ồn ã.

VII. Kết lời: văn học như một hạnh

Văn học Việt Nam hiện đại, sau bao lần đứt – nối – tái định nghĩa, đang cần một nguồn minh triết không lên gân, một đạo đức thẩm mỹ không giáo điều. Văn học Phật giáo có thể là câu trả lời: không phải bằng những khẩu hiệu tâm linh, mà bằng những văn bản giúp con người thấy rõ khổ – nguyên nhân của khổ – khả thể chấm dứt khổ – con đường đi tới.

Người viết, nếu đủ nhẫn nại học lại tiếng Việt như học hơi thở; đủ kỷ luật để xem ngôn ngữ là pháp môn; đủ lòng để nhìn tha nhân như chính mình trong vô số tương duyên—thì mỗi truyện ngắn, mỗi bài thơ, mỗi trang tiểu luận sẽ là một tim đèn nhỏ giữa thời đại nhiều đêm tối. Và độc giả, nếu đủ can đảm đọc chậm, dừng lại trước một dấu chấm, nghe trong khoảng trắng tiếng chân của hư vô, thì văn học sẽ không còn chỉ là "tác phẩm" mà trở thành "hạnh" — một cách sống.

Đến đây, chúng ta không cần hỏi "văn học Phật giáo là gì" nữa. Hãy viết – đọc – sống theo tinh thần ấy. Rồi một ngày, nhìn lại những trang đã lật qua, ta sẽ nhận ra: không phải văn chương đã cứu rỗi ta, mà là trong khi cố gắng viết cho đúng và đọc cho thấu, ta đã tập bước những bước đầu tiên trên con đường giải khổ cho mình và cho người. Và đó là lý do văn học vẫn còn đáng tin, đáng làm, đáng dấn than — giữa cơn lốc của thời gian hiện đại.

Huệ Đan

Mặc Cốc - Yuma, ngày 12 tháng 8 năm 2025

HOÀNG CHÍNH

ÂM HƯỞNG MỘT ƯỚC MƠ SẮP TÀN

Chuông thảnh thơi buông từng tiếng như không nỡ cắt ngang mảnh chiêm bao vất vưởng cuối giấc ngủ. Người đàn ông khẽ trở mình. Người đàn bà xoay người quấn vòng tay ngang thân thể hực nóng của người đàn ông. Những ngón tay níu người đàn ông lại. Người đàn ông nghển cổ nhìn những con số trên mặt đồng hồ điện. 7:00 những con số đỏ lòe khung chữ nhật. Ánh sáng lờ mờ bên ngoài, len qua khoảng trống những chiếc mành cửa sổ. Người đàn bà vùi mặt vào ngực người đàn ông. Người đàn ông nhích người nằm sát vào người đàn bà. Hơi ấm tẩm đẫm mặt nệm. Người đàn bà đưa tay rờ rẫm mặt bàn ngủ. Những ngón tay chạm vào chiếc điện thoại mỏng. Ngón tay bấm nút nào đó trên mặt điện thoại. Tiếng chuông thánh thót buông ra, rồi chìm vào im vắng. Người đàn ông ôm ghì lấy người đàn bà và hôn miết lên mắt nàng. Chào thân yêu buổi sáng!

Và nhẹ nhàng gỡ rời những ngón tay người đàn bà như gỡ những sợi tơ, người đàn ông nhổm dậy.

Con mèo nhỏ chờ ngoài khung cửa. Người đàn ông nói chào Haki buổi sáng. Bộ lông đen điểm những vạt trắng của con mèo hiện rõ nét khi người đàn ông bật sáng ngọn đèn hành lang. Người đàn ông bước thoăn thoắt vào nhà bếp. Chàng mở cái bình lọc cà phê, lấy chiếc lưới lọc, gõ bột cà phê cũ lên mặt tấm giấy trải sẵn trên mặt quầy, rồi gói chỗ bột cà phê cũ ấy bỏ vào thùng rác. Người đàn ông mở vòi nước, đưa cái lưới lọc dưới vòi nước. Những vụn cà phê tuôn theo dòng nước, biến thành một dòng đen thẫm. Người đàn ông vẩy khô nước đọng trên lưới lọc rồi mở gói cà phê người đàn bà đã mua cho dịp lễ Giáng Sinh vừa rồi. Múc ba muỗng cà phê đổ vào lưới lọc, người đàn ông đổ một ly nước đã nấu chín đêm trước vào bình lọc rồi bấm cái nút điện ở bên hông bình.

Người đàn bà mở cửa bước ra. Tươi tắn và xinh xắn trong chiếc áo thun và chiếc quần jeans khéo vẽ những đường cong. Người đàn ông xoay qua ôm người đàn bà. Câu chào buổi sáng và tiếng thì thầm thường nghe được ở những kẻ mới yêu nhau. Yêu em hoài nhé. Người đàn ông gật đầu với câu dặn dò. Không bao giờ rời xa nhau nhé. Lại gật đầu. Thong thả như chờ từng câu, từng chữ thấm vào mạch máu.

Buông cái thân thể mềm mại ra, người đàn ông xoay qua, mở tủ, lấy hộp trà. Chàng mở nắp, lựa một gói trà xanh, loại trà người yêu vẫn bảo là có tính chống oxy hóa, uống rất tốt cho sức khỏe. Buổi sáng người đàn ông uống cà phê, người đàn bà uống trà. Thói quen là như thế nhưng đôi khi họ uống lẫn của nhau.

Người đàn bà mở tủ lạnh lấy con cá đã để cho tan đá từ đêm trước trong ngăn đựng đồ ăn. Rồi mở ngăn tủ dưới, lấy chai nước mắm, hộp tỏi, hộp muối, hộp đường. Những ngón tay thoăn thoắt cắt cục gừng thành những lát mỏng. Người đàn ông đổ đầy nước vào ấm và chờ cho bình lọc cà phê ngừng những tiếng lọc sọc, chàng bấm nút nấu nước sôi pha trà cho người đàn bà. Chàng mở sẵn nắp bình đựng nước trà mà người đàn bà vẫn mang theo đi làm. Tiếng nước réo trong lòng ấm. Tiếng cắt lạch cạch trên mặt thớt. Con mèo quẩn quanh chân hai người. Người đàn bà bảo tội nghiệp thằng bé, lại sắp bị ở nhà một mình nữa rồi. Người đàn ông hát nghêu ngao, *tội nghiệp thằng bé nhớ thương mãi quê nhà*. Chàng vừa hát vừa loay hoay rửa cái chén đựng thức ăn cho con mèo nhỏ. Vì là mèo đực nên hai người vẫn gọi con mèo là thằng bé. Thằng bé hết luồn lách giữa hai chân người đàn ông lại quay sang cọ vào chân người đàn bà. Nó muốn nói gì với em kìa. Người đàn ông nhắc người đàn bà. Và chàng lại nghêu ngao, *tội nghiệp thằng bé nhớ thương mãi quê nhà*.

Người đàn ông đổ thức ăn vào cái chén nhỏ của con mèo. Con vật đi theo người đàn ông tới chỗ đặt bát thức ăn và bát nước – phòng ăn của nó - ở góc nhà bếp.

Người đàn ông lướt vào nhà tắm, tháo bỏ cái quần đùi và bước vào bồn mở nước. Chàng cho nước xịt thật mạnh trên mặt, trên đầu. Câu hát quen lại quẩn trong trí người đàn ông. *Con biết bây giờ mẹ chờ tin con.* Hôm nay là ngày mấy tháng Chạp rồi không biết nữa. Những ngày này ở quê nhà năm xưa, thiên hạ đang lao xao đón tết. Bao nhiêu năm rồi không ăn tết ở quê nhà. Năm nào cứ tết đến cũng lại *con biết bây giờ mẹ chờ tin con.* Người đàn ông xát xà bông lên đầu, lên cổ lên mặt, rồi thoa khắp cả người. Hai tay kỳ cọ vung vãi khắp người. Người đàn ông hít thở một hai một hai, gập ra trước, bẻ ra sau, những khớp xương cọ vào nhau sàn sạt.

Rồi người đàn ông tắt nước. Lấy khăn lau tóc, và khắp cả mình mẩy, vội vã bước ra ngoài. Chàng mở vòi nước nóng, nhúng khăn mặt vào dòng nước rồi vắt cho ráo nước và chạy nhanh ra ngoài, áp chiếc khăn nóng lên mặt người đàn bà. Chàng hôn lên mắt người đàn bà bên dưới chiếc khăn nóng. Chàng áp má lên khuôn mặt nhỏ nhắn của người đàn bà. Cảm giác ấm cúng đem cơn sảng khoái trải lên từng phân vuông cơ thể. Người đàn bà ngừng tay ướp con cá cho bữa ăn tối, xoay qua ôm lấy người đàn ông. Em pha cà phê cho anh rồi nè. Người đàn ông xoay qua nâng ly cà phê lên môi. Thêm sữa, thêm đường cho vừa khẩu vị chàng là cái tài tình chỉ một mình nàng làm được. Vì vậy buổi sáng, dù có vội đến mức nào, người đàn ông cũng chờ người đàn bà bỏ đường và sữa cho ly cà phê của chàng.

Khi nhấm xong ngụm cà phê đầu ngày thì ấm nước cũng vừa réo vang báo hiệu đã sôi. Người đàn ông rót nước vào chiếc ly có để sẵn gói trà cho người đàn bà. Vòi nước trong bốc khói chảy từ vòi ấm vào lòng ly. Gói trà khô gặp nước, phồng lên như chiếc bánh căng phồng trong lòng chảo. Hương trà lan tỏa bồng bềnh không gian. Chắc mình trễ quá. Người đàn ông nói nhỏ. Dạ, chắc trễ. Người đàn bà nhỏ nhẹ như tiếng cô học trò trả lời thầy giáo trong phòng thi cuối khóa. Người đàn ông chạy vào nhà tắm, đứng ngâm mình trong gương. Chàng đưa tay vuốt tóc và xịt lên tóc một ít keo để giữ nguyên hình dạng hơi gai góc một tí.

Người đàn ông chạy vào phòng, hấp tấp thay áo quần. Có tiếng người đàn bà gọi từ nhà bếp. Người đàn ông vểnh tai nghe. Có tiếng lò vi ba báo hiệu vừa mới hâm thức ăn xong. Người đàn ông ngóng cổ ra cửa. Gì vậy em. Phần ăn sáng của anh nè. Người đàn ông khoác chiếc áo lên người, chạy ra ngoài, nhận chén cơm từ tay người đàn bà, đem vào phòng ngủ, đặt lên mặt tủ áo, vừa ăn vừa thay đồ.

Khi người đàn ông bước ra ngoài thì người đàn bà cũng hoàn tất việc làm sẵn thức ăn cho bữa cơm chiều. Mọi thứ cắt sẵn, ướp đầy đủ, chiều về chỉ việc nấu lên.

Người đàn bà khoác chiếc khăn quàng cổ mới mua màu xám lên cổ người đàn ông và quấn quanh một vòng rồi nhét hai đầu vào trong ngực áo khoác của chàng. Trước khi bước ra cửa người đàn ông liếc nhìn mặt số trên bếp lò. Nhất định trễ rồi. Người đàn bà trấn an. Không sao, em sẽ đưa anh lại chỗ anh rồi em chờ, chừng nào xong, anh chở em lại hãng em. Họ cúi xuống vuốt ve con mèo đang lẩn quẩn bên chân như quyến luyến. Ở nhà ngoan nhé, em bé. Họ dặn dò con mèo như thế. Con mèo ngước nhìn hai người. Đôi mắt đăm đắm của con mèo làm lòng họ chùng xuống. Người đàn ông hát nhỏ, *đừng nhìn anh bằng đôi mắt buồn vời vợi, thà em nói, thà em trách*... Tới đoạn bài hát lên nốt cao, chàng ngừng lại. Người đàn bà vuốt đầu con mèo, xuýt xoa, tội nghiệp thằng bé quá đi thôi.

Họ đứng bên nhau, trước thang máy. Người đàn bà dựa đầu lên vai người đàn ông. Người đàn ông bỏ cái cặp xuống đất, vòng tay ôm vai người đàn bà. Dưới lớp áo mùa đông dày cộm, chàng cảm nhận được cái mềm mại của bờ vai nàng. Chàng quay đầu nhìn nàng. Chiếc áo màu trắng làm nàng phồng lên như cụm bông gòn. Người đàn ông quay đầu ngắm nghía khung cửa thang máy. Thang máy có bốn ngăn. Thường thì chỉ có một ngăn hoạt động. Và lúc chuyển động, lồng thang máy luôn ném ra tiếng rên rỉ, cọt kẹt như chiếc thùng sắt tây sét rỉ, cũ kỹ, sẵn sàng tung tóe thành trăm ngàn mảnh sắt vụn. Anh đoán cửa này sẽ mở. Trò chơi mỗi lúc chờ thang máy. Căn chung cư đông đúc, mỗi lúc chờ thang máy là một lần thử thách sự kiên nhẫn. Người đàn ông có thói quen chỉ vào một trong bốn cửa lồng thang máy và đoán cửa này sẽ mở. Số lần đoán đúng nhiều hơn số lần không đúng nên trò chơi làm người đàn ông hứng thú. Người đàn bà cũng tham gia vào trò chơi. Dù sao cũng là cách đánh lạc hướng sự chờ đợi.

Gần năm phút sau tiếng lạch cạch chuyển tới khung cửa trước mặt họ. Cánh cửa ậm ạch kéo sang hai bên và khi cánh cửa mở ra, cả một đống người đã nêm cứng lòng thang. Người đàn bà bước vào. Xin lỗi, cho chúng tôi vào với, chúng tôi đã chờ lâu lắm rồi. Đám người trong thang máy ém vào sâu chút nữa lấy chỗ cho người đàn ông và người đàn bà nêm vào. Thang máy không chịu đóng cửa. Phải có người bấm nút nhắc nhở cánh cửa mới hậm hực khép lại. Rồi mỗi thang lầu cánh cửa lại mở ra trước mặt một đám người đứng chờ.

Tới tầng thứ năm, một người đứng chờ bên ngoài bảo, làm ơn đứng ép vào cho tôi vào với, gã đàn ông da đen trong thang máy hỏi lại cụt ngủn, *where*.

Người đàn ông kín đáo nhìn những người đang nhét chung thang máy với họ. Hai gã Trung Quốc đẩy chiếc xe chở hàng của khách lấy từ siêu thị nào đó. Người đàn bà Ấn Độ con mắt lồi hai tay dắt hai đứa con nhỏ. Hai người đàn ông da đen một trong hai gã là kẻ đã trả lời một cách bực dọc khi được yêu cầu đứng sát vào chút nữa: where? Hai ba người Afghanistan, hai người đàn bà quấn khăn mạng che mặt và ba bốn đứa trẻ không biết là con của ai trong đám người chen chúc nhau trong lòng thang máy. Một thứ mùi tổng hợp làm cay nồng hốc mũi.

Ra khỏi cửa, người đàn ông thở phào và hít một làn hơi dài đầy ứ lồng ngực. Hơi lạnh vây lấy hai người. Nghe nói hôm nay có mưa đá. Chắc đường sẽ trơn trượt. Hôm qua đã đi làm trễ cả tiếng đồng hồ. Hai bàn tay đan vào nhau trên đoạn đường từ cửa chung cư đến chỗ đậu xe. Hai người hôn nhau, mở cửa cho nhau rồi chui vào xe. Cái lạnh làm mờ khung kính xe. Khi xe vừa ra khỏi bãi đậu hai bàn tay lại tìm nhau như tìm chút hơi ấm còn sót lại trong lòng xe băng giá.

Người đàn ông đặt đĩa nhạc vào máy hát. *Con biết bây giờ mẹ chờ tin con.* Câu hát vang trong đầu người đàn ông dù cho đĩa hát vang vang lời hát khác, *hôm qua tôi nghe trên radio, âm thanh xa xôi có ai tìm ai.* Bên kia tết rộn ràng, bên này tết lạnh băng. Người đàn bà còn mẹ, và mẹ nàng chắc sẽ chờ nàng về thăm. Còn người đàn ông đã không còn mẹ nữa. Nhưng ở bên kia bờ đại dương, trong cái khung ấm cúng của nhà mồ, nơi gửi gắm tro tàn của mẹ, sự chờ đợi hẳn vẫn còn nguyên vẹn.

Hội chợ Tết năm nay vào thứ Bảy hay Chủ Nhật hở em. Giọng nói của người đàn ông nghe xa vắng như âm hưởng một ước mơ sắp tàn.

Hoàng Chính

PHẠM CAO HOÀNG

THƠ CỦA NGƯỜI ĐẾN TỪ SƠN HÒA

Nhà thơ Trần Huiền Ân
Tranh Đỗ Toàn (1971)

Trần Huiền Ân sinh năm 1937 tại Sơn Hòa, Phú Yên. Ông thuộc thế hệ lớn lên trong kháng chiến chống Pháp và trưởng thành sau khi đất nước bị chia cắt. Ông sớm tham gia vào dòng văn học miền Nam với những bài thơ đăng trên tạp chí Bách Khoa và tuần báo Tuổi Xanh. Nhiều bài thơ của ông được soạn giả Bùi Văn Bảo sử dụng làm bài học thuộc lòng cho học sinh ở các lớp cuối cấp của bậc tiểu học trong các bộ sách giáo khoa VIỆT NGỮ TÂN THƯ (1961) và TÂN VIỆT VĂN (1964).

Về bút pháp, ông là người cẩn thận từng câu từng chữ. Chữ nghĩa của ông đơn giản, dễ hiểu, gần gũi với đời thường, kỹ thuật điêu luyện, ý tưởng sâu sắc. Sở trường của Trần Huiền Ân là thơ vần 7 chữ hoặc 8 chữ. Thơ ông gieo vần rất chuẩn mực nhưng khi đọc chúng ta thấy câu chữ tự nhiên, ý tưởng mạch lạc, không gượng ép. Trần Huiền Ân làm thơ giống như một người kể chuyện. Nhiều bài thơ của ông có dáng dấp của truyện rất ngắn, trong đó có cốt truyện, có thông điệp ông muốn nhắn gửi. Ông sử dụng rất nhiều hình ảnh để minh họa cho cảm xúc nên nhiều bài thơ của ông có dáng dấp của một bức tranh.

Chủ đề chính trong thơ Trần Huiền Ân là QUÊ HƯƠNG. Có thể nói, nhắc đến Trần Huiền Ân là nhắc đến những bài thơ về quê hương - những bài thơ làm cho người đọc yêu đất nước, xóm làng của mình hơn. Ông là một trong những người đi tiên phong trong việc hình thành dòng thơ quê hương này. Những ai từng học tiểu học vào thập niên 60 hẳn còn nhớ bài thơ "Chuyến đi dài".

CHUYẾN ĐI DÀI

Tuổi niên thiếu vốn nhiều mơ lắm ước
Tôi đã nuôi trong trí chuyến đi dài
Biết bao giờ cho thỏa được lòng trai
Chân bé quá, không mang hài vạn dặm
Để ngày tháng vơi đôi phần thăm thẳm
Bản đồ đây tôi dự ước hành trình...

Giữa phương Nam biển dội sóng thanh bình
Tôi sẽ lấy Côn Sơn làm khởi điểm
Sau giây phút để tâm hồn mặc niệm
Lắng không gian nghe tiếng gọi tiền nhân
Đường thênh thang chí quyết cũng xem gần...

Đây Phú Quốc mùi quê hương tỏa rộng
Hà Tiên với cảnh non chùa thạch động
Kiên Giang còn Nhật Tảo sáng ngàn năm
Mắt cô em Cái Sắn tựa trăng rằm

Bao la quá ruộng Cà Mau xếp gợn
Thuyền độc mộc xuôi trên dòng Cái Lớn
Xuyên kênh đào về trẩy hội Tây Đô
Lòng Hậu Giang bát ngát tận đôi bờ
Cùng hẹn với sông Tiền trôi chậm rãi
Sen Đồng Tháp phơi màu tươi thắm mãi
Núi Điện Bà che rợp bóng tôn nghiêm
Trăng Sài Thành e thẹn dưới đèn đêm
Hai ngả nước ai Đồng Nai, Gia Định?
Bờ Long Hải chiều êm rây nắng tịnh
Bưởi Biên Hòa ngọt lịm khách miền xa
Trà B'Lao sưởi ấm nếp môi già
Đà Lạt gió quyện vầng mây thác nước
Rừng Ban Mê suối đờn nai khẽ bước
Buồm lao xao Phan Thiết rộn niềm vui
Ngọn Tháp Chàm cô quạnh tiếc ngày trôi
Tàu vạn quốc về Cam Ranh chen chúc
Thùy dương rủ Nha Trang thêm hiền thục
Đá Bia còn nguyên nét triện người xưa
Bãi Tam Quan cát mịn ấp chân dừa
Guồng xe tưới sông Trà gieo bụi trắng
Ngũ Hành ngắm mặt Hàn Giang phẳng lặng
Hải Vân đài cây vút tuyệt đường chim
Nửa khuya chuông Thiên Mụ vọng êm đềm
Cả Hương Ngự la đà theo nhịp trúc
Cầu Hiền Lương...
sẽ nối tình Nam Bắc
Xóa nhòa đi dòng phân cách thương đau
Từ Nam Quan cho đến mũi Cà Mau
Liền một dải
Và chuyến đi lại tiếp...

Men theo bóng dãy Trường Sơn trùng điệp
Sóng Thái Bình reo đón bước phiêu du
Qua Đèo Ngang nghe nhạc gió vi vu
Tới Thanh Hóa lúa vàng đùa trong nắng
Dân hoan lạc nhờ được mùa Nông Cống
Đem nén nhang vào lễ tạ Đền Sòng
Cầu Hàm Rồng chênh chếch bắc ngang sông
Trên dòng Mã nước in màu sông núi
Dìu dịu lúa non bình nguyên Nhị Thái

Tình ngọt ngào như nhãn trại Hưng Yên
Gió Đồ Sơn xua sóng bạc dịu hiền
Cửa Nam Triệu nước hai dòng mặn nhạt
Chiều Hạ Long mây vương tình man mác
Với chân trời sắc nước lẫn màu xanh
Sóng nhấp nhô vờn khe đá chông chênh
Thuyền nhẹ lướt, phải đây miền nước nhược?
Động Đầu Gỗ ánh chập chờn huyền hoặc
Hang Hanh nghe khoan nhặt nhạc âm vang
Đây Hòn Gai, đây Bái Tử, Hạ Long
Mà đâu bóng rồng thiêng sa hạ giới?
Núi Truyền Đăng thơ đề còn in mãi
Ngược sông Thương lên trẩy hội Tam Thanh
Chàng ra đi theo tiếng gọi quân hành
Để thiếp phải tháng năm trong mòn mỏi
Nàng Tô Thị đứng trông về biên ải
Ngàn năm còn chờ đợi bóng chinh phu
Chim Hà Giang buông nhịp hót "bắt cô"
Trên bến nước sông Lô còn tiếng hát
Nương bóng Hoàng Liên cây cao bóng mát
Rồi xuôi về theo sóng nước sông Hồng
Mây chịu tang Yên Bái có còn không?
Và Yên Thế còn tấm gương Đề Thám?

Bắc Ninh đẹp nhờ cảnh chùa Long Giáng
Sơn Tây buồn vì mây quyện Ba Vì
Đền Hùng mờ sương khói tỏa uy nghi
Non sông Việt nhờ tay ai dựng lập?
Sớm Hòa Bình, Chợ Bờ vui vẻ họp
Bến sông Đà dòng nước chảy cong cong
Tháng hai về xem trẩy hội chùa Hương
Hay trở bước lên thăm đền Thánh Gióng?
Về Hà Nội một ngày thu gió lộng
Cảnh núi Nùng sông Nhị dấu ngàn xưa
Sóng Hồ Tây gợn bởi bước Hai Bà
Hay là bởi trâu vàng xưa nhớ mẹ?
Đống Đa kia mồ chôn muôn vạn kẻ
Hồ Gươm còn thức ngủ bóng rùa thiêng?
Cầu Long Biên mấy nhịp bắc trường giang
Ô năm cửa mở đón chào lữ khách...

Đây Thăng Long bụi đường ta rũ sạch
Sống với lòng Đất Mẹ, với kiêu sa
Bàn tay vỗ nhịp ta ca
Ca tình sông núi chan hòa lòng trai

(1960)
Ghi chú: bài này viết chung với Yên Hà (1)

Tuổi thơ của Trần Huiền Ân gắn liền với những nhọc nhằn của dân tộc trong bối cảnh toàn dân đứng lên đánh đuổi thực dân Pháp. Thời gian này, 95% người dân không biết chữ. Được đi học ở giai đoạn này là niềm hạnh phúc của ông. Trong bài "Hẹn Xưa", viết năm 1966, ông kể lại chuyện ông đi học trong những ngày tháng ấy. Thời gian học là ban đêm. Nơi học là mái hiên đình. Ngòi bút là tre vót nhọn và giấy vở thì rất thô sơ, được chế biến từ rơm. Khó khăn là như vậy nhưng ai cũng đều ham học với ước vọng mai sau sẽ góp phần xây dựng quê hương.

HẸN XƯA

Tôi đi học giữa những ngày kháng Pháp
Áo quần thô xám nếp vải xi ta
Đêm đến lớp ngọn đèn chai gió táp
Tắt vội vàng khi tiếng máy bay qua

Chúng tôi ngồi quanh hiên đình chật hẹp
Bóng thầy chao trên vách chắn phên thưa
Chòm tóc ngắn bên những vồng tóc kẹp
Ngước uống từng lời mắt sáng đong đưa

Ngòi bút dùng gốc tre già vót nhỏ
Giấy nam trung còn dấu sợi rơm hiền
Son thầy phê vàng hoe màu thuốc đỏ
Tôi nâng niu từng nét chữ nghiêng nghiêng

Tan buổi về lo chăn bò, cắt cỏ
Đắp nước, thăm đồng, mót lúa, đuổi chim
Thương cha mẹ già nua còn khốn khó
Nước mắt xuôi hàng... máu ngược về tim

Tuổi học trò của tôi là thế đấy
Trên đất khô cằn vượt nở hoa tươi
Quen thuộc quá nên nhọc nhằn chẳng thấy
Vòng tay ôm hoài bão ấm môi cười

Chúng tôi căm hờn quân thù tàn ác
Đốt sách, giết thầy, phá sập trường quê
Lưỡi lê nồng tanh máu người bạo sát
Đã không chừa em nhỏ mới a b

Chúng tôi nguyền lớn lên cùng xây dựng
Đất nước Việt Nam độc lập hòa bình
Cho những ngôi trường oai nghi sừng sững
Tiếng hát học trò thêm sáng bình minh

Và bây giờ theo tháng ngày xưa tính
Bạn bè trôi lưu lạc mất trong hồn
Tôi ngỡ ngàng tra thân vào nghiệp lính
Chợt giật mình nhìn lại hẹn lớn khôn

Buổi hàng buổi theo đoàn quân tiến bước
Ra thao trường tắm nắng gội mồ hôi
Tôi nhìn các em – nhìn tôi thuở trước
Chạy dọc đường bưng rổ bánh mâm xôi

Lời em rao lên cao rồi tắt nghẽn
Tầng dư ba không lả lướt chào mời
Đôi tay gầy cặm xương vào xác én
Khấp khểnh chân trần nhịp thở chùng hơi

Bán đi em, nhanh nhanh về đi học
Rồi thả trâu, rồi bế bé, trông nhà
Tôi xét mình xin cúi đầu trách móc
Bao lỡ lầm thiếu sót phận anh cha

Nên các em còn bơ vơ đói rách
Sớm tảo tần mong kiếm bát cơm vơi
Bốn năm tuổi mũi thòng chưa lau sạch
Đã đua tranh chen chúc với dòng đời

Tôi tự hỏi mình xưng tên chiến đấu
Cho các em cùng nối mộng cao xa

Hay cho những người cười trên lửa máu
Thêm sang giàu nhờ xáo thịt nồi da?
(1966)

Trong bài thơ này, ông đã nhắc đến người thầy bằng những dòng chữ rất thân thương. Nhiều năm sau này, ông vẫn còn nhắc đến những người thầy ấy trong một số bài viết với lòng kính trọng và biết ơn.

Trần Huiền Ân là một nhà giáo. Ông có nhiều bài thơ viết về học trò của ông. "Học Trò Tôi", viết năm 1964, là một bài thơ hay. Bài thơ ghi lại hình ảnh thật dễ thương của học trò ông ở một số ngôi trường thuộc tỉnh Phú Yên sau năm 1954. Thời chiến tranh, nhiều em không đi học được; đến khi hòa bình lập lại mới có thể đến trường. Do vậy, một số học sinh tuổi đã lớn, có học sinh bằng tuổi ông thầy. Ngoài giờ học, các em phải làm đủ thứ công việc để phụ giúp gia đình, nhất là ở vùng nông thôn. Bài thơ thể hiện sự gắn bó, yêu thương và trách nhiệm của người thầy đối với học trò.

HỌC TRÒ TÔI

Ngày mới bổ ra [(2)]
Tôi dạy ở một vùng quê không thấy chân trời mặt biển
Học trò tôi
Đứa lớn bằng tôi
Đứa nhỏ như con chiền chiện
Áo cánh quần đùi
Mo cơm dỡ trên vai
Lủi bước chân không
Miệng nhẩm học bài
Đi học không bao giờ trễ
Việc lớp việc trường giúp thầy nào nệ
Bẽn lẽn cười không dám nhận lời khen
Những buổi trưa ở lại đến nhà quen
Bẻ cau mướn kiếm vài trái về cho mẹ
Hoặc rảo ngoài gò đào hang bắt dế
Gài con gà con cuốc nấu canh
Những đứa học trò hiền như cụm lúa xanh
Thiệt thà tựa vị khoai bùi mía ngọt
Bị điểm xấu thì nỉ non nỉ nọt:

Thưa thầy, thà đánh chục roi
Nước mắt khoanh tròng chực chảy dòng đôi...

Vài niên khóa giã các em ở lại
Tôi xuống núi, trả cho đàn em dại
Những đồi cao, lũng thấp, tuổi ngây khờ
Về tỉnh thành có đèn điện ô tô
Tà áo gió buông lơi dài đại lộ
Học trò tôi
Mai thả cánh như bướm đầy khắp phố
Những chân giày chân dép nhịp nhàng reo
Chẳng đứa nào trong chiếc túi tí teo
Không có vài đồng để mua cà rem, bánh sữa
Vài đứa được mẹ cha chiều hơn nữa
Có anh đưa chị đón lúc đi, về
Vài đứa bạn bè trông thấy mà mê
Bởi đi học bằng xe nhà bóng lượn
Lại vài đứa cha là sĩ quan, ty trưởng
Là kỹ sư, là bác sĩ có công xa
Trống tan rồi đủng đỉnh xách cặp ra
Tài xế đã ôm vô lăng ngồi đợi...

Học trò tôi
Mỗi năm thêm lớp mới
Mỗi năm tôi đón nhận biết bao tình
Dù những em có áo đẹp quần xinh
Đi học bằng xe VN hãnh diện
Hay những em tần tiện
Bữa cơm trưa ăn muối ớt muối mè
Các em là măng mà tôi phải là tre
Tre phải đỡ cho măng non vượt dậy
Các em là những thiên thần mà mắt tôi trông thấy
Những thiên thần trỏ nẻo bước chân tôi...

(1964)

Trần Huiền Ân la người sống chí tình với bạn bè nên tình bạn là đề tài không thể thiếu trong thơ ông. "Bàn tay bẻ núi", viết năm 1976, là bài thơ ông viết khi nhớ đến một người bạn thân. Như đã nói ở trên, ông thường dùng nhiều hình ảnh để minh họa cho cảm xúc. Hình ảnh trong bài thơ này là những hình ảnh đẹp về một tình bạn thủy chung trong mọi hoàn cảnh.

BÀN TAY BẺ NÚI

Tưởng tượng... bạn không nhìn ra ta
Má hóp làm như đã quá già
Trán thấp đôi lằn nhăn hiện rõ
Rối bù mái tóc bụi đường xa

Tưởng tượng... ta không nhìn ra bạn
Râu hùm tua tủa mày chuôi dao
Bàn tay bẻ núi căng gân thép
Áo khoác hờ phanh ngực tự hào

Tưởng tượng... một giây chìm lặng lẽ
Mắt nhòa tâm trí gọi ngày xưa
Rồi A một tiếng cùng vui sướng
Quên hết ngàn năm chuyện nắng mưa

Không thể, cho dù trong tưởng tượng
Chìm chìm một phút lỡ quên nhau
Không thể, cho dù trong tưởng tượng
Cầm dao cắt ruột chẳng nghe đau

Tưởng tượng... hôm nào ta đến bạn
Chiều xanh xanh đẹp nắng gay gay
Dưới này củi rẫy đen lem luốc
Trên ấy mây trời trắng nõn bay

Đêm đến gọi đàn sao mọc sớm
Vẫn sừng trăng cũ bạc cong cong
Cùng ngồi đốt lửa hong tâm sự
Ếch nhái kêu inh phía mặt đầm

Tưởng tượng... ta cùng say quá đỗi
Dăm vò rượu vục bát sành to
Nghiêng nghiêng... mặt đất nghiêng nghiêng nhỉ
Tiếng sóng xa như lắc mũi đò

Ta lặng im nghe trời đất nói
Ô kìa, trời đất cũng im nghe
Con nhà ai khóc vu vơ đó?
Con cuốc thương thân gọi chớm hè?

Ta ngả mình trên sương cỏ ướt
Dưới giàn hoa mướp dịu dàng thơm
Sáng mai bạn sẽ mang ra chợ
Quả bí quả cà đổi gạo cơm

Ta ngủ vùi khi men rượu thấm
Đầu non trăng đã lặn phương nào
Những linh hồn nhỏ chung đau khổ
Nhấp nháy trên ngàn vạn chấm sao

Tỉnh dậy canh tàn chong lạnh buốt
Soi mình khơi bếp lửa tàn tro
Thảm thương ta chỉ vì mươi đấu
Con kiến loanh quanh miệng chén bò

Muốn thét to mà nghe cổ khát
Ta thèm giọt nước giếng trong veo
Ta thèm như bạn cười khinh bạc
Bình thản yên xem ngọn lá vèo

Tưởng tượng... cho dù trong tưởng tượng
Đã thành có bạn ở bên ta
Ta dẫu nay lời hươu tiếng vượn
Chút lòng riêng bạn hiểu riêng ta

(1976)

Trần Huiền Ân sống một đời đạm bạc, không tranh đua, không hơn thua, không thù hận. Ông sống như một bậc hiền sĩ, thản nhiên trước những biến động của cuộc sống và sóng gió của cuộc đời. Giống như mọi gia đình ở miền Nam sau năm 1975, gia đình ông cũng gặp nhiều khó khăn trong thời bao cấp. Bài thơ "Trà say" mô tả hình ảnh gia đình ông vào một ngày Chủ Nhật thời đó. *"Vợ đội tơi đi từ sáng sớm / Để kịp chen chân ở cửa hàng"... "Lũ con nai nịt thành hiệp sĩ / Trên giường dàn trận quyết hơn thua / Gối làm khiên thước làm đoản kiếm/ Bốn thằng: ba tướng, một ngôi vua".* Hình ảnh thật ngộ nghĩnh. Trong gian khó, mọi người trong gia đình ông vẫn vui vẻ, vẫn sống chan hòa.

TRÀ SAY

Thức dậy thấy trời như rớt bão
Sân tựa vườn hoang ngập lá cành
Cây ngã cây nghiêng cây lảo đảo
Giật mình con sẻ cóng bay nhanh

Vợ đội tơi đi từ sáng sớm
Để kịp chen chân ở cửa hàng
Bảy ngày mới có ngày chủ nhật
Trong nhà mắm hết gạo đang khan

Lũ con nai nịt thành hiệp sĩ
Trên giường dàn trận quyết hơn thua
Gối làm khiên thước làm đoản kiếm
Bốn thằng: ba tướng, một ngôi vua

Giây phút loay hoay nhóm lửa bếp
Gió quạt lò than thoắt đã hồng
Ta ngồi đun nước ngồi suy gẫm
Lẽ tuần hoàn xuân hạ thu đông

Trà đã không ngon không có bạn
Ta đọc thơ xưa uống một mình
Trà đã không ngon không có thuốc
Thèm hơi khói nhỏ trắng lung linh

Sờ túi vẫn nguyên là túi trống
Nhưng giá còn chăng được năm hào
Không nỡ sai con đội mưa gió
Xóm nghèo quán cóc cũng xa sao!

Ta đành uống cạn bình trà mốc
Như uống lòng ta vào lòng ta
Trà mốc cũng làm ta chuếnh choáng
Bất giác kêu lên một tiếng khà

Say trà nào phải như say rượu
Để nói huyên thuyên phủ đất trời
Thu tay vào bụng tìm hơi ấm
Ta lặng nhìn mưa rơi... mưa rơi...

(1980)

Và cuối cùng, tôi muốn đề cập đến một nét đặc biệt nữa trong thơ Trần Huiền Ân: Đó là "sự biết ơn". Biết ơn thiên nhiên kỳ diệu, biết ơn những người đã đem lại những điều tốt đẹp cho cuộc đời này. Bài thơ "Ông lão trồng hoa" ghi lại câu chuyện ông lão cặm cụi trồng hoa để đem lại niềm vui cho các gia đình mỗi khi Tết đến. Bài thơ là một thông điệp về sự tri ân đối với thiên nhiên, đối với những người thầm lặng đem niềm vui đến cho mọi người.

ÔNG LÃO TRỒNG HOA

Cứ mạnh thu là ông lão ấy
Suốt ngày cặm cụi với vườn hoa
Biết bao khó nhọc công lao vậy
Mới có màu xuân nở mọi nhà

Mưa bụi tung trời ươm hạt giống
Hòa phân ủ đất để chờ hoai
Mầm lên lá bé gây nguồn sống
Cứ mỗi ngày thêm một đốt dài

Thời tiết hợp rồi con khá lớn
Lìa nhau ra chậu kiểng xinh xinh
Từ nay ông lão thêm bề bộn
Chăm chút thân hoa rất tận tình

Sớm dậy hong sương, trưa chắn bóng
Chiều lo xới gốc, tưới, gia màu
Đêm đèn leo lét mờ lay động
Vạch nách soi chồi diệt lũ sâu

Không thấy khi nào ông lão rảnh
Lưng còng cúi mãi lại còng thêm
Trên môi điếu thuốc buồn tro lạnh
Bát nước đầy vơi vẫn cạnh thềm

Khuyết mấy vầng trăng hoa chớm nụ
Lả mình đón gió nhoẻn cười duyên
Từ xa ong bướm gom về đủ
Chớp cánh vờn quanh dệt cảnh tiên

Hoa nở chưa tròn bao kẻ ướm
Và hoa giã biệt chị em yêu

Vườn vơi hoa cũng vơi ong bướm
Cho đến hôm nao tuyệt dáng kiều

Hoa khắp mọi nhà phô sắc xuân
Đời vui quên bớt nỗi gian truân
Còn đây trơ mảnh vườn khô đất
Với chiếc lưng cong ngoại lục tuần

Buổi sáng đầu năm pháo nổ giòn
Gật gù hít nhẹ khói thơm ngon
Khoan thai nâng tách trà, ông lão
Tiếc khóm hoa xuân đã chẳng còn!

(1962)

Văn tức là người. Thơ Trần Huiền Ân như thế nào thì con người ông như thế đó. Chơn chất. Thật thà. Ngay thẳng. Thủy chung. Ông đề cao sự chân thành, giản dị, lòng biết ơn và sự tử tế. Có những giai đoạn đời ông gặp nhiều sóng gió nhưng ông vẫn đạp sóng cỡi gió và ngẩng cao đầu bước đi. Đọc thơ ông không chỉ để thưởng thức, để chiêm nghiệm mà còn có thể học được một điều gì đó từ một trái tim nhân hậu luôn luôn dành tình cảm yêu thương cho con người và cuộc sống xung quanh chúng ta.

Phạm Cao Hoàng
Virginia, 1 tháng 8.2025

(1) Bài thơ "Chuyến đi dài" gồm 2 phần: phần viết về miền Nam là của Trần Huiền Ân và phần viết về miền Bắc là của Yên Hà. Phần của Trần Trần Huiền Ân (Từ câu đầu cho đến "Cầu Hiền Lương..." được soạn giả Bùi Văn Bảo (Bảo Vân) chọn in trong sách giáo khoa Việt Ngữ Tân Thư dành cho học sinh cuối cấp của bậc tiểu học.
(2) Bổ ra - Bổ: bổ dụng, tức là được tuyển dụng. Ở đây có nghĩa là lúc được "bổ" làm giáo viên.

TRẦN C. TRÍ

TỐI VÀ SÁNG

Moon Dream Palace, tranh Cẩm Tâm

Buổi tối trước khi tôi rời khỏi mảnh đất quê nhà tội nghiệp trong những ngày xưa cũ đó, tôi hãy còn một cái tên, *Khiếm*, như tất cả những ai chung quanh mình. Tôi đi như chạy qua khu chợ cũ kỹ, nhớp nhúa, có tên khá mỉa mai là Xóm Mới. Con đường đất trần trụi — không ai buồn tráng nhựa cho nó đã bao nhiêu năm nay — ban ngày là nơi họp chợ, hỗn độn, huyên náo, ban đêm trở thành trống trải, làm lộ ra những căn nhà tồi tàn vừa là cửa tiệm, vừa là chỗ chui ra chui vào của hàng ngàn người sống nhung nhúc trong đó. Ban đêm bây giờ chỉ còn có hai màu, phủ trùm lên tất cả là màu đen của một tấm lụa khổng lồ, dàn trải ngun ngút ba chiều, từ trên xuống dưới, từ trái qua phải, đến khi nào tầm mắt không còn vươn tới được nữa. Màu thứ hai là sắc vàng vọt, bệnh hoạn của những ánh đèn dầu hay những ngọn lửa đèn cầy, leo lét, hiu hắt, chập chờn, từ những cánh cửa lớn, cửa nhỏ trong các căn nhà hắt ra, như những con mắt bệnh hoạn, buồn hiu.

Mảnh đất phủ bóng tối, điểm những ánh lửa vàng như thế đã tồn tại mấy mươi năm nay. Lâu đến nỗi những người lớn tuổi không còn nhớ ánh đèn điện ngày trước như thế nào nữa. Những người nắm vận mệnh của hàng chục triệu sinh linh trên mảnh đất này đã quyết định chỉ dùng điện khí cho các hoạt động kỹ thuật và kỹ nghệ, còn trong sinh hoạt hằng ngày tuyệt đối không ai được dùng điện. Họ gọi đó là tiến bộ tột cùng mà con người có thể đạt đến.

Đêm nay, đêm cuối cùng, tôi còn hai việc phải làm trước khi ra đi.

Việc đầu tiên là đến dự đám cưới của người yêu cũ của tôi. *Hôm nay ngày cưới em [...] Vì sao nàng mời tôi đến*[1]. Tôi vừa đi trong bóng tối, vừa nghe lòng rưng rưng. Rưng rưng mà khóc không được. Và bỗng dưng tôi thèm một điếu thuốc lá quá đỗi. Thuốc lá và khói đắng. Thuốc lá và tình yêu tuyệt vọng. Giọng hát nũng nịu của Sylvie Vartan chợt vang vang trong đầu tôi, *L'amour c'est comme une cigarette/Ça brûle et ça monte à la tête*[2]. Bây giờ, những lời ca chỉ còn trên cửa miệng, trong trí nhớ, không còn nằm trong một cái đĩa hát để người ta có thể cắm điện cho máy hát nhịp nhàng quay đĩa, nhả ra những lời ca tình tứ như thế nữa.

Đám cưới, như mọi đám cưới khác, diễn ra trong ánh đèn dầu và đèn cầy, không phải vì cố tình làm ra thế cho có vẻ liêu trai, cho giống như những đám cưới quý tộc thời phong kiến, mà đơn giản chỉ là vì không có đèn điện. Tôi bước vào đám cưới. Những người khách, đa số là bạn bè tôi quen biết, trông như những bóng ma. Giọng cười nói của họ ong ong như những âm thanh không có thật. Cảnh tượng này — ngập ngụa trong các màu đen, vàng, lẫn một chút đỏ — làm tôi liên tưởng đến bức tranh nổi tiếng của một hoạ sĩ Phục Hưng người Hòa Lan[3]. Cô dâu/người-yêu-cũ-của-tôi mặc một chiếc áo dài trắng như thời còn đi học — thời buổi này ai có thể sắm nổi một cái áo cưới. Nụ cười của cô không biết là nụ cười vui hay nụ cười buồn. Đúng là "nụ", vì nó không nở lớn ra thêm một chút nào nữa. Đứng bên cô, tất nhiên, là chú rể/bạn-thân-của-tôi. Hắn mặc xuềnh xoàng cái áo sơ-mi trắng nhét có vẻ vội vàng vào cái quần đen mà trong bóng tối cũng không che giấu nổi những chỗ đã sờn rách. Trời ạ, cảm xúc lúc này của tôi chắc không ngôn từ nào diễn tả cho hết khi nhìn cô dâu chú rể, mỗi người trước đây có một mối quan hệ đặc biệt với tôi mà trong đám bạn bè còn lại ai cũng biết.

Tôi ngồi xuống một chỗ còn trống, bắt đầu ăn qua loa một vài món còn tệ hơn là những món ăn thường ngày chứ đừng nói chi là dành cho một đám cưới. Nhưng bây giờ hầu như ai cũng quen với những chuyện như vậy. Mỗi ngày còn có cái ăn cho khỏi chết đói là mừng rồi. Để khỏi no cơm rửng mỡ, sinh sự lôi thôi, đòi quyền này quyền nọ. Kiểm soát được cái bao tử của mỗi người là kiểm soát được cả xã hội. Cả một xã hội sống vật vờ như những cái xác sống, như những con ma còn thoi thóp thở. Kẻ cầm quyền đã công khai bày ra con toán trên các văn bản chính thức, ai bảo không chịu đọc kỹ: Độc lập – Tự Do – Hạnh Phúc, chẳng phải là Độc Lập *trừ* Tự Do *trừ* Hạnh Phúc thì là gì. Hiệu số chỉ là con số không to tướng.

Được một chốc, tôi đứng lên, tiến về phía cô dâu chú rể để nói lời chúc mừng sáo rỗng. Tay không chẳng có được một món quà cưới. Bây giờ chuyện đó đã trở thành xa xỉ. Nét mặt của tôi lúc ấy chắc là đầy vẻ ngượng ngùng, lời nói thì lắp bắp, còn cô dâu chú rể cũng sượng sùng không kém. Tôi kết thúc lời chúc mừng nhạt nhẽo, vô hồn rồi quay ra bên ngoài, đi như bị ma đuổi trong màn đêm và trong sương lạnh.

Tôi còn một việc thứ hai phải làm đêm nay, trước khi đi ra bãi xuống thuyền vượt biển. Đó là thực hiện buổi chót cho lớp dạy kèm chui của tôi vào lúc 0 giờ, tất nhiên cũng là trong ánh đèn dầu hao. Tôi muốn làm một nghĩa cử cuối cùng trước khi giã từ mảnh đất chôn nhau cắt rốn này. Lớp dạy kèm của tôi chỉ vỏn vẹn ba người bạn, có cùng ước mơ và dự định như tôi là trốn ra khỏi nước, đi đến một chân trời viễn tưởng mà nghe nói rằng rất đỗi huy hoàng, tráng lệ, chứ không tăm tối, đìu hiu, câu thúc như chốn này.

Chân trời viễn tưởng đó là một đế quốc bá chủ hoàn cầu, giàu có và đầy quyền uy. Những kẻ đã trốn đi được rồi, chúng tôi không biết có đến được bến bờ bên ấy, hay đã bỏ mạng trong đại dương, vì mọi liên lạc từ bên trong ra bên ngoài hay từ bên ngoài vào bên trong đều bị cấm tiệt. Chúng tôi chỉ nghe phong phanh là chốn ấy sáng rực ánh đèn, điều mà ai cũng hằng mơ ước và thèm muốn, và cuộc sống đầy đủ, phủ phê. Điều quan trọng nhất là người ta dùng tiếng Esperanto ở xứ ấy.

Cách đây vài năm, tôi tình cờ mua được một cuốn sách có tựa đề *L'Esperanto*[4] *sans peine* từ một người bán sách cũ có một chiếc xe ba-gác đầy nhóc sách đứng bán bên vệ đường. Về nhà, tôi ngấu nghiến đọc, rồi học thứ tiếng mới mẻ này, rồi tập đọc, tập nói một mình. Tôi đọc ở đâu đó thấy có người bảo lúc mơ màng trước khi ngủ là lúc dễ học thuộc lòng nhất. Thế là mỗi đêm tôi lại đọc như cuốc kêu một đoạn đối thoại trong sách, đọc đến khi hai mắt nặng trĩu, cuốn sách rớt cái bộp xuống giường. Sau này, biết được "người ta" ở "xứ ấy" chỉ dùng tiếng này làm ngôn ngữ chính thức, tôi mừng hết lớn. Vốn liếng tiếng Esperanto của tôi bây giờ đã tạm đủ để tôi kèm lại những người muốn học, vì họ cũng đang nuôi mộng vượt biển như tôi. Lớp học lén lút lúc nửa đêm này đã kéo dài hơn một năm nay ở nhà tôi. Càng dạy Esperanto, tôi càng trở nên lưu loát hơn. Hình như tôi được lợi từ chính việc giảng dạy của mình còn hơn là ba học viên của mình nữa.

Dĩ nhiên là tôi không nói cho ba người ấy đêm nay là đêm giã biệt. Thời buổi này không ai dám tin ai, làm sao tôi có thể tiết lộ với họ là tôi sắp ra bãi để trốn đi bằng ghe. Căn phòng ngủ của tôi được dùng làm lớp học. Trên vách có một tấm bảng lớn. Đối diện là một cái bàn dài với mấy cái ghế. Trong góc phòng là chiếc giường ngủ cá nhân của tôi, cạnh cửa sổ trông ra một giàn bông giấy, giờ này đã phủ đầy bóng đêm. Tôi còn nhớ mãi đêm học sau cùng đó. Trong ánh đèn dầu leo lét, chúng tôi chụm vào nhau, thì thầm tập nói những câu thực dụng phòng khi đến được bến bờ tự do. *Mia nomo estas Nam*—Tên tôi là Nam. *Mi estas dudek kvin jarojn aĝa*—Tôi hai mươi lăm tuổi. *Mi estas rifuĝinto de diktaturo*—Tôi là người tị nạn độc tài. *Kie estas la banĉambro?*—Nhà vệ sinh ở đâu?

Bốn cái bóng hắt lên tường, lung linh như những bóng ma trơi. Đêm càng lúc càng khuya. Hơi lạnh từ bên ngoài lùa vào phòng qua vuông cửa sổ. Hình như ai nấy đều rùng mình. Tôi muốn nói *Adiaŭ*—Vĩnh biệt, với ba người học trò, mà nghẹn ngào không nói được, đúng hơn là không dám nói.

Thế rồi tôi ra đi, vào một đêm không trăng không sao. Những người tổ chức cuộc vượt biển đã cẩn thận chọn một đêm như thế để bảo toàn bí mật cho cuộc đào thoát. Nhờ ơn trên gia hộ, chiếc thuyền mong manh chất đầy mấy chục người của chúng tôi chỉ đi có ba ngày ba đêm thì được một chiếc tàu buôn cứu vớt. Họ đem chúng tôi về một trại chuyển tiếp ở một quốc gia Đông Nam Á. Những người như chúng tôi được dán nhãn hiệu bằng một từ ngữ mới phát sinh vào hậu bán thế kỷ 20: *Thuyền nhân.* Hai tuần sau, sau một số cuộc phỏng vấn hết sức khắt khe của phái đoàn nước tiếp nhận, chúng tôi đáp một chuyến bay đến chân trời viễn tưởng.

Cảm tưởng đầu tiên của nhóm thuyền nhân tị nạn chúng tôi khi ra khỏi lối đi nối từ máy bay vào phi trường của quốc gia tiếp nhận, là ngỡ ngàng, choáng váng trước vẻ đồ sộ, mênh mông của nó. Sau mấy phút bàng hoàng, chúng tôi bắt đầu thấy rõ hơn những gì đang bao quanh mình. Cao tít phía trên đầu của bao nhiêu là hành khách đang dập dìu qua lại, chúng tôi thấy trên tường hàng chữ thật lớn ghi tên quốc gia chủ nhà bằng tiếng Esperanto, nơi từ đây về sau sẽ là nơi định cư của mình suốt cuộc đời còn lại: UNIO DE LA SUPERAJ ŜTATOJ DE EL DORADO. *Ho mia Dio!* Tôi thầm kêu lên trong đầu. Đây là lần đầu tiên trong đời tôi được thấy tiếng Esperanto bằng xương bằng thịt, ngoài cuốn sách cũ rích của mình. Thật nhanh, tôi lẩm nhẩm dịch cái tên ấy ra tiếng Việt để có thể thấm thía hơn nó nghĩa là gì, LIÊN BANG THƯỢNG ĐẲNG EL DORADO[5].

Bên trái của hàng chữ to tướng đó là một lá cờ cũng không kém phần uy nghi. Đó là lá cờ màu xanh lá cây, ở góc trên phía trái có một hình vuông nền trắng, bên trong là một ngôi sao cũng màu xanh lá cây. Đây là lá cờ chính thức của Esperanto, được các tổ chức từ nhiều quốc gia khác nhau dùng trong các hội nghị quốc tế hằng năm về ngôn ngữ này. Lẽ ra tôi phải mừng khi lần đầu tiên được thấy tận mắt lá cờ ấy, tuy nhiên, không hiểu sao tôi lại thoáng thấy ớn lạnh xương sống bởi một ý nghĩ chợt thoáng qua, mình chạy trốn ngôi sao vàng để gặp một ngôi sao xanh. Màu sắc có làm thay đổi được gì không, chẳng biết.

Bên phải của hàng chữ là một bức chân dung khổng lồ, tôi đoán là lãnh tụ của El Dorado, một người đàn ông da trắng, tóc vàng, với đôi mắt nhìn chòng chọc vào người đang nhìn bức ảnh. Kiểu chụp của bức ảnh, cũng khá lạ, không thể hiện đường nét của một lãnh tụ mà lại gợi lên cho người nhìn hình ảnh trong một cái *mugshot.* Tôi lại thấy muốn dựng tóc gáy. Tôi vừa để lại sau lưng hình ảnh nhan nhản khắp nơi của một lãnh tụ bên kia bờ đại dương, để bây giờ nhìn thấy một hình ảnh lãnh tụ khác, có phần đe dọa hơn nhiều.

Dưới hàng tên quốc gia bằng chữ in, tôi đọc được hàng chữ *Ĉi tio estas registaro de blankulo, kaj je la Dio de niaj patroj ĝi restos registaro de blankulo*[6]. Wow! Tôi lại lẩm nhẩm dịch—Đây là chính quyền của người da trắng, và theo ý Thượng Đế của ông cha chúng ta, chính quyền này sẽ mãi mãi là của người da trắng—Không biết những người đang đi cùng tôi có đọc thấy hàng chữ này và có rùng mình không, nhưng tôi thì rùng mình lên đến mấy lượt.

Trời đã ngả tối khi chúng tôi ra khỏi phi trường. Chiếc xe buýt dài từ từ lăn bánh ra khỏi chỗ nhộn nhịp của người và xe đi đi đến đến, đưa chúng tôi vào thành phố. Cả một vùng ánh sáng rực rỡ, chói lòa phủ chụp lấy chúng tôi, tỏa ra từ những tòa nhà chọc trời cao chót vót. Tôi ngây ngất, sững sờ trong vùng ánh sáng huy hoàng đó, ngỡ như vừa từ chốn âm ty qua đến cõi thiên đàng. Xe buýt đưa đoàn lưu dân về một khách sạn sang trọng để mọi người được ăn uống, tắm táp và ngủ nghỉ, đợi sáng mai được chuyển qua Trung Tâm Di Trú làm thủ tục chính thức định cư ở USSED, tên viết tắt của quốc gia mở rộng vòng tay chào đón những người tị nạn chúng tôi.

Đêm hôm đó, quả là tôi đã *nằm mộng suốt đêm trong thiên đường*[7]. Vừa sung sướng vì đã đến nơi an toàn, vừa ngỡ ngàng vì bao nhiêu điều mới lạ chung quanh. Tôi như mê mê tỉnh tỉnh, lúc thì nghe rõ tiếng xe cộ lao xao từ bên ngoài vẳng vào, lúc thì thấy mình đứng hát câu *Tôi đến mừng em trong tiệc cưới*[8] trong đêm bẽ bàng đến gặp hai cố nhân: người tình cũ và người bạn cũ, lúc thì thấy mình trước tấm bảng trong lớp học-phòng ngủ, trịnh trọng đọc cho ba học trò đọc theo, *Unio de la Superaj Ŝtatoj de El Dorado.*

Đến tang tảng sáng, tôi mới chợp mắt hẳn, nhưng chỉ được chốc lát thì đã bị khua dậy, đưa vào sảnh khách sạn để ăn sáng rồi lại lên xe buýt qua Trung Tâm Di Trú.

Tòa nhà xám xịt, nổi bật trên nền trời xanh, không có vẻ gì là đang nồng hậu chào đón chúng tôi cả. Ánh sáng đèn điện rực rỡ của ban đêm bây giờ đã nhường chỗ cho những tia nắng chói chang của mặt trời, soi rọi mọi thứ trên thế gian, kể cả những gì màu đen hay xám xịt, như tòa nhà này.

Bước vào bên trong, chúng tôi thấy lại những hàng chữ, cờ xí và chân dung lãnh tụ như đã thấy ở phi trường hôm qua. Đặc biệt, có thêm hai hàng chữ khác. Hàng chữ thứ nhất khiến tôi thấy ấm lòng đôi chút: *Bonvenon al USSED!*—Chào Mừng Quý Vị Đến El Dorado!—Hàng chữ bên dưới, đọc vào tôi không biết nên mừng hay nên lo, *Ni parolas nur Esperanton*—Chỉ nói tiếng Esperanto.

Nhân viên di trú, khác hẳn với lời chào mừng, ai nấy đều mặt lạnh như tiền. Tôi để ý thấy ngoại trừ một số ít là người gốc da đen, da nâu hay da vàng, đa số là người da trắng. Họ đi đi lại lại, lầm lầm lì lì, làm những động tác thân thể cứng đơ, không khác gì những người máy. Khi nhóm chúng tôi đã yên vị rồi, một số nhân viên bắt đầu phát cho chúng tôi những cái gắn vào tai để chúng tôi có thể nghe bằng tiếng Việt những lời chỉ dẫn làm thủ tục bằng tiếng Esperanto của người đang đứng sau một cái bục trước mặt chúng tôi. Trong đó, họ có nhắc nhở, *Vi devas lerni esperanton kaj neniam povas paroli vian gepatran lingvon*—Quý vị phải học tiếng Esperanto và không bao giờ được dùng tiếng mẹ đẻ của mình.

Một trong những điều đầu tiên mà chúng tôi phải làm là từ bỏ tên họ, để từ giờ trở về sau chỉ mang một cái mã có vừa chữ vừa số theo thứ tự sau: (1) Phái tính (V/*vira* cho phái nam, I/*ino* cho phái nữ, và N/*nek* cho những ai không muốn xác định phái tính; (2) Chủng tộc (A cho da trắng, B cho da nâu, C cho da vàng và D cho da đen); (3) Danh tính (tháng, ngày, năm sinh); (4) Tình Trạng Di Trú (DC/*denaska civitano* cho công dân bản xứ, NC/*naturigita civitano* cho công dân nhập tịch, và EN/*enmigrinto* cho dân nhập cư; và sau cùng là (5) Loại Máu (đánh số từ 1 đến 8 cho các loại máu khác nhau). Đối với hạng mục nhận diện sau cùng, chúng tôi được lấy mẫu máu chớp nhoáng ngay tại chỗ.

Thế rồi từ ngày hôm ấy, tôi không còn là Nguyễn Thiên Khiếm nữa, mà là VC-04-30-1965-EN-7. Để tiện việc xưng hô, cô nhân viên cho biết mọi người thường gọi nhau bằng tháng và ngày sinh, tất nhiên là sẽ có sự trùng hợp nhưng không phải lúc nào cũng có chuyện đó. Giống như thiếu gì có người tên Việt hay Nam vậy. Như vậy, từ đây về sau, "tên" của tôi sẽ là *Kvar-Tridek* (4-30), đọc theo tiếng Esperanto.

Sau khi tất cả những ai hiện diện đã được mang một mã chữ-số thay thế cho tên gọi của mình, mọi người được yêu cầu nghỉ 15 phút trước khi được lần lượt gọi vào phỏng vấn để được chính thức cấp thẻ nhập cư. Ai nấy đều tản mát ra nhiều chỗ. Có người ngồi nghỉ ngơi ngay tại chỗ. Nhiều kẻ bước ra ngoài, tản bộ trong ánh nắng vẫn còn dìu dịu của buổi sáng, hoặc ngồi ở băng ghế dưới vài tán cây râm mát. Tôi cũng tìm được một băng ghế, đang xoay mình sắp ngồi xuống thì một người đàn ông Á châu đi ngang nói giọng rất sõi:

"*Bonan matenon! Kio estas via kodo?* — Chào anh! Mã của anh là gì?"

Tôi hơi giật mình, ngoảnh lại đáp:

"*Saluton! Mi estas Kvar-Tridek* — Chào anh. Tôi là 4-30."

Nhìn vẻ mặt của anh ta, tôi hỏi tiếp, bằng tiếng Việt:

"Anh người Việt hả?"

Anh ta gật đầu, định trả lời tôi thì có một nhân viên đi ngang qua. Anh vội cao giọng:

"*Jes. Mi estas vjetnama. Mia kodo estas dekdu-ses* — Phải, tôi là người Việt. Mã của tôi là 12-6."

Chờ cho anh nhân viên đi khuất, anh ta thì thầm với tôi:

"Chớ có nói tiếng Việt khi có ai đứng gần. Tôi là Đức, nhân viên bảo vệ. Anh tên gì?"

"Tôi tên Khiếm," tôi cũng thì thầm theo, "Thật ra, nói tiếng Esperanto cũng là một điều hay. Tôi đã học và dạy tiếng này được mấy năm rồi."

"Hay chỗ nào?" Đức cười gằn làm tôi cụt hứng, "Sao anh nghĩ là nó hay?"

"Thì hồi cộng hòa người ta gọi Esperanto là Thế Giới Ngữ, còn thời cộng sản họ gọi là Quốc Tế Ngữ, chẳng phải thứ tiếng này có tính chất đại đồng hay sao?"

"Đại đồng!" Đức nhại lại chữ tôi vừa dùng, cười gằn thêm một cái nữa, "Anh bảo là đã học và dạy Esperanto lâu rồi, bộ anh không thấy thứ tiếng này chẳng có gì là 'thế giới' hay 'quốc tế' sao? Thế giới, quốc tế chỗ nào mà chỉ toàn là chữ có gốc từ tiếng Anh, tiếng Pháp, tiếng Ý, tiếng Đức hay tiếng Nga, hầu như chẳng có từ ngữ nào từ châu Á, châu Đại Dương hay châu Phi cả. Anh thử nghĩ mà xem!"

Lại có một nữ nhân viên da trắng đi qua trước mặt chúng tôi. Đức đổi giọng, vui vẻ nói:

"*Mi tre ĝojas, ke vi atingis ĉi tiun landon!* — Tôi rất mừng vì anh đã đến được đất nước này!"

"*Ankaŭ mi* — Tôi cũng vậy," tôi nheo mắt, đáp lại.

Đức nói thật nhanh, gần như nín thở, như thể anh sợ không có đủ thì giờ nữa:

"Nói cho anh biết trước để chuẩn bị tinh thần, bắt đầu từ ngày mai, anh sẽ phải mặc đồng phục như mọi người, được cấp một chiếc xe cùng một hiệu duy nhất, được ở trong một căn chung cư rập cùng một khuôn, phải ăn uống những món như mọi người khác..."

Ngưng một giây, Đức lại tiếp tục:

"Anh và mọi người sẽ chỉ đọc một tờ báo duy nhất trên cả nước, xem truyền hình trên cùng một băng tần, đọc những cuốn sách hay xem những cuốn phim đã được đóng dấu chấp thuận... Về việc làm, nghề sẽ chọn anh chứ anh không được chọn nghề. Và đây là điều quan trọng nhất: Mỗi ngày anh sẽ phải đứng trước chân dung lãnh tụ ba lần để đọc Kinh Thánh, tựa như người Hồi giáo làm lễ *Salah* hằng ngày của họ vậy. Ngoài ra, anh khỏi phải lo thiếu ánh đèn điện như anh đã từng thiếu thốn ở trong nước. Ở xứ này, ánh đèn điện sẽ chiếu rọi hực hỡ, chói lòa vào tất cả những gì khuất lấp trong xương thịt lẫn linh hồn của anh."

Vừa lúc ấy, loa phóng thanh vang vang gọi mọi người trở lại phòng đợi để chuẩn bị được phỏng vấn. Đức uể oải đứng lên, buông một lời chào và một lời chúc:

"*Ĝis revido kaj bonŝancon!* — Gặp lại anh sau và chúc anh may mắn!"

"*Ĝis!*" tôi thẫn thờ đáp lại, "*Kaj koran dankon* — và cám ơn anh nhiều."

Tôi lững thững đi theo dòng người từ từ quay lại phòng đợi. Một lát sau, tôi nghe mã của mình đọc qua chiếc loa từ một góc phòng:

"*Va-Co-Nulo-Kvar-Tridek-Unu-Naŭ-Ses-Kvin-E-Na-Sep!*"

Tôi đứng bật dậy như một cái máy. Đi dọc theo bức tường hướng về phía cánh cửa đang mở rộng chờ tôi vào, tôi chợt ngước lên nhìn bức chân dung lãnh tụ đang đăm đăm ngó tôi. Căn phòng đầy tiếng xì xào của người nói lời qua tiếng lại, nhưng tôi nghe như có tiếng thở dài áo não của chính mình từ một chỗ nào rất sâu trong tận đáy hồn.

Trần C. Trí

---

[1] *Ngày Cưới Em* (1962) - Y Vũ

[2] *L'Amour c'est comme une cigarette* (1981) - Michel Mallory & Florrie Palmer

[3] *Dulle Griet* (1563) - Pieter Bruegel de Oudere

[4] Tiếng Esperanto là một thứ tiếng nhân tạo, do bác sĩ người Ba Lan gốc Nga Ludwik Lejzer Zamenhof phát kiến. Tên gọi ngôn ngữ này có nghĩa là "Người Hy Vọng", vì theo lập luận của tác giả, khi mọi người trên thế giới nói cùng một thứ tiếng thì sẽ không còn chiến tranh nữa.

[5] El Dorado là tên tưởng tượng của một thành phố vàng trong thần thoại được cho rằng tọa lạc tại một nơi nào đó ở Nam Mỹ. Tính từ *dorado* trong tiếng Tây Ban Nha có nghĩa là "vàng", "bằng vàng" hoặc "vàng son".

[6] Nguyên văn tiếng Anh: *This is a white man's government, and by the God of our fathers it shall remain a white man's government,* trích trong tiểu thuyết *The Clansman* của Thomas Dixon Jr. (1905).

[7] *Cho Đời Chút Ơn* (1993) - Trịnh Công Sơn

[8] *Nhà Anh Nhà Em* (1971) - nhạc Anh Sơn - Thơ Hà Liên Tử (1958)

TRẦN THỊ NGUYỆT MAI

THÁNG CHÍN

Tháng Chín năm ngoái con về
Cây mai chợt nở bên hè một bông
Không còn phải đợi, phải mong
Được cầm tay Mẹ, được trông bóng hình
Dáng gầy như liễu mong manh
Tuyết vương màu tóc, hiền lành mắt nâu

Nhớ hồi bé bỏng năm nao
Mẹ ru bằng điệu ca dao dỗ dành:
Ví dầu cầu ván đóng đinh
*Cầu tre lắt lẻo gập ghềnh khó đi **
Khó đi nhưng có Mẹ thì
Con an tâm chẳng việc gì phải lo...

Nhớ xưa tần tảo nắng mưa
Thân cò lặn lội sớm trưa nhọc nhằn
Mẹ hy sinh chẳng quản thân
Một mình, mình một trong ngần ấy năm
Buồn riêng nén giọt lệ thầm
Trong đêm ai thấu được tâm sự mình...

Thời gian trôi qua thật nhanh
Mừng sao cây trái tốt lành nở hoa
Nhờ ơn Mẹ cũng là Cha
Công chăm vun bón bao la biển trời
Mẹ nay ánh mắt rạng ngời
Đã xong gánh nặng một đời lo toan

Giã từ những ngày gian nan
Vui bên con cháu rồi sang xứ người
Mẹ qua Mỹ ở một thời
Đi đây đó thăm khắp nơi thỏa lòng
New York, Falls Church, Dayton,
Toledo, Anaheim, Houston, tuyệt vời...

Dallas tuy nóng nhưng vui
Em con đưa Mẹ đi chơi thả giàn:
Montréal thăm họ hàng,
Paris quyến thuộc, bạn vàng ấu thơ,
Tháp Eiffel, Bảo tàng Louvre,
Champs-Élysées, Vườn Luxembourg, Thánh Đường...

Sydney những ngày sang Xuân
Biển xanh quyến rũ bước chân cát mềm
Úc châu cuộc sống êm đềm
Người thân yêu luôn ở bên cạnh mình
Cảnh quan đẹp tựa như tranh
Mẹ an hưởng phúc thật lành trời ban

Sau đó trở về Việt Nam
Quê hương yêu dấu thời gian cuối đời
Một ngày Mẹ bỏ cơm rồi
Không còn muốn nữa làm người dương gian
Mẹ ra đi rất nhẹ nhàng
Để tiếc thương lẫn bàng hoàng trong con

Trời vào Đông lạnh buốt hồn
Từ nay vĩnh viễn không còn Mẹ yêu
Dẫu đang ở tuổi xế chiều
Mồ côi Mẹ vẫn là điều chẳng mong
Mẹ ơi! Gọi Mẹ muôn lần
Con làm sao giấu nỗi buồn sâu thẳm này? ■

02.12.2024 – 28.07.2025

** ca dao*

TRẦN VẤN LỆ

NỤ HÔN CÀI TRÊN NHÁNH LÁ

Bây giờ lá còn xanh, mùa Hè chưa mệt nghỉ! Tôi ra vườn thủ thỉ chuyện chiều lá với tôi...

Bây giờ chiều đang rơi mà lá chiều chưa rụng có nghĩa là đời sống còn màu xanh ước mơ...

Mai, có thể không ngờ mùa Thu đi ngang ngõ... lúc đó chiều nhiều gió, lúc đó lá vàng rơi...

Lúc đó ông Mặt Trời... cũng buồn như con ngõ? Người đàn ông bật lửa nhìn khói thuốc chiều bay...

Tôi đang nói hôm nay... tự nhiên qua chuyện khác! Chuyện gì cũng tản lạc, dám rồi như khói lam...

Khói của buổi hoàng hôn quê nhà mình biền biệt! Hết rồi bạn thân thiết, sao còn tâm với tư?

Sao còn chi đây thơ... mờ mờ hoa lá Hạ?

*

Thường khi nói mùa Hạ, người ta nhắc Huyền Kiêu... một nhà thơ đáng yêu, mùa nào cũng tình sử!

"Em Thơ! Chị Đẹp gió thổi áo dài bay đâu?". Em Thơ đứng cúi đầu, vòng tay, thương lắm lắm...

Biết chị giờ thăm thẳm một dòng sông xanh xa... Huyền Kiêu hết đi qua thuở chàng còn trai trẻ...

Bây giờ... nhành lá sẽ trở vàng như tóc Thu... Tôi lăn trái mù u, tôi nhìn chân em bước!

Sao mình không nghĩ ngược: Bây Giờ Tình Mùa Xuân? Anh làm em bâng khuâng, anh hôn em... ai biểu! ■

TRIỀU HOA ĐẠI

CUỐI NGÀY

về lại đây cuối ngày
nghe hồn chùng như mây
nhớ bước chân người ấy
quẩn quanh những dấu giày

về lại nơi chốn này
nghe thoảng mùi hương bay
xót chưa ngày xa ấy
tôi về tìm ai đây?

bước hoài chân cũng mỏi
cánh cửa đời cũng lơi
trăng soi lòng chưa đủ
chạm nhẹ bóng gầy ai

chiều. với chiếc lá rơi
ngỡ như đời cũng vậy
giật mình như đâu đấy
đường trần người qua đây

về đi thôi rất lạ
những ai người năm xưa
thoảng mùi hương áo mỏng
nhẹ như chiều mưa qua ■

PHƯƠNG TẤN

CHỈ XE TÌNH ĐÃ ĐỨT

Xớ rớ giữa xó đời
Nhỏ to cùng mộ bia
Lòng khua cho động ván
Vang vang tiếng sầu than.

Chim muông còn nhớ tổ
Người quên tổ quên tông
Nước sông đã cạn nguồn
Chỉ xe tình đã đứt.

Con nhớ Mẹ, Mẹ ơi
Cố lội qua bể đời
Con ngẩng mặt nhìn trời
Trời đen thủi, đen thui.

Con nhớ Mẹ, Mẹ ơi
Nhìn đất thấy ma trơi
Cố lội qua bể đời
Đời buồn thỉu, buồn thiu.

Xớ rớ giữa xó đời
Nhỏ to cùng mộ bia
Nhìn đất rồi nhìn trời
Con nhớ Mẹ. Mẹ ơi! ■

(Trong tuyển tập thơ văn THƯA MẸ, 2026)

THÁI TÚ HẠP
BÊN ĐỒI LAU XANH

mùa đi lá nhớ
cây ngàn
tình em như ngọn nắng vàng
cuối sân
đời buồn
một thoáng phù vân
từ trong thiên cổ
u trầm có nhau
nhớ thương
tóc biếc mây sầu
rừng hoang nhớ gió
bên đồi lau xanh

em còn tiếc cụm hoa chanh
còn mơ con bướm trên cành
tương tư
bao giờ nghe ý
trùng tu
thân như giòng nước cõi hư vô này
mai sau
còn dấu chim bay
dưới sâu cát bụi
đổ dài bóng tôi ■

M.H. HOÀI LINH PHƯƠNG

TÌNH ĐIÊN

Khi người nhìn tôi mắt buồn lặng lẽ
Rất âm thầm che giấu những riêng tư
Tôi rộn rã nói, cười giữa một đám đông vui
Môi kiêu bạc như một loài gỗ đá
Tôi áo đỏ, áo xanh trong cơn mưa đầu mùa hạ
Tóc hững hờ, kính ốp, quần nhung
Màu sắc chói chang... nhưng đau xót vô cùng!
Lạ mặt với người
Còn tôi với riêng tôi nghe lòng mình bỗng khóc
Khi tôi mặc áo trắng dài đơn độc
Mới thực sự là mình – con ốc nhỏ mùa đông
Yêu người cuồng điên
Vẫn cúi mặt lạnh lùng
Vẫn khinh bạc
Lãng quên đời khốn khổ
Sao tiếng đàn người...
Làm buồn và gây nhớ?
Những mùa mưa quá khứ đã rời xa...
Tôi khép mắt lặng im
Bỗng ước mong đời bé nhỏ, hiền hòa
Chợt thèm chết trong tay người
(Bóng bình yên cho một lần buông xuôi, yên nghỉ)

Những tiếng nhạc bồng bềnh
Âm giai la thứ
Tôi cúi đầu nghe ngất ngây say
Mắt mình ướt
Hồn mình cay
Muốn xách súng bắn lên trời
Hay cạo trọc đầu đi lang thang như cô hippy lạc loài nhìn đời vô nghĩa!

*

Tôi yêu người
Tình điên
Nhưng ngậm ngùi vô kể
Sao ánh mắt người nhìn vẫn buồn bã, mênh mông? ■

ĐẶNG HIỀN

CÁNH ĐỒNG MÙA THU

Khi em trở lại
Bằng những cánh tay vàng của lá
Buồn ở nhớ nhung
Những đám mây mùa hè lẩn trốn
Em còn đâu đó trong tôi

Ngày quay về ngơ ngác
Tóc không đủ dài làm rừng lá thu phong
Đôi mắt ngủ vùi khoảng xanh đằm thắm
Trống không...

Mùa thu trải ra trải ra
Từng bước chân trên ngọn cỏ khô
Có em chạy băng qua cánh đồng hoang tưởng

Nụ hôn vội một sáng ướt mưa
Có phải em và mùa thu
Chia tay và nỗi buồn có thật
Như mưa
Rơi xuống đời nhau. ■

NGUYỄN MINH NỮU

Rất Nhiều và Những

Rất nhiều những tách cà phê
Chảy tan vào những đêm khuya một mình
Rất nhiều những lúc một mình
Chảy tan vào những tự tình cà phê

Rất nhiều những tỉnh những mê
Chảy tan vào những tái tê giọt buồn
Rất nhiều thơ đã khởi nguồn
Chảy tan vào đất, chạy tuôn vào lòng

Rất nhiều những nỗi chờ mong
Chảy tung tăng những long đong phận người
Rất nhiều lời nói trên môi
Chảy trong quên lãng nên người xa tôi. ■

DAN HOÀNG

THU DỖI

Hạt sương long lanh trong mắt,
Lóe lên một tia nắng ngời.
Em ngồi tóc buông gió mát,
Dỗi hờn tình lên khóe môi.

Mùa thu dường như qua cửa,
Cuốn theo mấy cánh lá vàng.
Con chuồn chuồn kim cánh dứa,
Kéo áng mây trời bay ngang.

Tôi nhìn nàng mà chẳng nói,
Biết hỏi gì lúc đang ghen?
Tội nghiệp đôi bàn tay nhỏ,
Cứ nắm chặt nỗi oan khiên?

Hạt mưa long lanh khóe mắt,
Nhặt khoan một điệp khúc quen.
Ướt mềm bên thềm hoa Cúc,
Buốt lòng cơn gió rối ren.

Lá vàng êm đềm rơi xuống,
Ngả trên thảm cỏ úa màu.
Dường như sầu rơi lay động,
Trời chiều đã luống thương đau.

Mùa Thu cúi đầu ủ rũ,
Ngủ vùi trên bờ vai ngoan.
Tôi hôn lên làn tóc cũ,
Hạnh phúc chợt đến mênh mang. ■

Phố biển, 08/08/25

LÊ CHIỀU GIANG

CHÍN. MỘT. MỘT

Thiên hạ
Chẳng ai có nhà
Ta gọi khắp phương
Gọi thêm:
911

Đời.
Im mọi tiếng nói
Ta hét cùng
Thinh không
Có chút gì rất mới
Trong lòng ta
điêu tàn

Thiên hạ biến đâu hết?
Phố xá tan như sương
Ngồi bên vầng trăng trắng
Ta viết lời:
Cáo Chung

Nét bút ta sắc như tranh vẽ
Biến mặt trời ra một bóng
Đêm. ■

[Ngu Yên phổ nhạc 1999]

HOÀNG HOA THƯƠNG

NGƯỜI ÔM TƯỢNG ĐÁ

Người tìm gì trong nắng
Nắng đã thuộc về trời
Một mai ngày xuống thấp
Nắng cũng trả lại thôi

Ta tìm ta trong mưa
Phiêu du tầng mây nổi
Qua đây thân phận này
Như hạt mưa đang rơi

Tìm ai trên tượng đá
Hạnh phúc là hoa tươi
Tay ghì không buông thả
Hoa héo bỏ xa người

Tìm gì trong bóng tối
Xin đừng tắt sao ơi
Niềm vui không ở lại
Đôi tay cũng xa đời

Ta luân hồi theo em
Miệt mài ôm cánh mỏng
Nụ cười ai niêm hoa
Nơi miền hư ảo đó! ■

July 21, 2025
Viết từ Phố Bolsa, California

TRẦN THANH QUANG

BÊN BỜ SÔNG TÍM

Em yêu ạ, trăng đã già mấy lửa
mối tình đầu se sắt nửa đời thôi
ta vẫn đợi bến bờ xa quạnh quẽ
con nước nào thê thiết một dòng trôi

Em yêu ạ tóc đã vài sợi nhớ
phả một màu thánh khiết cuộc tình thơ
em bến lạ sông đời đừng xoáy lở
để an nhiên ta hiu hắt bóng chờ

em yêu ạ, giá ta đừng rất Huế
nghìn trùng xa không cạn một mùa yêu
không ngăn cách ta em và mãi mãi
tội tình chi giọng nói gọi là kiêu

em yêu ạ, thôi thì xa xa mãi
hoa cúc này ta gởi lại sông xưa
xin mặc khải mối tình mình dấu ái
chuyến đò đời ai cũng một lần đưa. ■

NGUYỄN AN BÌNH

ĐI TRONG MƯA SÀI GÒN

Mưa trong phố - một ngày thôi
Xin san sẻ nửa cho tôi với người
Mặc tình theo lá rong chơi
Tôi lang thang giữa quán đời phù hư

Mưa trong nắng – một mình ư
Nên không chấm đất tạ từ cũng không
Quanh co hết mấy góc đường
Trong từng sợi tóc chợt buồn vu vơ

Mưa trong gió – thật dại khờ
Vì tôi cứ ngỡ em vừa qua đây
Tóc thơm xõa kín bờ vai
Trong tôi có nửa hình hài của em

Mưa trong quán – một mình quên
Biết treo nỗi nhớ hằn lên góc nào
Ghế long bàn gãy chực nhào
Tình xa lắc đã chìm vào bóng mưa

Mưa trong mắt – một ngày xưa
Ước chi dâu bể dư thừa quên tôi
Để trong veo tiếng em cười
Để tôi vẫn mãi là người... mộng du ■

THÁI TUẤN

CAO NGUYÊN

THU SANG

thu sang. chiếc cành nhỏ
phơi lá đỏ. con chim nhỏ nhẹ
rơi lên chiếc cành nhỏ ■

TRẦN ĐÌNH SƠN CƯỚC

Quạ Và Bồ Câu

Ở quê tôi
Người ta vác sào đuổi quạ
Chỉ có bồ câu
Quanh quẩn trước sân nhà

Điều chính điều tà
Như màu trắng bồ câu
Như màu đen áo quạ
Chẳng thể nào dung hòa

Nơi đây
Chim bồ câu và quạ
Chung nhau mảnh trời xanh
Chia nhau một gốc cành

Bồ câu nói với bồ câu
Này trời đất bao la
Đâu phải của riêng ta
Mà còn chung với quạ

Màu trắng bồ câu
Màu đen áo quạ
Là gam độ sắc màu
Mãi bên nhau tồn sinh...

Giật mình
Ta muốn bỏ
Cục bướu đầu cực đoan. ■

(Tustin)

NGÀN THƯƠNG

TRẦM TƯ

Chợt nghe thành phố thở
Giữa đêm khuya não nề
Ánh đèn vàng hiu hắt
Hắt xuống bước chân đi

Một ngày rồi tiếp ngày
Qua dòng sông tâm thức
Thạch Xương Bồ hương cũ
Đã phôi pha cội nguồn

Giọng em hoài mê hoặc
Bao lữ khách về thăm
Trước Cấm thành anh gọi
Sao chẳng có ai thưa

Ngước nhìn về Vỹ Dạ
Nhớ Hàn sống và thơ
Hàng cau đâu thuở nọ
Con thuyền sóng nhấp nhô

Huế mình sao lận đận
Những tên gọi đổi dời
Tay ôm choàng sương khói
Buồn biết mấy em ơi! ■

VŨ THẤT

Về Hưu

Vào sở, việc đầu tiên của tôi là gắn chiếc walkie-talkie vào thắt lưng, rồi thong thả đi một vòng kiểm tra tình trạng khiển dụng của các máy in-chụp Xerox từ tầng một lên đến tầng năm. Mỗi tầng hai máy, nằm ở hai đầu hành lang. Hôm nay xem ra thuận lợi: không có máy nào kẹt giấy, hết mực, đứt cầu chì. Tôi chỉ cần châm thêm ít giấy mới.

Thời gian còn dư dả, tôi bất chợt có ý muốn lên tầng sáu. Lâu lắm rồi chưa lên đó. Hãng này trước kia đóng đô ở Maryland trong một tòa nhà ba tầng, rồi nhờ thắng nhiều cuộc đấu thầu, cần mở rộng không gian làm việc, nên đã thuê cả tòa sáu tầng hoàn toàn mới ở Virginia. Chín năm rồi, chẳng lẽ còn bỏ trống? Hồi mới đến, tôi từng lên đây một lần, tầng lầu rộng rãi, trống trơn. Tôi vẫn nhớ cảnh quan mùa Thu vùng Herdon nhìn từ trên cao đẹp tuyệt vời. Hôm nay, cơ hội cuối cùng để ngắm sắc thái mùa Đông.

Tầng sáu vẫn thế: trống trơn, thênh thang, sạch sẽ. Ánh nắng phản chiếu trên nền gạch nhựa màu lục có vân, lan tỏa một độ sáng êm mát dễ chịu. Tôi bước lại gần bức tường kính ở khoảng giữa. Kính màu xanh nhạt, ngăn tia tử ngoại, mở ra một không gian bên ngoài nhiều thi vị.

Quả là một bức tranh mùa đông đẹp mắt: bầu trời xanh biếc vắt ngang những tòa nhà bề thế, vươn cao. Vài cụm mây trắng trôi dật dờ, và một chiếc phi cơ đang chúc mũi hạ xuống phi trường

Dulles. Những hàng cây trụi lá không còn che kín con lộ 66 rộn ràng. Tuyết phủ trắng mọi lối đi, biến mặt đất thường ngày đầy hoa cỏ thành một thảm ngà tinh khiết. Chếch hướng hai giờ là tòa SpringHill Suites Marriott, nơi mười hôm trước hãng tổ chức tiệc Giáng Sinh cho bốn trăm nhân viên. Phía trái, khu townhouse mới xây, nghe đâu đến ba trăm căn. Tấm bảng dựng bên đường ghi giá "từ 250 ngàn đô".

Tôi nhìn con số, công nhận vợ tôi có lý. Mười lăm năm trước, chúng tôi mua căn nhà đầu tiên với giá chỉ bằng một phần ba. Bảy năm sau đổi sang căn *single house* với giá *townhouse* hiện tại. Và căn *single house* hiện tại đã tăng nửa triệu. Chính điều đó làm vợ tôi thúc đẩy tôi nghỉ hưu sớm, bán căn nhà, thuê một *apartment*, nhập tiền lời vào quỹ hưu trí và an sinh xã hội, sống thong dong đến... trăm tuổi.

Nhưng khi biết nàng chỉ tính cho tôi, còn nàng thì vẫn tiếp tục đi làm thêm 10 năm nữa cho đúng tuổi nghỉ hưu, tôi phản đối:

– Không! Anh cũng đi làm 10 năm nữa. Đồng vợ đồng chồng, tát bể Đông cũng cạn.

Nàng dịu dàng:

– Anh ở tù 10 năm, nên nghỉ ngơi sớm.

Tôi phản bác:

– Mười năm đó, em một mình lo cho hai con.

Nàng dứt khoát, giọng nhà binh:

– Đó là lệnh!

***

Quyết định nghỉ việc thì không khó. Nhưng mở lời với sếp... mới là chuyện khiến tôi áy náy. Mười máy in đang bận rộn suốt ngày làm tôi cũng lu bu suốt ngày. Xin nghỉ lúc này thật không nên, không phải.

Tiếng walkie-talkie khẽ reo. Sếp gọi. Tôi mừng. Thế là hết băn khoăn. Cơ hội gặp sếp tự đến.

Văn phòng của sếp và trung tâm in ấn của tôi cùng ở tầng trệt. Tôi gõ cửa. Sếp ngẩng đầu, mỉm cười ngoắt tay. Tôi bước vào, mở lời thông lệ:

– Good morning Mr. White. How are you today?

Sếp đưa tay bắt, vui vẻ:

– I'm fine. And you?

– Not very good.

Sếp sững nhìn, ngạc nhiên. Câu trả lời không giống câu sếp nghe thường ngày. Tôi ngập ngừng ngồi xuống ghế. Giọng sếp lo lắng:

– "Không khá lắm" là sao?

Tôi vẫn không biết mở lời thế nào, cười gượng:

– Sếp muốn gặp tôi mà? Tôi có thể làm gì cho sếp đây?

– À, tôi muốn nhờ anh coi giùm công việc của phòng. Tôi có buổi họp lúc 9 giờ.

Sếp nhìn đồng hồ, nghiêm giọng:

– Nào, có chuyện gì?

Tôi dứt khoát không vòng vo:

– Thưa sếp, tôi rất tiếc... nhưng tôi muốn xin nghỉ việc.

– Cái gì? Anh nói cái quái gì?

Tôi cười nhẹ, một kiểu cười vừa áy náy vừa buồn bã:

– Sếp nghe rồi mà!

Sếp vẫn nhìn tôi đăm đăm:

– Anh không đùa chứ?

– Thưa không! Tôi thực sự muốn nghỉ hưu!

– Anh có biết đây là thời điểm tôi cần anh nhất.

– Tôi biết... nhưng rất tiếc!

Sếp da đen nhưng mang họ White ngồi bật dậy, gõ lộp cộp lên bàn phím rồi hé đôi môi dày:

– Anh còn hai năm nữa mới tới tuổi hưu.

Tôi gật đầu:

– Nhưng vợ tôi muốn tôi nghỉ hưu non.

– Nghỉ hưu non thì… tiền có là bao! Còn đối với hãng, cũng thiệt thòi. Anh làm việc đã được 9 năm, chỉ cần làm thêm một năm nữa sẽ hưởng được trọn hưu bổng. Nghỉ bây giờ anh chỉ hưởng được một nửa.

Tôi cười đùa:

– Vợ tôi nói sinh mạng quan trọng hơn tiền bạc. Ở sở, ông là Sếp. Nhưng ở nhà bà ấy là… Tổng Tư lệnh!

Sếp cười phá lên:

– Thì ít nhất anh cũng cho tôi biết lý do nào mà vợ anh bảo xin nghỉ!

Lòng tôi se lại. Sự chân thành khiến tôi bối rối. Tôi thấy nên nói thật:

– Tối thứ sáu, trên đường về gặp trời tuyết trơn trợt, nên xe tôi bị tạt ngang và xe sau tông ngang hông.

Sếp trố mắt:

– Hiện anh thấy thế nào?

– Người thì OK. Chỉ hư xe.

– Thì bảo hiểm bồi thường, việc gì phải nghỉ.

– Vợ tôi nói đường đến sở quá xa. Bà ấy không muốn để tang tôi sớm.

– Lý do không chính đáng. Tiếp tục đi làm. Tôi cần anh.

Tôi ngẫm nghĩ mà buồn cười. Hãng trước tôi làm 9 năm, bị buộc cho nghỉ. Hãng này cũng 9 năm, xin nghỉ thì bị từ chối!

Đương nhiên từ phút này tôi nể vợ hơn nể sếp!

***

Tôi được yêu cầu làm thêm một tuần chỉ để hướng dẫn người thay thế. Vào ngày áp chót, mười sáu người của Phòng Dịch Vụ rủ tôi đi nhậu chia tay. Quán HOOTERS – một nơi nổi tiếng mà tôi chưa từng đặt chân. Biển hiệu đỏ rực, âm nhạc xập xình, các cô chiêu đãi trẻ trung trong đồng phục gợi cảm. Quần màu da cam cũn cỡn, áo trắng ba lỗ lồ lộ. Trên ngực trái in hình con cú đen với hai mẫu tự O là hai con mắt cú vọ như hai mắt tôi hiện tại.

Mười sáu người chia ba bàn. Vừa ngồi xuống thì một tiếng gọi từ quầy vang lên:

– Hello! Hello Mr. White and Mr. Vo!

Rick Danton – sếp cũ, người đã phỏng vấn và nhận tôi vào làm sau khi tôi bị hãng cũ cho nghỉ – xuất hiện. Ông bắc thêm ghế ngồi kế tôi. Một cô chiêu đãi mang các đĩa đậu phộng và các hạt lạ mắt, rồi hỏi từng người thức uống. Tôi chọn Budweiser. Rick nhắc lại chuyện kinh Đồng Tiến, nơi chúng tôi từng cùng phục kích Việt Cộng. Tôi nghe như một thước phim cũ được tua lại, sống động và xúc động.

Rick đột nhiên hỏi:

– Tôi nghe nói bạn có nhà riêng?

Tôi dè dặt gật đầu.

– Lương bạn thấp hơn, làm sao lại làm chủ được ngôi nhà trong lúc tôi còn ở nhà mướn?

Ron bồi theo:

- Tôi cũng ở nhà mướn như Rick, cũng cần biết bí kíp.

Tôi ngập ngừng. Họ là người Mỹ chính gốc, đều là sếp của tôi, nhưng lại hỏi tôi một việc mà đúng ra tôi mới là người cần hỏi. Nhưng Rick là người thu nhận tôi, còn Ron đối xử tử tế suốt thời gian qua, cho nên tôi nói thật, dù khó tin với người Mỹ:

– Bí kíp rất đơn giản. Chúng tôi theo đúng thành ngữ "An cư, lạc nghiệp". Ưu tiên là có căn nhà. Muốn có nhà thì trước hết phải theo đúng câu tục ngữ "Cơm nhà, quà vợ”. Kế đến là không thiếu nợ thẻ tín dụng, tránh xa food machine, restaurant. Cuối cùng là đừng bao giờ bén mảng đến... Hooters!

Cả bàn cười nghiêng ngả...

***

Sáng thứ sáu, chuông reo. Tôi thức dậy, định nằm nướng thêm chút nữa. Nhưng rồi chợt nhớ ra – hôm nay là ngày chót đi làm. Tôi ngồi dậy. Thấy tôi vào bếp, vợ tôi ngạc nhiên:

– Tưởng anh còn ngủ. Về hưu mà!

Tôi giả lả:

– Ngày chót, vẫn đến đúng giờ cho ... đẹp! Còn về hưu hay không, thì trước sao, sau vậy. Cùng cà phê cà pháo cho nó ... tình!

Nàng tỏ vẻ hạnh phúc.

Vào hãng, sếp trao bao thư nghỉ việc. Nhưng rồi bảo tôi đi gặp Chủ tịch.

Tôi theo sếp vào thang máy. Tưởng sẽ dừng ở tầng một, nào ngờ thang tiếp tục lên tận tầng sáu. Cửa vừa mở, cả phòng bừng sáng, rộ tiếng reo:

– Happy retirement!

Tôi choáng váng. Chủ tịch hãng và bà điều hành bắt tay, chúc mừng. Ông Chủ tịch mời mọi người nâng ly. Tôi hòa vào đám đông, ăn uống cười giỡn. Nhiều người ôm tôi thân thiết.

Tôi được trao quà: biển đồng vinh danh, áo lạnh, túi du lịch, khăn quàng cổ, chiếc nón USS Harry S. Truman – chắc là từ Ron hay Rick. Rồi đến các dụng cụ làm vườn. Tôi lặng người. Trong thoáng chốc, hình ảnh mười năm lao động khổ sai ở trại tù miền Bắc ùa về. Cũng cuốc, cũng xẻng – nhưng một bên là tù đày, một bên là phần thưởng. Tôi cảm động mà cũng thật xót xa.

Bà điều hành đưa tôi micro. Tôi cố gắng tập trung ý tưởng:

– Xin cảm ơn nước Mỹ, cảm ơn công ty, và cảm ơn tất cả quý vị. Tôi sẽ không bao giờ quên. Năm mới chúc mọi người hạnh phúc. Xin từ biệt!

Bà điều hành trao thêm bao thư:

– Đây là quà chia tay từ hãng. Trong đó là hai vé máy bay, một tuần trăng mật Bahamas.

Tiếng huýt sáo, trầm trồ. Bà choàng tay lên vai tôi:

– Mr. Vo, I have one last request.

Mọi người ngạc nhiên hướng về bà điều hành. Tôi cũng đứng lặng người chờ đợi. Sếp nhỏ đã yêu cầu tôi làm thêm một tuần để huấn luyện người mới, giờ lại tới sếp lớn. Xem chừng họ... câu giờ kỹ quá!

Chờ khi gian buồng lặng im phăng phắc, bà cất cao giọng:

– Enjoy your retirement!

Vũ Thất

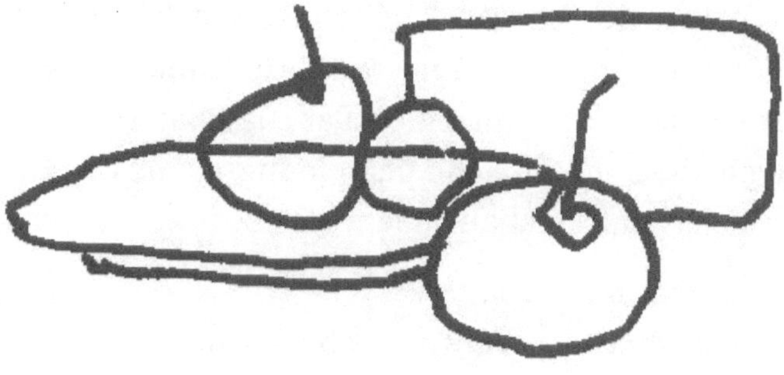

HỒ ĐÌNH NGHIÊM

NGỌC CHÂU

Gia đình tôi theo đạo (nếu có thể xem đó là đạo) thờ cúng ông bà. Góc khuất trong nhà, khuất nhưng cao ráo sạch sẽ nhất, đặt để một cái bàn khá lớn dùng chưng ảnh những người đã khuất núi, bày biện hoa quả lễ vật nhang đèn có màn che bên ngoài. Đã là nơi dùng làm chỗ thờ phụng thì tự khắc giang sơn nhỏ bé kia vẫn toát ra được chút trang nghiêm, ai bước tới thảy kính cẩn cúi đầu, vụng dại tỏ bày thành tâm, lâm râm chừng như muốn sám hối một điều gì.

Tôi nghĩ những ai thờ cúng ông bà, không nhiều thì ít, họ có hấp thụ đôi điều cơ bản về triết thuyết Phật giáo. Từ nhà họ đến chùa, lối đi ngắn hơn so với những kẻ vô thần. Nếu muốn chứng nghiệm nỗi đau để tìm cách giải thoát, chỉ bảy bước họ có thể chuyển đổi cảnh giới để làm Tỳ Khưu (Bhiksu), là người phát nguyện tu hành, xuất gia theo giới luật của Phật. Đắc đạo hay không lại là chuyện khác. Đổ thừa cho phận mỏng, chẳng có căn tu. Tôi nhớ Bùi Giáng có hai câu, lạm bàn sự lầm lạc nọ:

tôi về nhà cửa sương thâu
bước đi mà chẳng thấy đâu con đường.

Lại có bốn câu khác, đọc lên là biết ngay do Trung niên Thi sĩ làm ra:

Phật ngồi dưới gốc bồ đề - Tiên nương dừng bước tóc thề chấm vai - Thưa rằng: "Phật thật là tài - Thấy mà như chẳng, tự ngoài vào trong."

Nói tới Phật, buộc phải nghĩ tới Tây Tạng, xứ cheo leo trầm lắng với độ cao khắc nghiệt nọ, từ 1960 họ đã xây dựng hơn 6000 ngôi chùa, hơn hai trăm tu viện chất đầy kinh sách hiếm quý. Thử nghe một bài ca của dân du mục hát, cũng đủ chứng nghiệm ra đôi điều (mượn tư liệu từ cuốn Hoa Sen Trên Tuyết do Nguyên Phong phóng tác. Nxb Văn Nghệ, Cali. 1990):

tôi không tìm thấy người yêu - tôi đã cất công dọ kiếm khắp nơi - tôi lên núi tuyết, tôi xuống lũng sâu - tôi đi từ Đông qua Tây - từ Nam lên phương Bắc

tôi tìm kiếm... tôi kiếm tìm... - rốt cuộc tôi thấy - người tôi yêu đang ở - ngay trong xó bếp.

Họ thôi hát. Họ đọc một câu chú quen thuộc mà đã là người Tây Tạng thì dường như ai cũng biết: "Om Mani Padme Hum".

Người Việt thì có vô số chữ chứa đầy thơm thảo: Duyên, Rằm, Nhập Thế, Buông Bỏ, Cà Sa, Từ Bi, Tràng Hạt, Bình Bát, Từ Thiện, Bồ Đề, Hoa Sen, La Hán... Bao nhiêu đó chừng cũng chưa vừa cho một người vừa viết nên ngàn trang thơ mang đủ Phật tánh. Một thi sĩ từng kể cho "chúng sinh" nghe về đề tài chiến tranh, về hòa bình, về ngàn lẻ một con đường tình, về Ngơ Ngác Cõi Người, về đời ngập chìm trong bể khổ... và giờ đây, với từ tâm, anh dắt tôi tới chốn an trú bình yên nhất, Nam Mô A Di Đà Phật! Anh trao vào lòng sân si tôi những hình ảnh dễ thương, ví như:

Không dám mời Phật vào thơ
nhưng chắc Ngài đến đang sờ đầu tôi.

Anh là ai? Dạ thưa, tôi đang nói đến nhà thơ Luân Hoán. Hồi nhỏ nhà thơ được mẹ cho đeo lá bùa ở cổ, qua bao loạn lạc giờ này thế chỗ bằng tượng Phật ngọc xanh. Nhà thơ tâm sự, rằng vấp hồ đồ và dễ nói ngọng khi dùng chữ nghĩa mang hơi hám Phật. Nhà thơ chỉ hiểu lờ mờ tới những rao giảng của kinh sách, biết chung chung rồi tự trào "thế cũng đủ tự cứu mình".

đôi khi tôi rất ba hoa
nhưng xảo ngôn ấy thật thà lòng tôi.

Với thật thà dùng làm kim chỉ nam, nên thi tập sắp ra đời mang tên Liên Hoa Thi biến thành một bài kệ dài dung dị, dễ hấp thụ. Trang sách sẽ mở ra, tụng nó mà chẳng cần nương vào tiếng mõ hồi chuông. Thi sĩ tự lập ra một am tự bằng vào những con chữ hiền hòa thường gặp trong cuộc sống. Do từng được Phật sờ đầu nên thi sĩ quay lưng với những rao giảng cao xa tối nghĩa. Thơ như trốn trong bình bát, đầy tràn vì "khất thực" đã lâu trên cuộc lữ, lời trải theo chân đi bình thản, khác hẳn cảnh giới mà Tuệ Sỹ từng trăn trở vẽ nên:

"Đá mòn phơi nẻo tà dương
Nằm nghe con nước khóc chừng cuộc chơi".

Khác, do bởi Luân Hoán chưa từng bước lên những bậc thềm của thiền viện. Nhà thơ cũng chỉ là người riêng biết "thờ cúng ông bà" giống như tôi. Nhà thơ luôn đè nén tiếng khóc khi đứng bên cuộc chơi sắp tràn bóng tà dương. Tôi mến lời thơ thật thà kèm theo chút lạc quan của thi sĩ, an tâm khi chung hưởng với mộc mạc, hít thở được hương sen để nghe tâm tịnh đôi phần. Từ nhà tôi đến chùa, dọc đường được thi sĩ Luân Hoán đã đưa tay dẫn dắt, cho quá giang. Tôi u mê ám chướng trước câu nói của Lão Tử: "Người sáng suốt nghe đạo thì gắng sức mà thi hành, người bình thường nghe đạo thì nửa tin nửa ngờ, người tăm tối nghe đạo thì cười rộ. Nếu không cười thì đạo đâu còn là đạo nữa". Qua tới nhà thơ Luân Hoán, anh cho hay:

Riêng tôi tu đạo biết cười
Và cũng biết khóc tùy thời khắc riêng.

Đạo đó, với tôi e dễ tu tập, dễ thành "chánh quả", để ăn nằm qua vài đêm sẽ bỏ sa mù mà đắc đạo sáu phần. Tiêu biểu một vài lời kinh lạ:

đi tu không phải xa đời
mà mang cái đạo vào đời sâu hơn

...

ngã lòng nhiều lúc bon chen
xách thân bụi đất mon men cửa chùa
...
em nào còn tính ham chơi
muốn tu cứ ghé cùng ngồi viết kinh.

Muốn viết kinh liền lạc, có nên tập cho em đó ngồi xếp bằng trên bồ đoàn mà ngó lá rụng? Ngoài động từ rụng, thông báo việc lìa đời, nhà thơ Luân Hoán giải thích cho "em ham chơi" biết rằng:

lá rơi khác với lá bay
lá rơi chao đảo lăn quay rớt liền
...
lá rơi rụng một cái vèo
lá bay thong thả gắng gieo nỗi buồn

tôi khi hoàn tất vai tuồng
rơi bay quả thật chưa tường ra sao.

Đọc qua một vài bài bàn sơ chuyện vô thường của khổ nạn rơi, rời, bay, rụng; không dưng tôi lại nhớ đến thơ Bùi Giáng:

Cõi đời con én đưa thoi - Buồn rầu tôi định ra ngoài trăm năm Bỏ vui gượng bỏ đau ngầm - Bỏ tình yêu bỏ điệu vần ngữ ngôn - Tuy nhiên tận đáy linh hồn -Tưởng chừng chẳng bỏ bồn chồn được tim.

Đời và đạo, suy ra chỉ là hai mặt của một hình tướng bất di bất dịch, muốn tách rời làm đôi, tùy thuộc vào nhân duyên của mỗi người. Liên Hoa Thi là một trong muôn ngàn cách tỏ bày bằng thơ ca khi nhà thơ vọng tưởng về điều khó bề dứt bỏ giữa cõi hồng trần này. Trang bị một lòng thành, không rõ có nghe ra lòng thôi vẩn đục? Đơn cử một bài, với giọng kể đặc thù của riêng nhà thơ, bài Đạo Tôi:

nhớ thời "nhất quỷ nhì ma..." - bạn bè thường hỏi nhau sa đạo gì? - nhiều thằng bợm trợn chai lì - phán ngay đạo dụ, không tùy công văn = vốn nho nhã tôi thưa rằng - thích tu ở cõi gió trăng bãi cồn - gần gần như "Bà La Môn" - mơ hồ khoái đạo độc tôn độc quyền = tín hữu phái nữ ưu tiên - dành cho nhan sắc có duyên mượt mà - đạo không từ gốc chà và - căn bản thờ cúng cỏ hoa đứng đầu = khỏi xuống tóc được để râu - dù chỉ lún phún ngọn sầu vu vơ - miễn là có đượm chất thơ - yêu em chữ dựng tượng thờ nghiêm minh = đạo tôi theo đậm chữ tình - ngoài tình trai gái linh tinh tình người - ảnh hưởng Phật Khổng tinh khôi - Lão Trang đều có phà hơi thở vào = cái thời học trò ồn ào - nay còn lưu lại những nao nao buồn - đạo tôi học ở nhà trường - xã hội thu hẹp yêu thương đậm đà = thầy cô nghiêm khắc nhưng mà - bọn tôi xếp loại thứ ba vẫn thành - nhân sĩ một cách ngon lành - đa phần rạng rỡ công danh đàng hoàng = dù bắt đầu rất nghịch hoang - thôi không kể nữa, sắp an kiếp rồi - trả lời câu hỏi một thời - thật tình chưa thấu đạo tôi rõ ràng...

Trong tập Liên Hoa Thi, nhà thơ sử dụng nhiều giọng kể mà hầu hết đều cố tránh chất u hoài, gạn bỏ phiền muộn. Có bài thơ 5 chữ Mười "Chín" Vị La Hán xem chừng là dài hơi nhất. Nhưng theo cảm nhận của đứa tăm tối mãi lần khân trước sân chùa như tôi, trong một sát na tôi đã đối diện với "thần sầu quỷ khốc" khi vấp phải bài Màu Hoa Vu Lan Chợt Gặp. Thần sầu quỷ khốc chỉ là cách nói đầy ước lệ, thực ra tôi đang quỳ gối:

mãn phần, mẹ mất thật chăng? - không đâu, mẹ lặn theo trăng trên trời - tròn sáu mươi năm cuộc đời - tôi sống thiếu vắng bóng người sinh tôi = mênh mông trong nỗi ngậm ngùi - tôi lẩn tránh chỗ lắm người cài hoa - lòng cầm không nổi xót xa - chừng như mỗi bước đều là chiêm bao = tôi đi đến những nơi nào - tiếng chuông chùa mãi nao nao chạm lòng - phảng phất hình bóng hoa hồng - hiện cùng giọng hát tay bồng ru tôi = dụi mắt xốn xang nụ cười - trán non nớt ấm hương môi mẹ hiền - tay thơm mùi sữa hồn nhiên - tôi sờ má mẹ như ghiền đã lâu - rõ ràng đã biết gì đâu - kính yêu lòng đã ăn sâu khi nào - vượt qua đầu đạn mũi dao - cũng nhờ có mẹ luôn bao che mình = người mất càng thêm hiển linh - suy nghiệm theo những sự tình chính tôi - càng tin mẹ vẫn trong đời - khi tôi còn được làm người thế gian = và hoa cho lễ vu lan - không chỉ hồng trắng trang hoàng áo ai - tôi nghe thoảng tiếng thở dài - tiếng cười khe khẽ hoa cài áo em = tôi chợt có hoa không tên - nở từ thương nhớ ngày đêm thơm lừng - khó ca ngợi nỗi mông lung - với hư ảo với vô cùng linh thiêng = cha là thánh mẹ là tiên - nôm na chỉ vậy tùy duyên mỗi người - bước tôi bất chợt thảnh thơi - về đến nhà xếp bằng ngồi bình tâm. (Vu Lan năm Mậu Tuất 2018).

Tựa đề bài viết tôi dùng chữ Ngọc Châu. Tên gọi đó thường được các cửa hiệu chuyên bán kim cương, ngọc quý, vàng bạc dùng cầu chứng môn bài, rất mực ăn khớp. Tuy nhiên từ xa xưa cũng có một nhà thơ đã mượn lấy, làm nhan bài "Những hàng châu ngọc" khi cất công sưu tập, ca ngợi tới những vần thơ tuyệt cú. Cũng xảy ra trường hợp có kẻ đọc kinh không thông, khi lãnh hội ra, họ ví cái sự "hiểu" nọ là nhờ vào phút linh cầu sáng ánh ngọc soi. Và sau hết, Ngọc Châu cũng là tên thật của nhà thơ Luân Hoán.

Chú thích: Tôi chưa kiểm chứng được độ dày mà Liên Hoa Thi mang, bởi thi tập sắp hoàn tất việc in ấn này chứa đựng rất nhiều bài liên quan tới chủ đề (Phật ở đâu xa? Phật ở ngay tâm mình). Tôi cũng không biết là bài tôi "vụng tu" có được nhà thơ Luân Hoán sắp cho nằm chung trong cõi thơm ngát hương sen, bài kệ nhập môn sâu lắng nhưng dung dị cho những ai, như tôi, tìm học lấy sự tử tế cuối đời. Cảm ơn anh Ngọc Châu, thi sĩ Luân Hoán.

Hồ Đình Nghiêm

LÊ MINH HIỀN

PHƯỢNG

Mây giăng bên này
về mưa bên ấy
gởi hạt ân cần
thăm người năm cũ
gởi hạt mưa gầy
rơi trên má ai
hạ đỏ Phượng xưa
những chiều hai đứa
đưa nhau đi về
mưa khuya mộng lạ
Người ơi! sao quên!

Đường xưa chợ huyện
dáng người tăm mây
dặn lòng không nợ
sao hoài tơ giăng
mưa nào không buồn
tình nào không quên
tôi qua xứ người
tóc đời vài sợi
rơi ngang ngậm ngùi
tình đầu khó quên
nhớ Người! Người ơi! [1]

Đêm qua Nguyên lại chiêm bao gặp Phượng! Phượng, người yêu đầu tiên, người viết nên chuyện tình đầu đúng nghĩa của chàng. Chiều đang xuống dần, sao nắng vàng vẫn còn trong vắt, sao vẫn còn sóng sánh trên những phiến lá xanh non, cho Nguyên ngồi dưới mái hiên Tây, nơi xứ người, quá lâu, hơn 30 năm, đã nên cố quận, ngẫm lại đời mình mà buồn. Nguyên rất lãng mạn nhưng chung tình, yêu ai yêu mãi người ta. Một đời hoài trồng cây si. Suốt một đời phiêu giạt, Nguyên không nhớ mình đã trồng bao nhiêu cây si. Khởi đi, "*thất tình*" ngay từ thuở lên 5 vì cô bé láng giềng "*cách nhau cái giậu mồng tơi xanh rờn*" (2), ngày ngày cùng nhau tập đánh vần trên hè nhà nàng, dưới tàn cây trứng cá xanh um. Rồi lên 10 vì cô hàng xóm cách nhau hai bên con đường xóm phố nhỏ có đôi mắt tròn, đen lay láy và to lạ lùng là chị em song sinh với một thằng bạn thân nhất hồi đó. Chiều nào Nguyên cũng ngồi chờ trên gác nhỏ để được trông thấy cô bé đi ngang bên kia đường vào cái chợ trong xóm nhỏ dọn hàng cho mẹ. Rồi vào trung học trồng ngay cây si cô giáo người Huế dạy văn mới ra trường, tuổi chừng không hơn bà chị kề của Nguyên là bao. Cô giáo tên Ngọc Anh, cô ký tên Na. Khi nào bước xuống bục giảng, cô giáo thích vén áo dài, ngồi ghé bên cạnh thằng bé là Nguyên ngồ ngộ, ngu ngơ mà giỏi văn nhất lớp, ngồi ngoài cùng dãy bàn trên cùng, ngay bên dưới bục giảng, và nói với nó những câu mà chàng đã quên bẵng nhưng nghe sao vừa mơ hồ rất xa, vừa như mới hôm qua cái giọng Huế đẹp và dễ thương như một bài thơ tình của lứa tuổi mộng mơ, và mùi hương nước hoa liêu trai từ người cô giáo qua tà áo dài theo Nguyên vào trong những giấc mơ nghê thường khi đêm về.

Sau hai năm đầu vào trung học ở trường Cường Để, Nguyên chuyển trường khác, nhiều năm trôi qua Nguyên trồng thêm một cây si với một cô bạn học ngang lớp tên Ngàn, bên lớp nữ công, cùng quê Nội chàng, vùng ngoại ô. Trong Nguyên vẫn còn đọng lại trong lòng cái cảm giác mất hồn, lơ lửng trên mây khi vô tình đạp xe ngang qua Eo Nín Thở bên bờ biển Qui Nhơn bắt gặp Ngàn cũng đang đạp xe trên đường vào trường. Vậy là Nguyên rơi vào tình cảnh không mong mà được: cùng sóng đôi đạp xe trong một buổi trưa đẹp trời có nắng vàng, biển xanh, và gió lộng bên người đẹp. Cho mãi đến hôm nay, trời đã vào chiều, mà chàng không thôi lãng quên. Hay Thân, cô bạn cùng khóa nội trú Lâm Sinh hiền làm sao. Chưa bao giờ

Nguyên bắt gặp nàng giận ai. Nguyên thường kèm thêm toán lý hóa cho Thân trong năm đầu học bổ túc cho hết cấp 3. Mấy năm gần đây qua fb Nguyên đã liên lạc lại với Thân, và không quên ngay lần đầu gặp lại nhau, chàng đã hỏi Thân có biết hồi ấy, suốt thời gian dài dưới mái trường Lâm Nghiệp trên đèo Cù Mông (3) Nguyên đã thầm thương Thân không? Và không thể quên, một hạt giống cây si chưa kịp ươm trồng trên mảnh đất tình yêu lứa tuổi học trò mà ấn tượng khôn cùng vì khuôn mặt xinh xắn, không giấu náo nức dưới chiếc mũ rộng vành của một cô bé chắc đang trên đường đi chơi xa cùng trong một chuyến xe qua đường. Nhưng lạ thường là... sau cô giáo dạy văn, Nguyên không có những giấc mơ nghê thường nữa! Và Nguyên đã không gặt hái được cho riêng mình thứ trái chín trong khu vườn địa đàng tình yêu cho mãi đến hết một thời đèn sách.

Sau mối tình đầu với Phượng, Nguyên trồng cơ man những cây si: Nghệ ngồn ngộn, nõn nà Nguyên có duyên gặp gỡ qua một đám cưới, trong một lần trên đường về huyện công tác ghé thăm nhà một thằng bạn. Người con gái ấy có một mùi thơm ngọt kỳ ảo như mùi trẻ thơ, đến nỗi chàng đã cuống cuồng chỉ qua vài tháng, nếu dạo đó không xảy ra chuyện buồn, chàng đã "*đưa nàng về dinh*": Còn vài ngày rước dâu thì bà mẹ vợ hụt trổ bệnh ung thư giai đoạn cuối và mất đột ngột làm mọi việc cưới xin thoáng chốc tan tành. Vài năm sau Nguyên gặp một cô gái người Huế mỗi ngày, cắt chỉ trong một shop may, lúc mới qua Mỹ, Nguyên đạp xe đến làm nghề ủi đồ. Nguyên còn nhớ mãi câu nói giọng Huế ngọt như đường, "*Em lấy nước cho anh uống hỉ?*" khi nàng thấy chàng đang vất vả ủi cho xong đợt đồ cho chủ shop mang đi giao đúng hẹn. Và một vết thương tình lụy sau cùng vẫn còn mưng mủ, chỉ vừa mới năm kia, Nguyên còn có tình cảm với một cô gái vẫn đang còn trong tuổi đôi mươi, đã là nguồn cảm hứng đau thương cho hơn nửa phần sự nghiệp thơ ca của Nguyên, mà qua giây phút đầu tiên đối với chàng không phải là một cú "*Coup de foudre*" (4). Nguyên những ngỡ chỉ như hàng trăm cô gái khác quen biết nhau qua fb. Họ chỉ khởi sự mặn nồng sau nửa năm, nàng có ít nhiều tài hoa thơ ca làm thăng hoa cho nét đẹp của cô nàng này trở nên đẹp mê hồn trong con tim lãng mạn của Nguyên. Nhưng đó là một câu chuyện khác... Ở đây là câu chuyện tình duy nhất đúng nghĩa, cũng là mối tình đầu, mà Phượng, người con gái đã mang đến tình trường đời Nguyên, một phận đời buồn tênh trong cõi người ta này, cho chàng nếm mùi vị lạ thường, dẫu chỉ là mùi vị... Mùi vị yêu đương ngọt ngào và cả giận hờn, chia tay, của thứ trái cấm hồng hoang Nguyên chưa kịp hái xuống. Dẫu là một câu chuyện tình đẹp, lãng mạn, nhưng giống như bao câu chuyện tình một chiều trước đó, và cả sau này, cả đời Nguyên, chuyện tình đầu của chàng và Phượng cũng chỉ là một cơn mưa bóng mây thoáng qua đời chàng, họ chưa kịp trao nhau một nụ hôn đầu đời. Càng làm cho sa mạc tình trường đời Nguyên càng thêm khô hạn...

"... Em biết không hồn anh mùa đã lỡ
hẹn hò xưa nay trả lại Nguyên Thu
hương con gái phương Đông mùi còn đọng
giọt long lanh rơi xuống mái Tây hiên
Phượng Hoàng lạ nhớ ngô đồng về đậu
khúc liêu trai gợi thèm nụ hôn đầu." (5)

... Tốt nghiệp ra trường về làm việc ở phòng Lâm Nghiệp ngay thị trấn một huyện ly, Nguyên gặp Phượng làm ở đội chiếu bóng huyện thuộc phòng văn hóa huyện, cách nhau chỉ một con đường đất nhỏ. Ngay giây phút đầu tiên gặp Phượng, Nguyên đã "*mặt trong như đã mặt ngoài còn e*". Như đã từng bao lần, Nguyên những ngỡ rồi cũng chẳng đi đến đâu. Nguyên thầm nghĩ mình rồi cũng sẽ chỉ là kẻ chứng nhân, đóng vai quần chúng. Nguyên vụng về, hay đãng trí, nói chi đến tài hoa. Dù sao, thuở ấy có trình độ trung cấp cũng là khá, lại từ thành phố về nên cũng không đến nỗi vô danh tiểu tốt. Nhưng điểm yếu nhất là tướng tá Nguyên không nổi trội gì trong đám con trai. Có bao giờ Nguyên dám tỏ tình, biết chắc có dám cũng chỉ... Buồn ơi! Chào mi! Vậy đó, những ngày khởi sự yêu Phượng, Nguyên là như vậy! Nhưng có một đêm, buổi chiếu bóng kết thúc, bà con đã ra về hẳn, bãi chiếu vắng tanh, mênh mông trong bóng đêm không trăng, dưới bầu trời đầy sao, chỉ còn mấy người loay hoay thu xếp máy chiếu, băng phim trong vùng sáng từ chiếc bóng đèn nhờ chiếc máy phát điện. Trời vào khuya, Nguyên dợm bước ra về trước, chợt chàng sững sờ, lạc hồn nghe Phượng nói, *"Anh ở lại đợi tí đưa Phượng về nha!"*. Nguyên nghe có một luồng điện xuyến xao vụt ngang đâu đó trong người chàng. Câu nói mãi mãi đầy ma lực mỗi khi nhớ về. Và mối tình đầu của Nguyên khởi sự. Nhưng như tên Phượng, có mùa phượng vĩ nào quanh năm rụng đỏ sân trường! Mùa phượng vĩ tình yêu đầu tiên mà cũng là cuối cùng trên con đường tình buồn tênh của Nguyên đến rồi đi, kéo dài không đầy hai năm. Tình yêu chấm dứt sau lần Phượng từ huyện lỵ về tỉnh, một thành phố ven biển, đổi lấy những bộ film mới cho đội chiếu bóng, ghé thăm Nguyên. Lúc này Nguyên đã chuyển công tác về làm ở sở Lâm Nghiệp tỉnh. Lần đó, Nguyên vẫn vô tình không nhận ra Phượng đã có ý thăm chàng lần cuối, nàng có thái độ lạnh nhạt như một dấu hiệu ngầm cho chàng biết lòng nàng đã đổi thay. Nhưng rồi Phượng đã không nói gì. Phượng không bao giờ còn ghé cơ quan Nguyên trong những lần đi về thành phố kể từ dạo ấy. Nguyên nào hay biết gì, sáng hôm sau, lòng đầy ắp hân hoan, Nguyên đạp xe qua phòng trọ của Phượng, chở Phượng đi ăn sáng, rồi chở Phượng ra bến xe trở về. Chỉ có Nguyên ngu ngơ không biết chuyện tình đã rẽ ngang hướng khác, chứ sáng hôm ấy trời đã nối tiếp âm u cho một cơn mưa dai dẳng, dài lâu đang tới... và kéo dài mãi mãi sau cơn mưa Phượng mang vào thành phố hôm qua, khi Phượng đặt chân vào thành phố, mưa cả đêm qua. Nguyên xách đồ cho Phượng, đưa Phượng lên xe. Buổi sáng lạnh ngắt ngơ, mặt đường bến xe còn lênh láng nước mưa đêm qua, và khuôn mặt Phượng, qua kính xe, điềm nhiên đến lạnh lùng như tính cách của con người Phượng thuở ấy, riết rồi Nguyên quen dần, có bao giờ bận tâm...

Như những cây si Nguyên cuồng mê vun trồng đã chết non khi chúng chưa kịp bén rễ trước và sau mối tình đầu đời mưa bóng mây tạnh vội với Phượng, họ chưa có với nhau dù chỉ một nụ môi hôn. Có phải chăng đó là một trong vài chất liệu đã mang đến những cơn chiêm bao Nguyên gặp lại Phượng? Đúng 5 năm sinh sống hợp pháp ở California, Nguyên đủ thời hạn xin vào quốc tịch Mỹ. Vài tháng sau, sau một ca đêm như ngày qua ngày, lại thêm một đêm trằn trọc, và một cơn chiêm bao tàn canh gặp lại Phượng, sáng sớm Nguyên xuôi xe ra Bolsa [(6)], đặt vé bay về Việt Nam với quyết tâm việc lập gia đình. Nguyên cần gấp lại những tiếc nuối vô thức, sang trang mới cho đời mình. Nguyên vừa bước vào tuổi 40. Nhiều năm rồi kể từ khi rời Việt Nam, chàng không nghe tin tức gì về Phượng, nhưng chàng tin nàng đã yên bề gia thất. Như Kinh Kha, Nguyên tự nhủ với lòng mình chuyến này một đi không trở lại nếu phải xách xe không trở lại Cali. Nguyên mất gần hai tháng ở Việt Nam, nhờ ông chú với tụi em, Nguyên chọn được một cô gái, là cô giáo mầm non ở làng bên cạnh, và lo toan xong việc cưới xin đâu vào đấy...

Vào buổi trưa, hôm sau ngày đám cưới, chị Sáu Thau mới từ huyện lỵ vào gặp Nguyên, chị nhận thư báo tin của chàng ngay buổi chiều của ngày đám cưới, nên đành vào Qui Nhơn trễ. Chị Sáu Thau là bà chị có duyên chứng nhân cuộc tình đầu của Nguyên. Nguyên hay hẹn hò Phượng tại nhà chị, vì không xa phố huyện. Chị cho biết, tính ra không lâu sau khi Nguyên qua định cư tại Mỹ thì Phượng lấy chồng. Nguyên không ngạc nhiên, chỉ nghe lòng mình một thoáng gợn sóng lao xao khi nghe chị cho biết đó chính là Thuận, thằng bạn thân của chàng, làm cùng đội chiếu bóng với Phượng, nhà nó ở ngay đầu chợ huyện lỵ. Chính nó đã dàn xếp cho Nguyên và Phượng gặp nhau lần đầu ở quán nước. Và cũng chính nó, dạo Nguyên chuyển về thành phố, ở ngoài đó chúng nó đã đến với nhau. Nguyên đã biết mọi chuyện, chẳng bao lâu sau lần Phượng vào thành phố gặp chàng lần cuối cùng. Đưa chị Sáu Thau về, trước khi chia tay, Nguyên giúi cho chị chút ít tiền, chị vẫn còn nghèo như thuở nào, và hẹn qua hôm sau chàng sẽ mượn xe Honda chở vợ ra huyện lỵ chơi. Thật ra chính là để tìm gặp lại Phượng sau nhiều năm. Nguyên dặn chị nhắn Phượng đến nhà chị trước chờ chàng ra. Sáng hôm sau, vừa rời nhà vài cây số trời đổ mưa tầm tã, coi bộ không xong, Nguyên vội chở vợ trở về giữa hai cơn mưa. Trở về lại California, qua điện thoại, chị Sáu Thau có nói, như đã hẹn Phượng có xuống nhà chị để chờ Nguyên ra. Phượng có dẫn theo hai thằng nhóc lên năm lên bảy gì đó. Dẫu sao, qua việc Phượng mau mắn đến nhà chị Sáu Thau chờ Nguyên từ Qui Nhơn ra đã dường như chứng tỏ trong Phượng, Nguyên vẫn có một vị trí nào đó, trong thuở vào đời của nàng. Không biết có bao giờ Phượng mang Nguyên vào trong những giấc chiêm bao của nàng khi đêm sắp tàn canh như chàng không. Như Phượng vẫn hoài tìm vào trong những giấc chiêm bao của Nguyên kể từ khi nàng ra đi rời khỏi cuộc đời chàng cho đến nay, dẫu lúc nhặt những lúc chàng còn độc thân, hay lúc thưa trong quãng đường đủ dài đời sống vợ chồng của chàng, và cả trong thời gian ngắn chưa kịp cho một mùa thu trở lại, một đoạn tình cuối lọc lừa, buồn như một cơn mưa mây nơi hoang mạc hồn chàng.

Phượng tên đầy đủ là Trần Thị Phượng. Cái tên ngắn gọn, nghe sao thật buồn thật khốn khổ, như báo hiệu đời nàng sẽ chẳng vui gì. Người ta hay nói cái tên nó vận vào người. Lại nữa, Phượng tuổi con cọp... con gái mà tuổi con cọp thì dữ dằn, có số sát phu, cha mẹ không muốn chọn dâu có tuổi Dần. Nếu vượt qua được thì cuộc đời cũng không ra sao. Nguyên chưa bao giờ quan niệm theo vậy. Nguyên chỉ thấy tính Phượng ít nói, có khi nào hờn giận lắm thì nàng giơ nắm đấm dứ dứ trước mặt Nguyên, chứ chẳng thèm hơn thua gì lắm lời. Ngược lại tính cách của Phượng càng thu hút Nguyên biết bao và chàng yêu nàng thật nhiều. Phượng nhã nhặn nhưng không kết thân với ai trong đám con gái bên phòng văn hóa huyện mà đội chiếu bóng của nàng cũng là một bộ phận. Phượng sống cô độc, dường như có mặc cảm về thân phận gia đình. Đâu đó Nguyên nhận ra giữa chàng và Phượng có những điểm giống nhau, không hòa đồng lắm với thế giới chung quanh. Nguyên thẫn thờ nghĩ, hay là Phượng đã qua đời trong một hoàn cảnh bất thường, buồn tênh như cái tên của nàng. Có một lần Phượng dẫn Nguyên về nhà nàng, sau một cái tết chàng từ Qui Nhơn, quê chàng, trở ra làm việc, như để giới thiệu chàng với gia đình nàng. Một mái tranh nhỏ nghèo nàn giữa bốn bề đồng không mông quạnh. Và một bà mẹ với hai đứa em. Trong nhà trống trơn. Phượng kể Nguyên nghe: ba Phượng là một người lính miền Nam đã tử trận trong những ngày tháng cuối cùng của cuộc chiến... Thế rồi mẹ nàng dắt ba chị em nàng, bỏ lại phía sau một quãng đời sống đầy đủ ở chốn thị thành hồi cư về quê ngoại đến nay.

Nhưng người đã qua đời là chị Sáu Thau. Nguyên được tin chị Sáu Thau vì bệnh nặng đã mất từ nhiều năm trước qua chị Bốn Thời, cũng là người ở huyện lỵ, nhưng nhà chị Bốn Thời bên cạnh một con sông, cách thị trấn huyện vài cây số, khá xa. Hồi còn làm việc ở huyện lỵ, những chiều cuối tuần Nguyên hay đạp xe xuống nhà chị Bốn Thời ở chơi đến sáng thứ hai mới đạp xe lên phòng lâm nghiệp huyện, cũng là phòng ở của chàng sau giờ làm việc. Nguyên quen biết chị Bốn Thời từ khá lâu chứ không phải đến khi ra trường về huyện lỵ làm việc mới biết chị. Hồi đó anh Thế, chồng chị, cùng khóa Lâm Sinh với Nguyên. Rồi sau, tốt nghiệp ra trường, anh Thế được phân công tác về làm việc ở đâu đó ở tỉnh khác bên cạnh, là quê quán anh. Anh chị Bốn Thời lấy nhau không lâu trước khi anh vào trường nhập học. Dạo còn theo học 3 năm trên đèo Cù Mông Qui Nhơn, thỉnh thoảng chị Bốn Thời hay vào thăm anh Thế, dẫn theo một con bé mới lẫm đẫm biết đi trông bụ bẫm và khá kháu khỉnh. Năm kia, Nguyên nghe tin qua fb bạn bè cùng khóa, anh Thế đang sống tàn tật sau một cơn đột quỵ, và đang ở bên quê vợ. Nguyên vội gọi video fb call từ Mỹ về huyện lỵ thăm anh. Nhưng do di chứng căn bệnh khá nặng, anh Thế quặt quẹo và nói chuyện rất khó khăn, việc ăn uống còn phải nhờ vào chị Bốn Thời và con dâu cả. Nhớ hồi còn theo học trên đèo Cù Mông, anh Thế đẹp trai, cao ráo, và dáng dấp thư sinh, đá banh hay nhất trường. Chiều chiều lớp chia phe đá với nhau. Nguyên cùng các bạn, có khi cùng một lúc ba thằng chạy theo giành banh từ chân anh đến bở hơi tai mà không được, trong khi anh vờn banh và cả hai tay vung ra như múa, thoải mái như đang khiêu vũ. Nay anh trở nên một con người khốn nạn như vậy! Đúng là, "*There's nothing important under the sun.*" (7)

Nên sau khi chào hỏi, an ủi anh đôi câu, Nguyên chuyển qua nói chuyện nhiều với chị Bốn Thời hơn. Nguyên hỏi thăm về Phượng. Chị nói, gia đình Phượng vẫn đang sống bình yên. Nghe vậy, Nguyên mừng cho nàng, chàng nhờ chị, khi nào đi chợ huyện thì nhớ ghé nhà Phượng, vì nhà Phượng (tức nhà thằng Thuận) ở đầu chợ huyện, nói Phượng xuống nhà chị chơi, và gọi *video fb call* cho chàng nói chuyện. Nhờ chị nhắn Phượng, Nguyên muốn gặp Phượng, dù chỉ một lần. Sợ Phượng sẽ ngộ nhận Nguyên vẫn còn tình ý với nàng, chàng dặn chị Bốn Thời nói rõ cho Phượng hiểu chàng muốn gặp lại nàng như hai người bạn thân xa nhau quá lâu. Vậy thôi, Nguyên nghĩ Phượng sẽ thoải mái nhận lời nói chuyện qua điện thoại với Nguyên.

Lần sau Nguyên gọi về, nhưng dường như chị Bốn Thời có vẻ cố tình làm lơ chuyện Nguyên nhờ. Mãi đến khi Nguyên nhắc lại, chị mới nói vắn tắt, chị có đi ngang nhà Phượng, lúc nào cũng thấy thằng Thuận đứng bên cạnh Phượng, nên không tiện nói gì cả. Nguyên nghe lý do chị đưa ra sao ngây ngô, ngồ ngộ, và xem ra chị chẳng mấy chút hào hứng nói về chuyện này... Dạo trước khi về Việt Nam lấy vợ, Nguyên có viết thư trước cho chị Sáu Thau và chị Bốn Thời hay. Đến khi trở về lại Cali, Nguyên mới biết đã có thư của cả chị Bốn Thời và chị Sáu Thau trong lúc chàng đang ở Việt Nam. Trong mỗi phong thư có cả tấm hình một người con gái, cỡ tuổi như vợ Nguyên, là hình con gái của hai chị. Nhà chị Sáu Thau cuối bãi chiếu bóng, không xa phòng Lâm Nghiệp, hễ rảnh việc là Nguyên đạp xe xuống nhà chị chơi, tụi nhỏ con chị Sáu Thau quyến luyến cậu Nguyên lắm, nhất là con bé lên 5. Nhà chị Bốn Thời thì xa hơn, phải đạp xe vào sâu trong xóm. Hồi đó Nguyên một tháng một đôi lần vào cuối tuần chàng hay đạp xe xuống ở chơi đến sáng thứ hai mới trở về thị trấn. Cha mẹ chị Bốn Thời, nhất là chị, xem Nguyên như người trong nhà. Nguyên hay dẫn con bé con chị Bốn Thời, cùng lứa tuổi lên 5 như con bé con chị Sáu Thau, đi mua bánh kẹo trong xóm. Hai cậu cháu rất mến nhau. Đây là con bé chị Bốn Thời hay dẫn vào thăm anh Thế dạo còn học nội trú trên đèo Cù Mông. Nhưng lúc Nguyên xem hình thì chúng đã là hai cô thiếu nữ xinh đẹp. Nguyên lẩn thẩn nghĩ, rồi cười thú vị... lúc ấy, giá như nhận thư hai chị sớm hơn trước khi về Việt Nam, thì chàng đã ra thăm hai chị ngay khi về tới Việt Nam. Và có khi nào mọi chuyện đời Nguyên đã rẽ ngang một hướng khác chăng!?

Nguyên không giải thích được trong mấy chục năm qua, trong những đêm dài, sao Phượng cứ tìm về gặp chàng trong những cơn chiêm bao về sáng. Có khi nào lòng Phượng muốn tìm về gặp Nguyên do chút ray rứt vì một ân hận chưa nguôi nào đó chăng. Với Nguyên, gần 40 năm trôi qua, chàng buồn tênh mỗi khi nhớ ra, dù ở hai phương trời nghìn trùng xa cách, Phượng đã không còn non trẻ như những ngày xa xưa. Nguyên bình tâm chấp nhận rằng Phượng đã không còn là người con gái trong lứa tuổi đôi mươi của những tháng ngày xưa xa. Phượng nay đã là bà nội một đám cháu của nàng.

Riêng Nguyên, về chiều, tuy sống nhàn hạ song lắm cô đơn. Tụi nhỏ con Nguyên, đứa đã thành tài, đứa đã thành nhân, chúng nó có lối sống không tiếp tục lệ thuộc vào cha mẹ, không còn thích quấn quýt với chàng như những ngày xưa còn bé. Từ nhiều năm rồi mấy cha con Nguyên ngày càng ít gần gũi hơn trước. Có lần Nguyên ra phố chơi, đói bụng ghé vào quán phở, nhớ con chàng gọi phone con út ra ăn cho vui, nó trả lời, giọng nói tiếng Việt khá thuần, nhưng ngôn từ rất ngô nghê, buồn cười như nhiều đứa con nít Việt sinh ra ở Mỹ là, *"Jane đang bận"*, Nguyên hỏi con đang bận gì, nó trả lời, hồn nhiên, tỉnh bơ, *"Jane bận đi chơi với bạn"*. Dẫu vậy, nhờ bản chất lãng tử, có ít nhiều khiếu văn chương đã từng le lói từ thuở cắp vở đến trường, những năm về chiều Nguyên có duyên bước chân vào lĩnh vực sáng tác thơ ca. Chính thơ ca đã là niềm vui, nói đúng hơn thơ ca đã cứu rỗi tâm hồn Nguyên ra khỏi những sân si đời thường, giữ chàng không đi vào cực đoan, thậm chí bế tắc khi về già. Nhờ thơ ca, giữ tâm hồn Nguyên trẻ mãi không già, trong Nguyên vẫn còn đầy ắp những rung động tình tự của lứa tuổi vào yêu... chàng vẫn cảm nhận rung động từ một thân thể con gái ngồn ngộn, một khuôn mặt xinh xắn bất chợt bắt gặp trên phố đông người qua. Còn Phượng, trong Nguyên, trong tàng thức của chàng, Phượng là Phượng non nõn, tươi mát, chín hườm của ngày xưa và cả một trời kỷ niệm, chúng trầm tích tận đáy hồn Nguyên và chờ khi đêm về hiển hiện trong những giấc chiêm bao tàn canh của chàng, và để lại trong lòng chàng chút dư âm trầm cảm nuối tiếc ngút ngàn khi trời chưa kịp sáng rồi biến mất hẳn sau đó. Sáng ra, với một thực tế phũ phàng hình ảnh Phượng đang về chiều, như những bà bác già hàng xóm chàng vẫn trông thấy hàng ngày, và cả như chàng, đang già đi trong hiện tại. Oán hận người xưa chưa từng bao giờ tồn tại trong lòng Nguyên, chỉ là thoáng mây qua, đôi lúc, thuở khi biết tin Phượng đã quay xe. Đã từ lâu, Nguyên hoàn toàn không còn chút nuối tiếc hình bóng người tình đầu đã mù sa. Nguyên không tự mình giải thích được vì sao chỉ trong những giấc mơ tàn canh Nguyên mới có cái cảm giác trông thấy đâu đây trong lòng mình cơ hồ đầy những tiếc nuối những bóng hình Phượng thời con gái của ngày xưa và bao kỷ niệm những ngày tháng cũ bên nhau, thuở xanh mơ tuổi mộng! Thật lạ lùng, thật mâu thuẫn với lòng chàng đã nguội lạnh với người xưa những lúc khác trong đời sống thường ngày! Ôi! Phượng của ngày xưa của tôi ơi!... Thôi thì xem như chúng mình có duyên không nợ. Nguyên muốn nối lại "*sợi dây duyên*" đã từng đứt đoạn bằng một tình bạn cho bớt đơn côi khi chiều đang xuống dần mà ngỡ như còn xa lắc xa lơ...

Lê Minh Hiền
Stanton, California Aug. 9th, 2025
(6:51 chiều còn đầy nắng vàng sóng sánh bên ngoài vườn sau)

(1) Trích từ Tuyển Thơ Văn MƯA & EM 2025, bài thơ PHƯỢNG XƯA, trang 230, vừa phát hành 7/2025)
(2) Cách nhau cái giậu mồng tơi xanh rờn (Người hàng xóm, thơ Nguyễn Bính, Trúc Bạch, 12/7/1940)
(3) Đèo Cù Mông: địa phận ranh giới giữa hai tỉnh Bình Định & Phú Yên.
(4) Coup de foudre: Tiếng sét ái tình
(5) Trích từ bài thơ THÈM NỤ HÔN ĐẦU, trang 42-43 trong Tuyển Thơ Văn MƯA & EM 2025 vừa phát hành 7/ 2025)
(6) Bolsa: hay Little Saigon (phố nhỏ) nơi có con đường Bolsa chạy ngang, Nam California.
(7) "There's nothing important under the sun": Xin dịch thoát cho hợp với ngữ cảnh là, "Không có gì là lạ dưới ánh mặt trời".

TRẦN HUIỀN ÂN

VĂN HỌC MIỀN NAM TRUNG BỘ - NHỚ LẠI MỘT THỜI CHÍN NĂM ...

ẤN TƯỢNG BAN ĐẦU

Chiến tranh Việt Pháp bắt đầu năm 1946, lúc tôi 9 tuổi, học lớp Nhì (lớp 4 ngày nay), kết thúc năm 1954, lúc tôi 17 tuổi, sau khi hết cấp II nghỉ học đã 2 năm. Lúc ấy tỉnh Phú Yên chưa có các lớp cấp III, cha mẹ tôi đang lâm cảnh nghèo, không có tiền cho con ra Bình Định học tiếp.

Sinh trưởng trong một gia đình tiểu tư sản nông thôn, ông nội tôi là một nhà nho, tham gia phong trào Cần Vương Lê Thành Phương. Cha tôi là thầy dạy học cả chữ nho và quốc ngữ, trước Cách mạng tháng 8-1945 tham gia Hội Khuyến học Quốc ngữ, năm 1946 tham gia Hội Văn hóa cứu quốc tỉnh Phú Yên. Ông cha bao đời yêu thích sách vở, nên tôi được tiếp cận với văn học khá sớm, lúc học lớp Tư (lớp 2 ngày nay), qua phần sau của *Giáo dục tạp chí*. Đây là nguyệt san của Nha Học chánh Đông Dương phổ biến trong các trường bậc tiểu học, gồm có 3 phần. Phần thứ nhất là các bài mang tính giáo dục, sư phạm. Phần thứ hai, phần chính, hướng dẫn cách soạn bài và một số bài soạn mẫu dùng trong một tháng, đủ các môn cho các lớp. Phần thứ ba "*Tạp loại*" đăng thơ, ca dao, cổ tích, không có văn xuôi thể loại truyện, tản văn, tùy bút. Quyển tiểu thuyết tôi đọc đầu tiên là sách dịch: *Lâu đài họ Hạ* - chưa biết tên tác giả, cũng như người dịch.

Trong *Giáo dục tạp chí* không có thơ tình cảm yêu đương, mà là một số bài thơ lịch sử, với các đề tài như *Hội đền Hùng, Hưng quốc khánh niệm* (lễ quốc khánh), và một số bài ngụ ngôn, như: *Chó sói với giàn nho, Con ve và con kiến,* v.v… (sau này tôi mới biết Nguyễn Văn Vĩnh dịch La Fontaine). Tôi thích phần truyện cổ, nhất là *Thành Tây Giai với Bình Khương nương, Chuyện cổ tích Hời: cái bẹ cau*. Mãi đến năm 2000, nhân một chuyến du khảo Miền Bắc, tôi mới được đến Thành Nhà Hồ, viếng miếu thờ Bình Khương nương.

Đến giờ này, tôi chưa có dịp đọc lại *Lâu đài họ Hạ*, không biết nội dung câu chuyện thế nào, chỉ nhớ ba chi tiết. Một là, cảnh hai người đàn ông đi ngựa đến lâu đài vào một đêm bão tuyết, người chú quất mạnh roi ngựa vào cánh cửa gỗ, gọi quản gia: *Phan Xa, Phan Xa… Mày để tao chết rét ngoài này sao*? Thứ hai, người cháu, còn trẻ, âm thầm si mê sắc đẹp bà Sơ Dạ Hương, vợ Tử tước Hạ Gia Địch, lớn tuổi hơn. Bà là một phu nhân diễm lệ, đài các, sang trọng, lúc nào anh ta cũng nghĩ đến phu nhân mà không dám nói ra. Bà cũng có cảm tình với cậu, thấy cậu dễ thương. Thứ ba, hình như Tử tước Hạ Gia Địch có biết, ông cho là tính nết trẻ con, ông ham thích săn bắn và yêu mến phường săn của ông. Một hôm, trời lại trở gió bấc mạnh, bỗng nhiên nghe ông nói: *Ở đây, chỉ có một thứ gió ấy, cay nghiệt quá, và tiếng kèn đồng thô lỗ của bọn phường săn.*

Tiếng kèn đồng thô lỗ của bọn phường săn, nghe thật kiêu hãnh, tự hào, cùng với tiếng roi da quất vào cửa gỗ vang lên trong đêm khuya đã ghi khắc sâu đậm khiến tôi nhớ mãi. Sau đó, được tham dự vào những lần săn nai trên giồng đồi cao nguyên, của gia đình ông Phó Bộ Huân, tuy chỉ được giao việc như nhiều người là cầm một khúc cây hò reo đập đuổi để lùa con thú rừng vào trổ lưới, giữa ban trưa chói nắng mắt như hoa lên, tôi tưởng tượng đang ở trong phường săn của Hạ Tử tước, ngồi trên lưng ngựa, cho nó tung bờm phi nước đại theo “tiếng kèn đồng thô lỗ”…

Xin quay lại nội dung chính của đầu đề, trình bày tác phẩm đã đọc theo từng bộ môn trong thời gian này.

CỔ VĂN

Có lẽ tôi vướng duyên nợ với cổ văn, nên lúc còn ngơ ngáo chưa biết gì đã đọc một bài văn tế và một bài hịch.

- *Bài văn truy điệu các hàng nghĩa sĩ*... vào giữa năm 1945, sau này mới biết do Hoài Nam Nguyễn Trọng Cẩn soạn, khá dài, thích thú những câu kể về tiền nhân:

... Rong ngựa sắt Đổng Thiên vương phá giặc, khói anh linh mây phủ núi Trâu Sơn.

Phất khăn hồng Trưng Nữ tướng hưng binh, gương tiết liệt trăng in hồ Lãng Bạc.

Dòng máu đỏ, sông Bạch Đằng còn gợn, nào những trận phá Hán Ngô vương Quyền, cầm Hồ Trần Hưng Đạo, oai danh kia muôn thuở vang lừng.

Đống xương tàn, thành Long Đỗ còn đây, nào những trận bình Ngô Lê Thái tổ, tảo Mãn Nguyễn Quang Trung, công đức ấy nghìn thu ghi tạc.

... Rưới mưa móc thấm miền Thuận Quảng, áo dày cơm nặng, khúc hoài nam còn ngấm đức tài bồi.

Phát chông gai mở cõi Nam Kỳ, tấc đất ngọn rau, bia kỉ niệm vẫn ghi công khai thác.

... Chén thuốc độc liều mình Phan Thanh Giản, đất Nam Kỳ sáu tỉnh tiêu hao.

Bát trà suông kết liễu Nguyễn Tri Phương, thành Hà Nội bốn bề tan tác.

Tổng đốc Diệu trải bao phen chống cự, hết lòng vì nước, quyết tồn vong thề với cô thành.

Phò mã Lâm sau mấy trận xông pha, giữ tiết cùng cha, thề sinh tử phó cho đại bác...

- *Hịch đánh giặc Pháp*, được phát ra từ đầu năm 1946. Bài hịch cũng dài, hồi ấy ngu ngu không biết chép lại, mà nếu chép thì sau 5 lần gia đình thay đổi chỗ ở theo thời cuộc (Vân Hòa – Củng Sơn – Lương Sơn – Đá Bàn về lại Vân Hòa) cũng thất lạc, giờ này vẫn không biết tác giả, chỉ còn nhớ một số câu, đoạn đầu và lúc Nam Bộ kháng chiến.

... Làm dân nước hiến thân giúp nước, nước có còn dân mới được vinh.

Giận quân thù lấy máu rửa thù, thì phải diệt máu dù có chảy.
Nước Việt Nam chúng ta: Lập quốc bốn ngàn năm. Tính dân hai lăm triệu.
Con giòng cháu giống, nòi Lạc Long nào phải bọn tầm thường.
Biển bạc rừng vàng, cõi Đông Á đã vào hàng phú hữu.
Nào thuở trước đánh nam dẹp bắc, gái Trưng Vương, trai Hưng Đạo, khí hào hùng sử sách vẫn ghi tên.
Mấy mươi năm nước mất nhà tan, trước Pháp tặc, sau Phù Tang, nỗi thống khổ giấy từ không kể xiết...
... Lơ-cờ-léc đứng ra sắp trận, trận có thành ấy cũng mượn tay ai. (1)
Đác-răng-lơ lên giọng Toàn quyền, quyền đâu nữa mà mang mặt tới (2)
... Một trường oanh liệt, bạn Nam Kỳ hết sức tiến công,
Mấy triệu đồng bào miền Trung Bắc kíp nên hưởng ứng...

TÌNH HÌNH NAM TRUNG BỘ

Trước khi đi vào nội dung văn học đương thời tại Nam Trung Bộ xin nói qua về tình hình vùng này. Lúc bấy giờ khá phức tạp. Phía bắc, Pháp chiếm từ Đà Nẵng ra Huế. Phía nam Pháp chiếm từ Khánh Hòa trở vô. Tây Nguyên cũng bị Pháp chiếm. Tuy vậy tại các tỉnh Khánh Hòa, Ninh Thuận, Bình Thuận và Tây Nguyên vẫn có những mật khu hoạt động. Gọi là "vùng tự do" chỉ có 4 tỉnh Nam Ngãi Bình Phú, trung tâm đặt tại Bồng Sơn tỉnh Bình Định. Nam Ngãi Bình Phú chịu sự bao vây bốn mặt, bởi phía biển luôn luôn bị tàu chiến Pháp đe dọa bằng các cuộc đổ bộ càn quét. Phải hoàn toàn tự túc về kinh tế, tất cả lương thực, thực phẩm, vải bô, thuốc men, còn phải tiếp tế gạo cho chiến trường Bắc Khánh và Tây Nguyên. Giấy bạc Việt Nam dân chủ cộng hòa không lưu thông được nên phải tiêu dùng một loại "tín phiếu" in khắc gỗ tại địa phương, kỹ thuật thô sơ, giấy nam trung không bền. Đường sá bị phá hoại, việc vận chuyển chỉ có xe "goòng", dùng sức người đẩy trên từng đoạn đường sắt và xe ngựa cũng chạy trên từng đoạn đường bộ ngắn. Ngựa được nuôi nhiều để chuyên chở mọi thứ. Người đi bộ chân đất hàng ngày là chuyện thường, còn phải gánh gùi nữa. Nói chung rất khổ sở. Do đó, toàn dân phải thi đua sản xuất để đáp ứng mọi nhu cầu đời sống và thời cuộc. Văn học nghệ thuật tất nhiên tập trung sáng tác cổ võ kháng chiến và sản xuất, không còn bóng dáng "lãng mạn tiểu tư sản" như thời Tự lực văn đoàn.

SÁCH GIÁO KHOA

Ở bậc sơ học, chúng tôi học *Quốc văn giáo khoa thư* do Nha Học chánh Đông Dương giao cho các ông Trần Trọng Kim, Nguyễn Văn Ngọc, Đặng Đình Phúc, Đỗ Thận biên soạn. Năm 1945, đáng lý tôi thi bằng Sơ học Yếu lược, nhưng Chính phủ Trần Trọng Kim bãi bỏ văn bằng này. Sau khởi nghĩa việc học bị gián đoạn một năm, giữa năm 1946 mới học lớp Nhì.

Thầy Nguyễn Luân (dạy tiểu học) cho tôi 2 quyển sách của Phan Kế Bính: *Việt Hán văn khảo* và *Quốc văn sơ học độc bản*. Cuốn thứ nhất dần dần cho tôi được biết về cổ văn, các thể thơ phú của Tàu và Ta. Lúc đó thích cuốn thứ hai hơn.

Trang đầu có thư của Ngự tiền Văn phòng Phạm Quỳnh vâng lệnh Hoàng đế Bảo Đại ban cảm ơn và ban khen thành tâm của soạn giả. Tiếp theo là thư khen và cảm ơn của các quan chức cao cấp, các nhà giáo. Các tác giả có bài trích giảng trong sách đều có thêm tên hiệu ở trước tên chính. Đẹp vô cùng. Bưu Văn Phan Kế Bính, Đàm Xuyên Nguyễn Phan Lãng, Nông Sơn Nguyễn Can Mộng, Trúc Khê Ngô Văn Triện, Đông Châu Nguyễn Hữu Tiến, v.v... Những bài văn theo lối biền ngẫu... thật tuyệt vời.

Làng tôi trên cao nguyên, lúc ở Lương Sơn, học trường tại Xòm Bàu, trên đường đến trường qua nhiều gò cỏ, có chỗ trũng mùa mưa nước đọng trong ngần. Đi học ngày mưa, chúng tôi mang áo tơi lá kè, chạy băng qua từng vũng nước, tôi như người lĩnh xướng, đọc bài: *Mưa dầm vui cho ai, buồn cho ai,* đã thuộc lòng để các bạn đọc theo...

... Nào những ai... quan sơn nghìn dặm, ra lầy vó ngựa, vào ướt bánh xe, gội tuyết tắm mưa, chân trời góc bể... Rồi động lòng ... tha hương cố quận, đường đi lối lại ngổn ngang, nghĩ ra ngõ lợi đường danh, gối mỏi chân chồn chán ngán...

Vui biết bao nhiêu...

VĂN HỌC BÌNH DÂN

Các tác phẩm loại ca dao, hò, vè, diễn ca, đăng tải trên các tạp chí, báo địa phương và in thành sách khổ nhỏ, phổ biến rộng rãi, do các cơ quan tuyên truyền phát hành miễn phí. Tôi có được mấy quyển, như *Ca dao phong dao kháng chiến, Miền Nam kháng chiến diễn ca*... Nhiều câu ca dao miêu tả người chiến sĩ với phong thái anh hùng thuở xưa, "thanh gươm yên ngựa", tình yêu của các thôn nữ cũng như vậy.

-... Khu Năm Khu Sáu anh hùng
Ai về nhắn với Quang Trung (3), Nguyễn Kèn (4)
Chỉnh quân rèn cán cho bền
Thi đua giết giặc núi Hiềm (5), Thái Phiên (6)
Ai người thắng trận đầu tiên
Em về bán muối Lệ Uyên (7) em mừng
Quảng Nam xin bán quế rừng
Em lo giáp trắng ngựa hồng cho anh.
- Chàng mà về tới Buôn Hồ (8)
Giết Tây trăm đứa đốt khô rẫy chè
Rượu ngon em nguyện trăm ghè
Chiêng đồng trăm chiếc, cườm huê trăm giàn.
Rượu ngon, chiêng mới, cườm ngàn
Để em đi cưới cho chàng trăm cô
Khi mà chàng tới Buôn Hồ
Giết Tây trăm đứa đốt khô rẫy chè.

Lời người lầm đường lạc lối trở về cũng nhẹ nhàng, khỏe re, không bị học tập cải tạo ngày nào:

Trèo lên núi Chúa (9) nửa ngày
- Sao núi độ rày buồn rứa núi ơi?
Núi rằng: - Núi tủi mấy người
Bỏ cha bỏ mẹ nghe lời thằng Tây
- Nhắn giùm cho núi được khuây
Cho rừng khỏi hận, cho cây đỡ hờn.
Rằng người bữa trước Việt gian
Hôm nay người nhớ Việt Nam người về.

Trong đó có những bài đồng dao:

- Chiều chiều quạ nói với diều
Ở trong xóm Chiếc có nhiều gà con.
Con gà kháng chiến mập tròn
Con bươi ngoài vườn, con nhảy trước sân.
- Le le, vịt nước, bồng bồng
Con ăn ngoài đồng, con tắm trong ao.
Tây ơi, mày ở chỗ nào
Tao vác bồ cào tao bổ cho coi.

Ca dao học sinh sáng tác dán trên bích báo nói về tòng quân:

Chiều chiều én liệng qua cầu
Nguyễn Huệ (10) dẫn đầu trong việc tòng quân
Nguyễn Nghiêm (10), Lê Khiết (10) cũng gần
Nhẹ cân sút thước chịu phần kém thua!

Miền Nam kháng chiến diễn ca theo thể thơ lục bát, Miền Nam được hiểu là Nam Trung Bộ, nội dung thuật lại từ khi Pháp trở lại chiếm Sài Gòn, ra Hà Nội, rồi chiến tranh lan rộng:

... Thực dân cố giữ mộng tham
Chưa trôi Nam Bộ đã toan Bắc Hà.
Hai lần Pháp ký với ta
Nhận ta là nước cộng hòa tự do (11)
Nước nhà mưu sự ấm no
Thực tâm ký kết để lo hòa bình
Ngờ đâu... Pháp bất thình lình
Giở trò bội bạc, coi khinh giấy tờ...
... Hà Thành súng bỗng nổ vang
Mười chín tháng chạp máu tràn thủ đô
Ấy là giặc Pháp mưu mô
Những mong cướp sạch cơ đồ nước ta ...

Lời kết:

Dẫu rằng Pháp đánh tứ tung
Hết dùng đại bác lại dùng phi cơ.
Mà ta vẫn vững đến giờ
Miền Nam vẫn rạng sắc cờ Việt Nam.

THƠ

Mấy tập thơ tôi được đọc.

Tập thơ của người lính (Lưu Trùng Dương), có những bài phổ biến rộng rãi, như bài *Làng tôi*, tác giả tả một ngôi làng thôn quê, cuộc sống lặng lẽ, một hôm bộ đội về đóng tạo thành không khí vui vẻ, sinh động, khi bộ đội chuyển đi như đem theo cả nỗi vui của làng.

Nhà buồn hóa rộng thênh thang
Hàng tre nghiêng xuống, dặm đàng vắng tanh!

Về sau một số nhà nghiên cứu Quảng Nam lầm những câu sau đây là ca dao:

Sông tôi chẳng có bóng thuyền
Mong gì hóng gió những miền biển khơi
Tủi lòng sông lắm thuyền ơi
Chê chi thôn nhỏ ham nơi phố phường...

Cùng cảm xúc trước cảnh ấy, Phạm Hổ viết trong tập *Lúa non*, buổi sáng sau khi bộ đội chuyển đi, hai bà cụ gặp nhau:

Định nói: Họ đi rồi trông sao vắng gớm
Đã nghe: Họ đi rồi trong xóm vắng ghê!
Có cô thôn nữ
Quay sợi đầu hè
Nghe lời hai cụ
Lòng buồn se se...

Phạm Hổ có bài *Tôi nghe vui dậy mùa xuân*, viết về Phạm Thế Mỹ:

Hắn là đứa em trai nhỏ
Con út trong nhà
Bao tình thương anh chị mẹ cha
Dồn ấp lại trút lên đầu lên cổ...

Đứa em xin đi Thiếu sinh quân, bà mẹ không muốn, rồi chiều con, phải bằng lòng, vì con hứa *thỉnh thoảng ghé về*, nhưng đến tết không thấy con về, bà mẹ buồn quá: *chuối bánh làm chi để đó!* Mồng một tết, hắn về:

Hắn hát từ ngoài ngõ
Ba lô nho nhỏ
Gọn gàng hắn cõng trên lưng
Chiếc đàn xinh xinh

Quý yêu hắn ôm trong nách.
Hắn đi tung tăng
Bước cao bước thấp
Thấy cả nhà ra ngõ
Hắn nheo đôi mắt hắn cười.
Quanh mình nắng gió cũng cười theo
Có con chim nhỏ tí teo
Hót giữa cành xoài lá lụa...

Pham Hổ đi tập kết, nhưng khoảng 1957 thấy bài thơ *Cày* của ông trên tuần báo *Văn nghệ Tiền phong* Sài Gòn, ghi tác giả P.H, không rõ ai đưa đăng.

Khương Hữu Dụng có tập *Quảng Nam – Đà Nẵng hùng ca*, in litho. Về sau thấy in lại tên sách là *Từ đêm mười chín*. Trong tập, có bài *Trận đánh đồn Cẩm Phô*, trước đã in báo. Một bài nói về rừng núi Quảng Nam có câu:

Có suối chân hùm còn để dấu
Có rừng cây vút tuyệt đường chim.

Tế Hanh, khi Staline chết cũng có bài than khóc:

Tim vĩ đại đã ngừng trong vạn đại...

Tôi cũng có được tập *THƠ* của Tố Hữu, NXB Thuận Hóa. Những bài tình cảm nhẹ nhàng như *Tiếng hát đi đày, Người về, Con chim non...*, mạnh bạo: *Ly rượu thọ*. Sau hiệp định Genève chúng tôi chuyền nhau bản chép tay bài *Ta đi tới*, trong đó địa danh *Bến Hải* viết là *Bến Hạt*. "*... Sông Hương, Bến Hạt, Cửa Tùng...*"

Nhật Tĩnh (Nguyễn Trọng Thuật) và Tịnh Hà (Ngô Xuân Sanh – em Xuân Diệu) có tác phẩm in chung, không nhớ tên tập thơ. Tịnh Hà còn có tập thơ *Máu*, bìa in chữ *Máu* và mấy dòng máu chảy màu đỏ đậm. Năm 1975 tôi có gặp Tịnh Hà làm việc tại tòa soạn tuần báo *Văn nghệ Giải phóng* Sài Gòn.

Nhật Tĩnh (bút danh thường "bị hiểu" một cách vui vui là "Ngủ Ngày") cũng làm nhiều ca dao. Theo lời chị Huỳnh Thị Như Hải, lúc ấy là cán bộ phụ nữ tỉnh thì nhân một câu chuyện tình cảm, Nhật Tĩnh ứng khẩu:

Thương chi cho uổng công tình
Nẫu về xứ nẫu bỏ mình bơ vơ.

Bị các chị phản đối, ông sửa lại:

Thương nhau cho thỏa tâm tình
Nẫu về xứ nẫu dẫn mình đi theo.

Câu trên, đến nay nhiều người còn nhớ.

Hồ Thấu, Xuân Phụng và Đoàn Anh (Phạm Văn Tu) chỉ có thơ đăng báo. Thơ Hồ Thấu nghiêng về chính trị, như bài *Đời cán bộ*. Xuân Phụng tả cảnh những làng xóm yên vui:

Dừa xanh, sông chảy, cát bồi
Đây thôn Mỹ Phụng (12) thuyền trôi lung dòng
Phan Thanh (13) cảnh mới trong lòng
Quê người mới gặp đã thành duyên tôi...

Sau 1954, Xuân Phụng ở lại Miền Nam, dùng bút danh Phượng Tứ (Phượng=Phụng, Tứ=Bốn, Phượng Tứ = Tư Phụng) trong loạt bài viết về nạn đói ở Phú Yên năm 1952, nhiều người cùng nhau lên núi đào khoai khai làm lương thực: *Chiến dịch khoai khai.*

Đoàn Anh với bài *Đường đi Buôn Lắc* viết về dân công gánh gạo lên Tây Nguyên:

... Chiều nay mưa đổ mặc mưa
Ngù tranh (14) phủ kín, gạo khô giữ gìn.
Mồ hôi nước mắt của mình
Gạo anh là gạo trăm tình mến thương...

Có những bài đến nay tôi còn nhớ toàn văn, lúc ấy không biết tác giả. Như bài *Tù và kháng chiến*, phổ biến cùng thời với bài *Nhớ* của Hồng Nguyên. Bài *Chị Vĩnh Điện* ca ngợi sự hi sinh anh dũng của một cô gái Vĩnh Điện, năm 1966 gặp nhà thơ Tường Linh (Nguyễn Linh) tôi mới biết anh là tác giả. Một bài nói về việc ngư dân bám biển ra khơi mặc dù bị quân Pháp ngăn đón, khủng bố, gợi hình ảnh đẹp:

... Anh buông cánh tay
Lưới rơi trên sóng
Anh quay bánh lái
Con thuyền chạy vòng
Biển xanh đón lưới vào lòng
Giọng hò nhịp ánh nắng hồng rung rinh...
... Người say mà sóng cũng say
Người say với gió, sóng say với thuyền ...

Năm 1976 gặp nhà nghiên cứu Mịch Quang (Nguyễn Thế Khoán) mới biết ông là tác giả.
Thơ văn từ các tỉnh phía nam nhận được rất ít. Văn xuôi chỉ còn nhớ nội dung chính, như tạp bút *Sang máu* của Kiều Mộc, sau này biết là bút danh của Sơn Nam.
Thơ: Một người Khánh Hòa từ chiến khu nhìn xuống làng quê thấy:
Sừng sững ngọn Ba Cụm
Mờ mờ vịnh Cam Ranh...
Một bài vè kể chuyện dân chúng Thuận Thành (Ninh Thuận) sau mới biết của Tế Hanh:

... Mắt chị sưng vù
Tôi hỏi: Vì sao thế?
Chị bèn kể lể sự tình...
Nguyên tôi người ở Thuận Thành trước kia.
Quân cướp nước bắt lìa nhà cửa
Chúng dồn làng lần nữa là ba.
Ban ngày chúng thả cho ra
Đêm vô đồn ngủ như là bò trâu...

Trước ngày tập kết ra Bắc, tại Phú Yên phổ biến bài vè dài thể song thất lục bát của Nguyên Hồ, nội dung nói quân đội của Ngô Đình Diệm hiếu chiến, hung ác, giết người khắp nơi, đồng bào hãy tin tưởng ngày tổng tuyển cử sẽ tới.

VĂN XUÔI

Tôi chỉ đọc được một số tác phẩm. Đã in thành sách, như một truyện của Ngọc Cư theo chủ đề chống mê tín. Một tập truyện của Nhật Tĩnh và Tịnh Hà. Một số truyện của Nguyễn Thành Long, Lưu Nghi (hình như đang công tác tại Quảng Nam). *Giấc ngủ mười năm* của Trần Lực (Chủ tịch Hồ Chí Minh). Vài bài ký đăng báo như: *Bếp lửa giữa rừng lạnh Tây Nguyên, Khu rừng kháng chiến*, không nhớ tác giả.

Và dày dặn hơn là tiểu thuyết *Con trâu* của Nguyễn Văn Bổng. Theo lời nhà thơ Lam Giang (Nguyễn Quang Trứ) thì bản thảo trải qua một cuộc góp ý của Hội Văn nghệ Liên khu V: *"Khi dắt vào, Con trâu của Nguyễn Văn Bổng, đến khi dắt ra, là Con trâu của Văn nghệ liên khu V".* Sau hiệp định Genève tôi có đọc tập ký *Ánh điện giải phóng* của ông.

Trong tập của Nhật Tĩnh có truyện *Men Sơn*. Men Sơn là tên nhân vật, người dân tộc thiểu số. Lúc ấy các thanh niên thiểu số thường lấy tên có chữ Sơn, bắt chước Trung đoàn trưởng trung đoàn 79, đóng tại Sơn Hòa, người Tày, là ông Thu Sơn. Men Sơn có *người vợ nước da đen như bồ quân và thằng con trai hai tuổi tròn như hột mít,* anh giác ngộ, đi bộ đội, một hôm về thăm quê, gần tới đầu buôn, anh gọi to người bạn thân: *Bơ Lúp Mứ Mừ... Bơ Lúp Mứ Mừ...* Hoàn toàn im lặng, chẳng có tiếng đáp trả. Anh đến nơi thì buôn đã bị Tây càn đốt cháy trụi, chỉ còn tro than, không một bóng người, anh lại ra đi, lòng chất ngất hận thù... *Chân người chạm suối, suối động rên dài, đầu người chạm cây, cây hoảng sợ rùng mình ớn lạnh...* Một truyện khác, Nhật Tĩnh nói về "anh hùng vô danh" bị Tây giết: *Người dân quân bị giặc chặt tiện đầu quăng sông. Thân người trôi về đâu ai biết? Người tên chi và ở xã nào?*

Ngọc Cư trong bút ký *Đêm Vũng Rô* kể lại lần lên Đèo Cả thăm Tiểu đoàn Độc lập đóng quân ở đó, vào dịp thi hành tạm ước 14-9 nên rất yên tĩnh. *Hôm nay Vũng Rô đang khoác chiếc nhung y xanh biếc trong giá rét của đông thiên.* Nghe một người lính nói rằng ở đây có một giống chim tiếng kêu trong đêm khuya nghe như tiếng trẻ con khóc, ông nghĩ: *Tiếng chim hay là tiếng người? Dầu sao cũng là tiếng khóc. Những tiếng khóc não nùng của lũ con thơ dại trong lòng người cha chiến sĩ đang trấn thủ chốn biên khu...* Năm ấy mười tuổi, tôi thấy mấy câu này của Ngọc Cư, mấy câu Nhật Tĩnh tả Men Sơn lại ra đi... hay quá, hay quá, kể cho các bạn trang lứa thì chẳng ai hiểu gì để hưởng ứng!

Trước năm 1945, Ngọc Cư đã đăng truyện trên *Tiểu thuyết Thứ Bảy* Hà Nội. Sau 1954, ông dùng bút danh Diễm Bình.

Tôi cũng thích những chi tiết tế nhị, nhỏ nhỏ, vui vui.

Như trong *Con trâu* (Nguyễn Văn Bổng) có tiếng con cu cườm gáy săn giòn giữa buổi trưa vàng. Tôi sống ở nhà quê, vẫn thường gặp mãi mà không quên cảnh ấy.

Trong một truyện không nhớ tên truyện và tác giả, sau trận đánh, tiếng súng ngưng chưa lâu, người lính chợt thấy trên cành cây khô trụi, có con chim cất tiếng hót thật hiền lành, thản nhiên. (Sau này mới tự hỏi: Con chim hót trong cảnh này? Có thật vậy chăng? Hay chỉ là hư cấu thăng hoa?)

Một trận đánh ở Quảng Nam, bộ đội giết nhiều sĩ quan (?) Pháp. Mấy cụ già cười nói với nhau:

- Răng năm ni quan Tây *đi làm tri phủ* nhiều rứa? (Đi làm tri phủ có nghĩa là đi xuống âm phủ).

ĐẶC SAN – TẠP CHÍ – TUYỂN TẬP

- Đặc san "Đại hội luyện quân khu V".

Năm 1947, khu V có các tỉnh Quảng Nam, Quảng Ngãi, Bình Định, Kon Tum. (Sau đó nhập khu V, khu VI và phân khu Tây Nguyên thành Liên khu V = Miền Nam Trung Bộ). Đại hội luyện quân tại Quảng Ngãi có 4 trung đoàn cử đơn vị tham dự. Một tập đặc san nội dung phong phú được xuất bản, gồm các bài tường thuật, thơ, truyện... Trình bày và minh họa ghi các họa sĩ Quảng, Mạnh, Huỳnh, Định, Vĩnh. Hai văn nghệ sĩ đến góp mặt trong buổi thi bắn súng là Vũ Hân và Nguyễn Viết Lãm. Theo lời xướng ngôn viên (qua bài tường thuật) thi sĩ Vũ Hân là nhà "thiên xạ", đã bắn trúng "đám mây".

Bác sĩ Lê Đình Thám làm thơ:

Đại hội luyện quân của Khu Năm
Gây thêm tin tưởng khắp trời Nam.
Súng trường bắn trúng vòng đen trắng
Lựu đạn ném hay lúc đứng, nằm.
Chiến thuật khôn ngoan, đi chạy giỏi
Xung phong can đảm, học hành chăm.
Sẵn nhiều vũ khí ngày tinh xảo
Quyết sẽ tiểu trừ lũ ngoại xâm.

Không khí thao trường được diễn tả trong bài thơ:

... Ga phố vui vầy, đò xe chen chúc
Lớp lớp sóng người, nhà dựng nương khoai.
Núi Bút điểm trang, sông Trà lên điệp khúc
Ai về đây qua núi thắm sông dài.
Những từ mẫu theo đàn con áo xám

Đến trường thi chờ súng nổ phập phồng
Mắt yếu chân gầy, đường đi thăm thẳm
Có hề chi, ôi, tình mẹ mênh mông!
Và cha đứng nơi thao trường lo lắng
Con vung tay, cha hồi hộp nhìn theo
Quả đạn rớt, cha quên mình tóc trắng
Nhảy cời lên, tung mũ múa hò reo...

Khi đại hội bế mạc, tất cả các đơn vị chia tay, nơi ấy còn lại sự vắng vẻ, có người thao thức nhìn ra:

... Đêm đã gần phai
Trăng khuya đã ngả bóng dài qua sân...

- Đặc san "Mùa đông binh sĩ"

Phần văn nghệ đăng bài *Đêm Vũng Rô* của Ngọc Cư đã nói trên. Bài thơ của Thuần Hoa tả tâm sự người phụ nữ Hà thành đan áo gởi ra mặt trận:

... Tiếng gió heo may, lá rụng vàng
Kinh thành sửa soạn chiếc kim đan
Dưới đèn có những bàn tay nhỏ
Vội vội cho xong áo ngự hàn...

Đoạn cuối:

...Và đây... áo gởi người anh dũng
Mặt trận xa nào lạ tính danh
Anh đã là người trai đất Việt
Đây quà gái Việt kính dâng anh.

Một số ca dao, như:

Ai kêu ai hú bên sông
Tôi đang dệt áo cho chồng tôi đây
Đông về lạnh lắm bớ người
Chồng tôi đứng gác ngoài trời khuya lơ...

- Đặc san "Hồn Trẻ"

Nhóm chủ trương *Hồn Trẻ* muốn làm một tạp chí, nhưng chỉ ra được một số, thì coi như đặc san.

Lúc này, cuối năm 1946, tôi học lớp Nhì trường tiểu học Ngân Sơn trong vùng đồng bằng sông Cái Tuy An, xa nhà, phần lớn đường đi dốc núi, phải ở trọ, vài ba tháng dịp nghỉ lễ mới về nhà một lần. Tuy còn tuổi nhỏ, tôi nhận ra không khí có điều gì căng thẳng. Bên đường dán nhiều khẩu hiệu in chữ đậm: BÌNH TĨNH – CHUẨN BỊ - KỶ LUẬT: CHỜ MỆNH LỆNH CHÍNH PHỦ. Thấy tập *Hồn Trẻ* (xuất bản tại Tuy Hòa), tôi mua ngay.

Nhân dịp có đoàn văn nghệ sĩ Miền Bắc vào để đi thăm mặt trận Củng Sơn tham gia bài vở nên nội dung rất phong phú. Tranh bìa: họa sĩ Nguyễn Đỗ Cung. Trình bày: họa sĩ Trần Viết Lý. Lời mở đầu, như giới thiệu Phú Yên: *Một tỉnh khá lớn. Một tỉnh trù phú. Phong tục thuần mỹ. Sông núi giăng đầy sương sớm. Gió vần vũ khắp không trung quyền lực*... rồi nói đến lý do *Hồn Trẻ* ra đời.

Bài chính luận: *Cái đẹp của thanh niên, cái đẹp của nhân loại*, chê nhan sắc của Dương Quý Phi, Tây Thi, Chiêu Quân, ca ngợi vẻ đẹp của nữ hồng quân Liên Xô trong cuộc duyệt binh: "*thật là một đàn voi, ngực căng lên, mặt nhìn thẳng*". Có bài phỏng vấn Nguyễn Tuân. Truyện *Người học trò* của Nguyên Hồng, viết về thân phận con người nông thôn qua nạn đói năm Ất Dậu, dưới tên truyện ghi*: Một dĩ vãng đen tối của dân tộc ta. Một chuyện thảm khốc của bạn trẻ đồng ruộng. Chung tặng các trẻ em Việt Nam. Và riêng tặng em T. không biết giờ đánh giày bán báo ở nơi nào.*

Một bài thơ tôi không nhớ tác giả, chỉ nhớ những câu:

... Những kỹ nữ suốt một đời làm dáng
Những trai tơ còn vọng ước xa xanh
Chim bâng khuâng thương nhớ mộng trên cành
Chiều họa điệu vàng tơ trên biển suối...
Thời đã đến tháng năm thêm những tuổi
Hồn tinh anh vùng dậy đón sao vàng...

Sau này, hỏi anh Đoàn Anh, anh ấy nói: "Giọng đó là giọng Xuân Diệu". Không xác định của ai.

- Tạp chí "Văn nghệ Miền Nam Trung Bộ"

Truyện của Nguyễn Thành Long, Lưu Nghi, tùy bút *Đêm tĩnh túc* (hay *Gió tĩnh túc*) của Nguyễn Viết Lãm, tôi thích hai từ "tĩnh túc". Thơ Hồ Thấu, Đoàn Anh, Mịch Quang...

Ngoài phần sáng tác có mục tường thuật các cuộc bình thơ. Các vị tham dự buộc phải đọc bài thơ đưa ra bình, không cho Phạm Hổ ngâm, vì Phạm Hổ có giọng ngâm hay, người nghe không nhận ra chỗ nhược điểm của tác phẩm. Người ăn nói thẳng thắn xẳng xớm nhất là thi sĩ Lam Giang, ông chê những bài vè của Ng.Đ. và những câu của các tác giả khác:

- Cảnh chạy tản cư mà thấy con đường "*dặm hiền màu xanh*". Sáo! Rồi: "*Ơi anh du kích*! *Nhà kia cửa nọ, gởi lại tay anh*". Vô trách nhiệm. Và bài *Nằm bên bộ đội*: "*Quê anh ở đâu? Hỡi anh bộ đội? Sao anh không nói. Đến vợ đến con. Ngày mai giết giặc diệt đồn. Đêm nay anh vẫn ngủ ngon như thường*" Không phải thơ.

- Mấy tạp chí xuất bản ở Miền Bắc

Năm 1951 dạy văn lớp chúng tôi là thầy Bùi Bình Hiếu, làm thơ với bút danh Hoài Lang. (Năm 1953 bị "ra khỏi biên chế" làm thợ hớt tóc dạo. Sau 1954 ở lại Miền Nam bút danh Bùi Khai Nguyên). Thầy cho chúng tôi học bài *Làng Nghẹt trong rừng đêm* của Nguyễn Xuân Sanh. Khi giảng những câu:

... Tình sau trước, nghĩa trước sau
Em cây say chữ nên trau chuốt cành...
... Thêm cây đàn ngọt như trăng
Màu mây tháng ấy cũng rằng thanh thanh...

Thầy nói qua về *Xuân Thu nhã tập* và những câu nhiều người cho là bí hiểm, như:

Đáy đĩa mùa đi nhịp hải hà.

Tôi được thầy thương, cho đến nhà chơi, nói về nhóm Xuân Thu, với chủ trương của họ. "*Có rung động là có thơ. Phải cần và chỉ cần có rung động ấy. Thơ = Trong = Đẹp = Thật. Thơ là tinh khiết, thâm thúy, cao siêu, Thơ là Đạo*". Thầy vẽ một vòng tròn, gọi là vòng tương sinh, khép kín những chữ: *Đạo -> Âm + Dương -> Sáng Tạo -> Rung Động -> Thơ -> Đạo.*

Chỉ có một thằng học trò nhỏ mà Thầy nói còn hay hơn lúc giảng bài ở lớp:
"Lúc Thôi Oanh Oanh quay đi, lông mày như vầng trăng khuyết lẫn vào màu tóc như mây trời. Vẻ đẹp ấy là tứ thơ, chưa phải là bài thơ. Khi bước chân nàng in trên cát, ban đầu nhẹ nhàng, dần dần lún xuống như ngập ngừng bịn rịn, rồi vội vã biến mất. Điệu cao thấp ấy mới là bài thơ. Và Trương Quân Thụy đã đọc được bài thơ trên cát, là độc giả duy nhất xứng đáng".
"Là thi sĩ khi ta đạt được Thơ. Là bài thơ, khi áng văn ấy, bất cứ ở thể nào, có chất Thơ, nghĩa là chứa trọn sự rung động siêu thoát, phảng phất cái hương vị tuyệt vời: Trong-Đẹp-Thật. Đó là Đạo trong Nghệ Thuật".

Tại nhà thầy trọ, tôi được đọc vài tạp chí văn nghệ Miền Bắc. Có tập nơi đầu trang 1 ghi: "*Gởi em Sanh để em nghiên cứu. Xuân Diệu*". Sanh là Ngô Xuân Sanh, tức Tịnh Hà, em ruột Xuân Diệu. Trong một số tạp chí có truyện *Người đàn bà Tàu* của Nguyên Hồng, viết về một phụ nữ Hoa kiều có con trai gia nhập bộ đội Việt Nam. Sau 1975 tôi có gặp lại truyện ấy, không nhớ trên báo nào, đổi nhan đề là *Một người mẹ Trung Quốc*.

Sau 1954 thầy Bùi Bình Hiếu cộng tác với nhóm *Đại Nam văn hiến* (Sài Gòn) của Thế Phong. Thầy trò cùng có thơ được dịch, in trong *An Anthology of Vietnamese Poems (Yale University Press).*

- Tuyển tập "Tập văn cách mạng và kháng chiến"

Cũng nhờ thầy Bùi Bình Hiếu tôi được đọc *Tập văn Cách mạng và Kháng chiến* xuất bản ở Việt Bắc. Là một tuyển tập văn học, rất dày, nhiều tác giả nổi tiếng đương thời. Trong đó có *Làng* (Kim Lân), *Thư nhà* (Hồ Phương), tản văn *Bình hoa* (Minh Đạo), thơ *Lên Cấm Sơn* (Thôi Hữu), Phan Khôi có bài *Dưới gốc hòe* (dịch thơ Trung Quốc). Bài thơ *Đèo Cả* chỉ có đoạn đầu, ngắn, tên tác giả một chữ Hữu (không có chữ Loan?)

Trước đó, trong giờ giảng văn chúng tôi có học một đoạn trong *Thư nhà*, và đọc trong sách của Nguyễn Vỹ một đoạn trong *Làng*. (Ông Nguyễn Vỹ, nhà giáo, lúc này làm Giám đốc Nha Giáo dục Miền Nam Trung Bộ, không phải nhà văn-thơ Nguyễn Vỹ).

Đọc *Tập văn Cách mạng và Kháng chiến* hiểu được một phần quan trọng sinh hoạt văn học lúc ấy. Cho đến bây giờ, tôi chưa nghe bạn nào (ngang tuổi và sau này) cho biết là đã có đọc tuyển tập ấy. Cũng cảm thấy mình "hơn" bạn bè, và cũng cảm thấy "thiệt thòi" vì nói về tuyển tập ấy không biết nói với ai.

SÁCH DỊCH

\- *Sách Trung Quốc.*

Các tiểu thuyết: *Sự biến đổi ở Lý Gia Trang*, đề tài về địa chủ gian ác. *Trời hửng, Thù làng*, cũng đề tài tranh chấp nhau ở nông thôn. Chúng tôi thấy khô khan, không hay.

\- *Sách Liên Xô.*

Tỉnh ủy bí mật của Phê-đô-rốp, Nguyễn Du Kích (Hồ Chí Minh) dịch. *Người Xô Viết chúng ta*, Nam Trân dịch. *Ngôi sao*, không nhớ dịch giả. *Thời gian ủng hộ chúng ta,* Thép Mới dịch. Một tập thơ văn có bài *Đợi anh về* của Si-mô-nốp, không phải bản dịch Tố Hữu, mấy bài thơ và truyện Huỳnh Lý dịch. *Mặt trận trung tâm của trận Stalingrad,* Võ Nguyên Giáp dịch, sách mỏng, in khổ nhỏ bằng bàn tay.

Trong *Người Xô Viết chúng ta*, tôi nhớ chi tiết, *nghe tên sĩ quan Đức lăng mạ cả dân tộc mình, người thiếu nữ không cầm lòng được nữa, sẵn thanh gươm có chạm con ó phát xít nàng cầm lên đâm lút tận chuôi.* Sau 1975 thấy bản in mới, tên sách đổi một chữ: *Người Xô Viết chúng tôi.*

Chúng tôi có học một đoạn văn của Ilya Ehrenburg với thầy Võ Hồng (nhà văn). Cách giảng của thầy Võ Hồng chậm rãi, điềm đạm đã cho chúng tôi những ấn tượng đẹp về *Thời gian ủng hộ chúng ta*. Khi đọc toàn truyện, tôi thấy thích những đoạn tác giả nói đến tình yêu quê hương: "*Dòng suối đổ vào sông, dòng sông đổ vào trường giang Volga, Volga đi ra biển ... Tình yêu nước bắt đầu từ tình yêu làng xóm, yêu cái cây trồng trước nhà, yêu con phố nhỏ chạy ra bờ sông ... Chiến tranh khiến cho mọi công dân Xô Viết nhận ra vẻ thanh tú của quê hương. Người Miền Bắc nhớ bóng thùy dương tư lự...*". Những chi tiết thật lạ: "*... Tiếng ong bay khẽ xua động cái yên lặng trọng thể... Rượu vang sẽ tu trong bọc đựng rượu bằng da dê...*".

Mấy anh lớn tuổi hơn thường bàn luận về tình yêu của trung úy Trapkin và hiệu thính viên Katya trong *Ngôi sao*, nhất là ở đoạn kết, Katya gọi mãi ám danh "*Ngôi sao, ngôi sao…*" không có tiếng trả lời. *Mặt trận trung tâm của trận Stalingrad* thuật lại không khí nóng bỏng, nghẹt thở lúc thành phố bị quân Đức bao vây, "*đằng sau họ, sông Volga lạnh ngắt mù đen, là vận mệnh của nước Nga*".

Truyện của Huỳnh Lý dịch tầm thường, nói về giống *hạnh đào lý tưởng* mới được lai tạo, nói về một người lính đi trên xe lửa bị rơi chiếc mũ, anh ta nhảy xuống, lượm được và chạy theo đuổi kịp, đu lên xe. Một bài thơ thuật chuyện một nhà tư bản Mỹ, tên được Việt hóa là *Chuyết-tư*.

… Chuyết-tư tiên sinh cựu Bộ trưởng
Chuyết-tư tiên sinh, giàu kếch sù…
Vừa cởi giày ra bỗng nhiên nảy ý
Rong chơi thế giới giải trí vợ con.
Phu nhân tán thưởng ý chồng
Tiểu thư ngoan ngoãn về phòng điểm trang…

Gia đình ông đi du lịch nhiều nơi, bà vợ hống hách, độc ác "*dù đầm thúc mạnh lưng người lái xe*". Họ đến Liên Xô, do kỳ thị chủng tộc ông không chịu ở tại khách sạn có người da màu, mà khách sạn nào cũng có người da màu từ châu Phi, châu Á. Chạy đôn chạy đáo khắp nơi, nơi nào cũng vậy, ông nhất định không chịu ở, cuối cùng mệt quá, Chuyết-tư tiên sinh nằm gục xuống dưới chân cầu thang "*của Ăng Lê khách sạn, một xó lầu Liên Xô*".

Tác giả và dịch giả đều có vẻ hả hê!

VĂN HỌC SỬ - LÝ LUẬN VĂN HỌC

- *Việt Nam văn học sử* của Lê Trí Viễn, trọn bộ 4 quyển, đầy đủ các tác giả. Nhờ sách này tôi biết được những tác giả, tác phẩm không có trong chương trình học bậc phổ thông. Thích phong cách ngang tàng của Phạm Thái và chuyện tình đau xót Phạm Thái – Trương Quỳnh Như:

… Cho đến nỗi hoa rơi lá rụng ngọc nát châu chìm, chua xót bởi vì đâu!

Nay qua nấm cỏ xanh tưởng người mệnh bạc, sụt sùi đôi hàng tình lệ, giãi bày một bức khốc văn, đốt xuống tuyền đài tỏ cùng nương tử!

Và:

Gió thu hiu hắt khóm phương tùng
Thổi rụng hàng châu nghẹn má hồng
Cỏ biếc chẳng đeo hồn Sở trướng
Cúc vàng thà điểm giọt Ngu cung.
Niệm đảo mơ màng hồi thu cổ
Sinh tiêu nghe lắng tiếng thiền chung...

Những *phương tùng, thu cổ, thiền chung* gặp nhiều nơi, còn *nghẹn má hồng,* độc đáo, chỉ thấy ở đây.

- *Quyền sống của con người trong truyện Kiều* của Hoài Thanh. Lúc ấy tôi chưa được đọc Trương Tửu, dù có biết Nguyễn Bách Khoa là Trương Tửu. Trong sách, Hoài Thanh chê Nguyễn Bách Khoa *"bắt mạch và ghi bệnh trạng Kiều một cách liều lĩnh"*. Ông cũng chê Đồ Chiểu "*tả Nguyệt Nga nhảy xuống sông tự tử mà như nhảy trên sân banh*". Tác phẩm gợi cho tôi bước đầu nghĩ về Hoài Thanh. (Chưa được đọc *Thi nhân Việt Nam*).

- *Chinh phụ ngâm* của Đặng Thái Mai. Chữ lót tên ông là *Thái,* có dấu sắc. Sau 1975 thấy dấu sắc biến mất chỉ còn *Thai Mai*. Chú thích nhiều chi tiết. Nhờ sách này tôi thuộc *Chinh phụ ngâm*. Ông bác bỏ quan điểm các nhà nghiên cứu khác về dịch giả, bảo vệ quan điểm của ông: dịch giả là Đoàn Thị Điểm.

TRIẾT HỌC

Chỉ đọc được một quyển *Triết học phổ thông* của Trần Văn Giàu.

Nhớ hai chi tiết. Thứ nhất, ông nói thanh niên Sài Gòn thời ấy, có ông, coi Nguyễn An Ninh là thần tượng, kiểu tóc cũng bắt chước Nguyễn An Ninh. Thứ hai, ông nói về quan điểm của Berkeley, tưởng là dung hòa, trái lại: "*Đức cha Berkeley bị kẹt giữa hòn đe và chiếc búa. Duy vật công kích ông đã đành, duy tâm cũng phê phán ông nặng nề...*"

SÁCH CHÍNH TRỊ

- *Trường kỳ kháng chiến nhất định thắng lợi* của Trường Chinh. Nói về 3 giai đoạn của cuộc kháng chiến: phòng ngự, cầm cự, phản công. Trong giai đoạn cầm cự có cuộc chiến "cài răng lược".
- *Nhân sinh quan mới*, bản dịch từ *Tân nhân sinh quan* của Trung Quốc. Sách do Thầy Trần Sĩ, Hiệu trưởng trường trung học Lương Văn Chánh đưa cho đọc. Thầy bảo đọc thì đọc, sợ Thầy hỏi lại. Đọc không hứng thú, chỉ nhớ đoạn tác giả phê phán tính ích kỷ tiểu tư sản:

Chỉ ưu gia lý môn tiền tuyết
Mạc quản tha gia ngõa thượng sương.
(Chỉ lo nhà tớ sân đầy tuyết
Chẳng quản nhà người ngói phủ sương).

- Có một chuyện vui vui về từ ngữ chính trị, liên quan đến thời sự, trong một tài liệu đánh máy, không phải là sách. Năm 1953 một lần cha tôi và mấy chú, mấy anh ngồi bàn bạc, tôi pha trà cũng được dự, khi nghe nhắc đến từ ngữ mọi người phân vân "tư bản mại bản". Tôi nói: "Nước ta mới có tư bản bán mại bản, chưa có tư bản mại bản". Một người hỏi: "Sao em biết?". Tôi nói: "Đọc trong Đề cương chính trị đệ trình hội nghị Ban Chấp hành trung ương Đảng". Ai cũng ngạc nhiên: "Đâu? Tài liệu ấy đâu?" Tôi nói: "Tập ấy giấy rất mỏng. Bữa trước hết giấy hút thuốc, mấy anh bảo tìm, em hỏi: Giấy này hút được không? Anh T... nói: Được, được. Hút được. Em rọc ra đưa cho mỗi người một xấp hút thuốc rồi!". Mọi người cùng cười, biết nói sao nữa!

ĐẢ KÍCH VĂN CHƯƠNG LÃNG MẠN

Cuối năm 1952 học sinh cuối cấp II chúng tôi có một ngày nghe cán bộ tỉnh về trường giảng đề tài đả kích văn chương lãng mạn.
Những tác phẩm của Tự Lực Văn Đoàn mới đây được học, trích ra "những đoạn văn hay" tả cảnh, tả người, dùng làm bài văn mẫu, bây giờ phải quét sạch. Chụp ảnh, "chơi album" cũng là cách sống tiểu tư sản.

Cũng may là tôi đã đọc được nhiều số sách ấy.

Đáng lẽ năm 1945 tôi thi bằng Sơ học Yếu lược, nhưng Chính phủ Trần Trọng Kim bãi bỏ văn bằng ấy. Rồi năm 1945-1946 bao nhiêu biến động tôi không được đi học. Cuối năm 1946 xuống Ngân Sơn (Tuy An) học lớp Nhì. Toàn quốc kháng chiến, trường tạm đóng cửa để cơ sở cho trường Lục quân tỉnh. Trở về quê không có lớp Nhì, tôi học lại lớp Ba. Năm 1947 trường có lớp Nhì nhưng năm 1948 không đủ học trò để mở lớp Nhất, tôi phải tự học, năm 1949 thi bằng Tiểu học và đậu vào đệ nhất niên trường Trung học quốc lập Lương Văn Chánh.

Từ xứ núi xuống có một mình giữa đám bạn bè khắp tỉnh. Cũng may được bạn mến thầy thương. Thầy Hiệu trưởng Trần Sĩ (bút danh Đà Giang) quen với cha tôi. Cha tôi đã hướng dẫn thầy và ông Lê Thọ Xuân cùng vài vị nữa khảo sát vùng cao nguyên Vân Hòa và thung lũng Lỗ Chảo. Ngày nghỉ tôi đến nhà thầy, có ba bồ sách. Đúng là bồ. Sách của thầy từ Tuy Hòa đem về đựng trong bồ chứa lúa. Tôi tha hồ đọc. Sách Tự Lực Văn Đoàn, Tân Dân, Phổ Thông bán nguyệt san, sách Lê Văn Trương, Truyện đường rừng TchyA, Lan Khai, sách trinh thám Thế Lữ, Phạm Cao Củng, nào là hang Văn Dú, nào là Thần Hổ, Sách Hồng, Truyền Bá... Tôi rất thích người hùng của Lê Văn Trương, chuyện ông sang Tàu làm thầu khoán, v.v...
Bây giờ đó là văn chương lãng mạn tiểu tư sản!

Trong buổi học này, chúng tôi được khuyến khích nêu ý kiến thảo luận. Cảm thấy nóng nực có thể cởi áo ra. Không sao hết. Cốt là được thoải mái thôi.

Trong tài liệu, đoạn nói về âm nhạc có lên án các bài hát, "*từ bài Riquita lẳng lơ đến bài Đàn tôi yếm thế*". Bài *Đàn tôi* thì mấy anh lớn, chơi nhạc, có biết. Bài *Riquita* gì đó thì chẳng ai biết cả. Cá nhân tôi, nay hơn 70 năm qua, cũng không hề biết bài *Riquita* thế nào. Nhưng có vài bạn khá thuộc lòng bài giảng của cán bộ bữa ấy, một bạn mấy hôm sau cứ bô bô nhắc lại: "Ta phải giữ tâm hồn trong sáng, xóa bỏ hết dấu tích các bài hát yêu đương lãng mạn, ủy mị, *từ bài Riquita lẳng lơ đến bài Đàn tôi yếm thế*".

LỜI KẾT

Nhắc lại chuyện đọc sách một thời chín năm, là để nhớ lại bản thân lúc thiếu niên đến khi sắp vào tuổi trưởng thành, ham đọc sách và đọc được những gì. Trong đó, qua một phần - dù ít - cũng nhận thấy được nếp sinh hoạt văn học thuở ấy. May ra, có thể gặp một bạn xa xôi nào đó... san sẻ được với nhau thì thật vô cùng hạnh phúc.

Thời gian qua lâu. Chắc có một số từ nhớ không được hoàn toàn chính xác, nhưng ý chính thì không sai.

Cũng xin nhân đây bày tỏ lòng nhớ ơn với quý Thầy (đã truyền cho tôi ngọn lửa văn học để sưởi ấm mặt tinh thần suốt cuộc đời) nay không còn nữa: giáo sư Bửu Thọ, nhà thơ Bùi Bình Hiếu, nhà văn Võ Hồng và thầy Nguyễn Luân.

Trần Huiền Ân

(1)-Tướng Leclerc de Hauteclocque được De Gaulle cử làm Tư lệnh Lục quân Pháp tại Đông Dương.
(2)-Đô đốc Thierry d'Argenlieu được De Gaulle cử làm Cao ủy Pháp kiêm Tổng Tư lệnh tại Đông Dương.
(3)-Đàm Quang Trung.
(4)-Tên một vị Trung đoàn trưởng
(5)-Đồn Pháp tại nam Phú Yên, sau đó bỏ, rút về Khánh Hòa.
(6)-Tức Đà Nẵng – tên gọi một thời gian ngắn sau khởi nghĩa 1945
(7)-Vùng sản xuất muối của Phú Yên
(8)-Thuộc tỉnh Đắc Lắc.
(9)-Thuộc tỉnh Quảng Nam
(10)-Tên các trường phổ thông cấp 3
(11)- Hiệp định sơ bộ ngày 6-3-1946: Pháp thừa nhận Việt Nam là một quốc gia tự do (Etat libre) tự trị trong Liên bang Đông Dương và trong Liên hiệp Pháp. Thỏa ước tạm thời (Modus Vivendi), gọi tắt là tạm ước, ngày 14-9-1946, Chủ tịch Hồ Chí Minh ký với Bộ trưởng Pháp quốc Hải ngoại Marius Moutet.
(12)-Tên một thôn vùng biển Sông Cầu lúc ấy thuộc xã Phan Thanh
(13)-Tên xã đặt theo danh nhân năm 1945, một thời gian ngắn, nay là xã Xuân Lộc, thị xã Sông Cầu.
(14)-Ngù tranh là vật dụng bằng tranh, giống như chiếc nón nhỏ, dày, dân công dùng che trên giỏ gạo gánh đi chiến trường, để không bị mưa ướt.

NGUYỄN ĐỨC TÙNG

NGƯỜI THỢ RÈN

Khi cha tôi có việc đi tới nhà người thợ rèn, ông dẫn tôi theo. Nhà người thợ ở bên đường mòn rẽ từ quốc lộ xuống bến đò, sâu trong ruộng bắp. Đường mòn rộng, cao ráo, lát sỏi, trước đây người ta định làm đường nhựa chạy thẳng tới bờ sông, bên kia sông là chợ, nhưng rồi chiến cuộc lan rộng, phải dừng. Những người đi vào ruộng bắp ấy chỉ có mỗi việc là đến thuê rèn liềm hái, lưỡi cày, dao búa, dụng cụ nhà nông. Nhà tranh nhỏ lụp xụp như túp lều, cha tôi đến đó vì ông thích rèn dao rựa để chặt cái này, tỉa cái nọ, nhưng ông khó tính. Chỉ ở đây ông mới đặt hàng được loại rựa cứng cáp vừa ý, chặt cây lớn nhưng lưỡi mỏng tang, sắc như lá lúa, chẻ tăm được. Trong căn lều ấy có hai vợ chồng. Người thợ rèn nổi tiếng khéo tay, lực lưỡng, hiền hậu, ít nói, suốt ngày ở trần phơi bộ ngực nở, những thanh sắt nóng bỏng trong tay anh đỏ rực trên lửa. Anh làm việc nhanh thoăn thoắt, rút thanh sắt từ lò ra, cho vào thau nước lạnh sôi xèo xèo, đặt lên cái đe, nện những nhát búa đanh gọn, rồi lại cho vào lò. Khuôn mặt rắn rỏi của anh sáng bừng lên thứ ánh sáng hồng tươi roi rói. Thời ấy người ta dùng than củi nhóm lửa, để đạt độ nóng cần thiết, đun nóng các loại thép tốt đỏ lên trong suốt nhìn qua được. Thợ rèn bao giờ cũng có hai ống thổi lửa lớn đạp bằng chân để giữ cho ngọn lửa lên cao, đều.

Ngồi sau ống thổi lửa là vợ anh, người phụ nữ trẻ, tươi vui, mau mắn. Khi nào tôi cũng thấy chị xắn ống quần lên cao, bày bắp đùi trắng muốt, mặt lấm tấm mồ hôi, tóc vấn cao. Khuôn mặt chị hồng hào, tuy không đẹp, nhỏ người, nhưng mạnh khỏe, duyên dáng. Họ có một đứa con gái ba hay bốn tuổi chơi luẩn quẩn trước thềm, trong sân. Đó là một gia đình hạnh phúc, tôi thầm nghĩ. Sau này khi tôi lớn lên học trung học, mỗi buổi chiều đạp xe trên đường số một vẫn nhìn thấy ánh lửa lập lòe trong nhà người thợ rèn. Một lần xe đạp bị sút xích, loay hoay không sửa được, trời mưa to, tôi bị ướt hết, đành dắt xe vào núp nhờ. Trong bóng tối chập choạng, mưa, sấm chớp rạch trời, căn nhà nhỏ của họ thật ấm áp. Chị buông ống thổi lửa, xem xét chiếc xe đạp của tôi một hồi, rồi đưa nó cho chồng. Anh bỏ việc giữa chừng, cặm cụi sửa lại cái xích xe cho tôi. Thấy hai tay tôi đen nhẻm dầu nhớt, người vợ dẫn tôi ra chái nhà sau bên ảng nước, đưa cho cái khăn lau mặt. Đó là một cái khăn lông cũ sờn rách, nhưng sạch sẽ. Cọ rửa xong, tôi úp mặt vào đó, có mùi thơm lạ thường làm tôi nhẹ người, thoảng mùi lá bưởi, bồ kết. Vừa lúc dọn cơm, trời lại mưa sầm sập, chị rủ tôi ở lại ăn bữa tối với anh chị. Một nồi cơm bốc khói, trên dĩa lèo tèo mấy con cá cơm kho mặn ngọt với đường ngào, trái cà pháo dầm nước mắm ớt, bát canh lá lốt nước xanh lơ. Tôi đang đói bụng, thèm chảy nước miếng, nhưng dù sao đã lớn, tự ý thức, nên chỉ ngồi ghé mâm bên cạnh, ăn một bát, bấm bụng đứng lên, đi rửa chén đũa của mình bên ảng nước. Rồi tôi lớn lên, bận bịu việc học, có nghe tin anh bị gọi nhập ngũ cùng với nhiều người khác, do lệnh tổng động viên sau tết Mậu Thân, đi lính, đóng quân đâu ở Tây Nguyên. Rồi một thời gian ngắn sau, tôi lại nghe tin anh tử trận, trước sau chỉ hơn một năm. Người vợ một mình, không thể tiếp tục công việc của chồng, đành dời qua thị xã bên kia sông để làm lụng sinh sống.

Thỉnh thoảng tôi có dịp xuống bến đò, đạp xe ngang qua ruộng bắp, để ý nhìn vào, căn nhà xiêu vẹo của người thợ rèn còn đó nhưng không bóng người. Một hôm lúc trời đã tối, cũng đi qua như thế, tôi ngạc nhiên thấy ánh lửa hắt ra. Mừng quá, hồi hộp, tôi vòng xe đạp lại. Mơ hồ tưởng rằng người thợ đã sống lại, hay người vợ đã tìm ra được người thay thế từ đâu đó, tôi cũng không kịp suy nghĩ nhiều. Đêm trong suốt như thủy tinh. Mới đầu vài ngôi sao hiện ra, rụt rè, lấm tấm, rồi cũng như tuổi trẻ, mỗi lúc chúng một bạo dạn hơn, hàng ngàn hàng vạn ngôi sao cùng nhấp nháy. Khung cảnh im vắng, đứa bé gái hay bày trò chơi một mình trước thềm không thấy đâu, có lẽ đã đi ngủ. Tôi dựng xe, đứng hồi lâu trước sân. Cánh cửa chỉ mở hé, tôi đẩy thử, không cài then. Lửa cháy bừng bừng, hắt ra ngoài thềm và sân. Lửa nhảy múa. Tôi bước vào nhà như trở về chốn thân quen. Tôi nhìn thấy người đàn bà ngồi sau hai ống thổi lửa, hai chân chị đạp vòng chầm chậm, đều đều, quần xắn cao lên quá đầu gối, khuôn mặt loang loáng. Bắp chân tròn căng cứng, mạnh mẽ, nhễ mồ hội. Có lẽ chị đạp như thế đã lâu lắm. Chị nhìn thấy tôi, nhưng cặm cụi tiếp công việc, gió phụt ra từ ống thổi lửa mạnh, than đỏ hồng rực rỡ, những cục than vuông vức bằng đầu ngón chân cái lăn đi trong suốt, thỉnh thoảng chạm nhau lách ta lách tách, bắn ra các tia lửa nhỏ nhọn như sao băng. Tôi nhìn quanh, không còn ai, không có người đàn ông nào, đứa bé gái cũng không. Trên ngọn lửa không có gì cả, không có thanh sắt đang đỏ lên hay lưỡi dao nào đang uốn cong đi, trở thành mềm mại. Tôi đứng đó, trong góc nhà thật lâu, cuối cùng chị cũng khẽ gật đầu, vẫn không nói gì. Khuôn chị vui tươi hào hứng, khoé miệng thấp thoáng nụ cười, như đang mỉm cười với ai. Tôi nhìn quanh bốn vách tường, để ý tìm cái kệ gỗ ngày trước anh chị bày bán các thứ đã rèn xong, như liềm, hái, dao, cuốc, xẻng, và một cái kệ thấp hơn để những thanh sắt còn thô, tất cả chúng đều biến mất. Không còn ai tới đây để rèn dao búa gì nữa, chỉ có cái đe lớn làm từ một khúc của đường rầy xe lửa và cái búa nặng của người thợ rèn mà tôi nhận ra dễ dàng. Người đàn bà vẫn lặng lẽ đạp theo vòng quay của ống thổi lửa, lên xuống nhịp nhàng, nhưng đã chậm lại, tóc vấn cao, mồ hôi nhỏ giọt trên mặt trên trán, hai ống quần Mỹ A đen của chị xắn cao phần phật. Tôi đứng lên khẽ gật đầu chào rồi bước ra ngoài. Khi quay người khép cửa, tôi nhìn thấy ngọn lửa bỗng cháy cao lên rạo rực, đẹp lạ thường, tỏa sáng khắp gian nhà trống, như tình yêu của người vợ trẻ, ký ức của chị về một hạnh phúc trong thanh bình không bao giờ còn trở lại, như cơn giận, như khúc hát.

Nguyễn Đức Tùng

PHAN NI TẤN
ANH NẮM CÙ LAO

Bao phen quạ nói với diều
Cù lao ông Chưởng có nhiều cá tôm

Đang nghí ngoáy viết về chuyến đi Rạch Giá non tháng trước, chợt anh Nắm, cả năm không thấy mặt, lù lù... hiện về rủ tôi đi cù lao Hòa Hảo ăn Tết chơi, tôi nghe mà sướng rên.

Anh Nắm là con nuôi của ngoại tôi. Hồi trào Tây, lúc một tuổi anh bị mẹ bỏ rơi ở Chợ Mới bên cù lao Hòa Hảo được ngoại thương tình nhận về nuôi. Tuy là con nuôi nhưng hồi nhỏ tụi tôi thường chơi chung nên tôi vẫn quen miệng gọi anh Nắm bằng anh; còn ảnh xưng mày tao với tôi.

Sau này anh Nắm lập gia đình ở rể phụ giúp ông già vợ hành nghề thợ máy ở miệt Năng Gù là vùng đất thuộc huyện Châu Phú, tỉnh An Giang. Cận Tết năm nào anh chị cũng về Sài Gòn thăm ngoại, tay xách nách mang lủ khủ không chục xoài thì chục mận, không mận thì ổi, cam, măng cụt; có lần ảnh ôm về một bó ô môi tôi ăn tới tím miệng.

Thập niên 1970, đường Sài Gòn - Long Xuyên không mấy gì êm. Xe đò vô ý sụp lỗ thì thôi rồi, không bứt bù lon cũng đi đong con tán. Xế chiều xe vừa tới bến, thay vì chuyển xe cho kịp qua cù lao Hòa Hảo thì anh Nắm rủ rê:

- Ghé vô Viện Đại học Hòa Hảo rủ thằng Út Rán nhậu chơi mậy.

Tôi ngạc nhiên, cự nự, "Trường Đại học người ta ai vô đó mà nhậu, cha nội" thì ảnh vỗ vai tôi, cười hề hề:

- Xéo bên kia trường có quán nhậu của thằng Sáu Xị, réo thằng tùy phái (tức Út Rán) một tiếng là nó gật đầu cái rụp liền.

Sống chung nhà từ hồi nhỏ tôi chẳng lạ gì tính nết anh Nắm. Làm thì làm chết bỏ mà chơi thì chơi tới bến. Anh kéo tay tôi, nói nhỏ:

- Rượu đế của thằng Sáu Xị Long Xuyên không thua gì đế Gò Đen, Bến Lức nghen mậy. Mình ghé mần một chầu cho đã cái đi. Sáng mai lội qua cù lao cũng được, hối chi!

Tôi không phải là dân sành rượu nên ngồi phá mồi, đưa hơi cho có, còn thì hai tay bợm rượu cưa tới bến, tối mịt mới mò về nhà Út Rán ngủ.

Hôm sau, trời trưa trờ trưa trật anh Nắm mới lồm cồm bò dậy mượn xe gắn máy Goebel của Út Rán chở tôi chạy dọc theo đường Liên tỉnh lộ 10 về miệt Năng Gù cách Long Xuyên chừng 20 cây số. Từ xa xưa Năng Gù là vùng cát trắng có nhiều tre. Bước vào sức nóng của cát chúng tôi lần xuống bến phà Năng Gù vừa kịp lên ghe lớn chạy về hướng Tây trên sông Ông Chưởng dài 23km qua cù lao Hòa Hảo, tức cù lao Ông Chưởng.

Cù lao Ông Chưởng thuộc huyện Chợ Mới, tỉnh An Giang, được bao bọc bởi bốn mặt sông nước là sông Tiền, sông Hậu, sông Ông Chưởng và sông Vàm Nao. Được biết hồi đó vùng đất này được tiếng là vùng đất có nhiều tôm cá, nhứt là vào mùa nước lũ, tôm cá từ Biển Hồ Tonlé Sap bên Campuchia đổ về, tràn lên các cánh đồng ngập nước, đẻ trứng, sanh con, rồi khi nước rút lại men theo các kinh rạch trở về sông cả, bị người dân chặn lại, vớt lên nhiều đến nỗi cá tôm ăn không hết, phải làm nước mắm, thậm chí phải đổ thành từng đống để làm phân bón. Vì vậy mới có câu ca dao truyền tới nay:

"Bao phen quạ nói với diều
Cù lao Ông Chưởng có nhiều cá tôm."

Ông Chưởng tức Chưởng Cơ Nguyễn Hữu Cảnh là cháu đời thứ 9 của Nguyễn Công Duẩn (có công phò Lê Lợi trong cuộc khởi nghĩa Lam Sơn). Năm 1699 chúa Nguyễn Phúc Chu phái Nguyễn Hữu Cảnh vào bình định đất phương Nam, rồi đem quân kinh lược Chơn Lạp, đánh tan quân của Nặc Ông Thu, về đóng quân ở cồn Cây Sao ông bị nhiễm bệnh, khi kéo quân về Sầm Giang (Rạch Gầm), Mỹ Tho thì mất. Vì có công lao với đất nước nên từ năm 1700 người dân địa phương gọi cồn Cây Sao tức cù lao Sao Mộc là cù lao Ông Chưởng và tên sông rạch, đường sá, trường học cũng được gọi theo chức danh của ông. Ngày nay tại xã Kiến An, huyện Chợ Mới người dân có lập ngôi đền thờ Khâm Sai Chưởng Cơ Lễ Thành Hầu Nguyễn Hữu Cảnh.

Khi ghe cập bến đò Hòa Hảo thì trời chạng vạng tối.. Anh Nắm thường qua lại sửa chữa máy móc thuyền đò Hòa Hảo gần như không công nên rất được lòng người dân ở đây. Không biết anh Nắm có báo trước hay không mà vừa băng qua Cầu Gãy chúng tôi đã được huynh đệ Hòa Hảo đón về tòa lâu đài màu trắng tinh khiết cạnh đình thờ Đức Huỳnh Giáo Chủ dùng bữa cơm chay đạm bạc và nghỉ qua đêm. Khi đi ngang qua đình thờ chợt nghe văng vẳng âm ba của tiếng niệm Phật khiến lòng tôi bồi hồi, xao xuyến.

Đức Thầy tục danh Huỳnh Phú Sổ sinh năm 1920 tại làng Hòa Hảo, quận Tân Châu, tỉnh Châu Đốc. Phật Giáo Hòa Hảo do Đức Thầy Huỳnh Giáo Chủ sáng lập năm Kỷ Mão 1939 mang một hàm nghĩa là Đạo Phật ở làng Hòa Hảo (hiếu hòa và giao hảo). Ngài là một nhà tiên tri, thuyết pháp độ sanh và sáng tác thơ văn, kệ giảng, đem tinh thần Phật giáo vào đời tạo thành một phong trào tín ngưỡng mạnh mẽ lan rộng trong dân gian. Tư tưởng của Đức Huỳnh Giáo Chủ là tư tưởng Phật Giáo, là cây Bồ Đề tự nhận là kế tục của đạo Phật. Đức Huỳnh Giáo Chủ mất năm 1947.

Thời hạ ngươn thế đạo suy đồi, nhân tâm ly tán khiến tôi nhớ hoài một câu trong Sấm Giảng của Đức Huỳnh Giáo Chủ:

Thời kỳ này nhiều quỷ cùng ma
Trời mở cửa Quỷ Vương xuống thế.

Thánh địa Hòa Hảo với rất nhiều tín đồ Phật Giáo Hòa Hảo, hồi đó đất rộng người thưa, ruộng đồng ngút ngát là giang sơn của các loài bò sát. Cũng vì vậy mà suốt đêm nằm nghe hàng ngàn hàng vạn tiếng ếch nhái, ễnh ương thi nhau kêu vang động cả một cánh đồng khiến tôi không tài nào ngủ được.

Sáng hôm sau, anh Nắm chở tôi chạy một vòng cù lao, vô Chợ Mới thăm hỏi bà con chòm xóm đang xôn xao, nao nức mua sắm Tết. Ở Chợ Mới tôi nhận thấy người dân địa phương theo đạo Phật giáo Hòa Hảo, nam hay nữ đều mặc bộ đồ bà ba trắng hoặc bộ áo dài đen hay áo dà nâu non là màu tượng trưng cho bản tánh giản dị, khiêm nhường, tinh thần nhân ái của Hòa Hảo. Giữa chợ tôi cũng thấy vài tín đồ Cao Đài trong bộ đồ bà ba trắng là màu trong sạch về phẩm chất của con người. Nhìn quanh tôi có cảm tưởng như cù lao Ông Chưởng mang màu sắc tôn giáo quanh năm.

Buổi chiều đứng ở ngã ba sông Vàm Nao nhìn hoàng hôn đỏ ối lấp loáng trên mặt nước tôi cảm thấy cù lao Ông Chưởng thật bình yên.

Anh Nắm mất đã nhiều năm. Anh sinh ra ở đất cù lao, lúc mất anh cũng được vợ con chôn cất trên đất cù lao. Tính đến nay tôi cũng xa cù lao Ông Chưởng ngót 53 năm ròng.

Phan Ni Tấn

TIỂU LỤC THẦN PHONG

ĐỜI CÓ KHỔ CHI ĐÂU

Mấy lúc này bà Tám thong thả đàng hoàng ra vẻ lắm, toàn nấu món chay, tối ngồi tụng kinh niệm Phật chứ hổng la cà qua nhà thằng Đậu tám như lúc trước. Ông Tám thấy vậy lấy làm lạ nhưng chẳng nói gì, bữa kia bà Tám đi chùa về:

- Ba sắp nhỏ đâu rồi? Tháng tới mình đi hành hương hén? Đời khổ nhiều rồi, giờ kiếm chút phước để dành mai kia bớt khổ! Ông Tám cười khục khặc, khịa:

- Bà hay quá hén! Đời vui thấy bà luôn chứ khổ chi đâu! Ờ, mà bà muốn đi hành hương thì tui cũng chiều bà.

- Ông không thấy khổ là do ông chưa ngộ, mấy thầy ngộ rồi giảng thấy đời khổ lắm!

- Mấy ông thầy bi quan quá, nhìn đâu cũng thấy khổ.

- Bi quan gì ông ơi! Mấy thầy nói sự thật đó!

- Vậy chứ mấy ông thầy nói đời khổ ra sao, bà nói lại tui nghe thử coi.

- Ông là đàn ông, không mang nặng đẻ đau nên đâu biết cái nỗi khổ này.

- Đàn bà thì phải mang bầu sanh nở là chuyện thường tình, có gì mà khổ.

- Vậy thì ông thử đi rồi biết

Nói là làm, tánh bà Tám xưa nay là vậy. Bà Tám lấy đãy vải bỏ vào đó mấy ký lô cám rồi buộc vô bụng ông Tám. Ban đầu ông Tám khi dể, cười cười:

- Có gì khổ đâu? Coi như mang mấy ký lô gạo dự phòng lúc đói. Đến ngày thứ hai thì bắt đầu mệt, đi đứng vướng víu khó khăn, nằm thì đè nặng trên bụng khó thở, mọi sinh hoạt đều trở ngại chứ chẳng dễ như lúc trước. Mỗi chiều ông Tám hay chạy bộ vậy mà giờ đâu có chạy nổi, trong phút sơ ý buột miệng than:

- Cái đãy có mấy ký lô mà sao mang thấy nặng như cả trăm ký vậy ta!

Bà Tám chỉ chờ có thế cười lỏn lẻn:

- Đó là ông mang túi giả chứ chẳng phải mang bầu thiệt, mới có mấy ngày mà đã mệt. Đàn bà tụi tui mang đến chín tháng mười ngày, nặng như đeo đá, da thịt căng ra, nội tiết tố trong người thay đổi, khi thì nóng như lửa, lúc lạnh cả tay chân, miệng lạt lẽo ăn uống chẳng thấy ngon, đi đứng nằm ngồi đều khó nhọc... Khổ lắm ông ơi!

Ông Tám qua mấy ngày mang bầu giả nên giờ cũng hiểu ra phần nào cái khổ của việc mang nặng. Bấy giờ ông tỏ ra thông cảm với cái khổ của đàn bà. Mấy nay ông Tám ngày nào cũng quất cả chục trái xoài cát, trong người nóng nên bị bón không sao đi cầu được. Ông Tám than:

- Rặn muốn rách... cũng không ra, khổ thiệt!

Bà Tám bèn đưa cho thuốc thụt vừa cười:

- Ông bị bón rặn có chút xíu mà đã than trời. Ông thử tưởng tượng đàn bà tụi tui rặn để cho đứa con mấy ký lô ra thì đau đến chừng nào! Ngày nay khoa học phát triển còn có thuốc men và bác sĩ trợ giúp, thế mới biết ngày xưa còn khổ đau và chết chóc biết bao nhiêu!

Ông Tám nín thinh, lòng thấy thương bà Tám, bao lâu nay có để ý chi nỗi khổ của bà, cứ ngỡ chuyện sanh nở là thường tình. Kể từ bữa ấy, ông Tám không còn khịa chuyện nữa. Chiều hôm qua ông qua nhà thằng Đậu nhậu lai rai. Mấy bản mặt quen có đủ, chỉ thiếu mỗi Tư Ếch. Thằng Đậu nói:

- Tư Ếch bị thống phong, mấy nay đi đứng hổng được, mấy ngón chân, ngón tay sưng ù lên nên nó không dám uống.

Ông Tám kêu trời:

- Trời, thằng còn trẻ mà bị thống phong sớm vậy!

Ba Đía xía vô:

- Trẻ già gì ông, bệnh thì ai biết được! Nhiều đứa con nít cũng bịnh tùm lum, thậm chí có đứa còn trong bụng mẹ đã bịnh rồi. Hai Râu làm cái ót xong gõ chén hột mít xuống cái cộp:

- Thực ra thì thống phong cũng do mình, ăn nhiều thịt và đồ biển nên dư đạm; uống nhiều rượu bia cũng gây ra thống phong. Biết thì biết vậy chứ bỏ ăn nhậu khó lắm ông ơi! Tới đâu hay tới đó.

Ông Tám cười:

- Đau chịu hổng nổi, bỏ ăn nhậu cũng chịu hổng nổi, sao đời khổ vậy ta?

Cả chiếu nhậu cười rần, dường như ai cũng là anh hùng hảo hớn nên chẳng coi cái khổ ra gờ-ram nào. Nói thống phong đau kinh khủng lắm ai cũng ngán nhưng biểu bỏ rượu, bỏ ăn nhậu thì cũng khổ vô cùng, chẳng ai chịu nổi. Ai cũng muốn ăn cho đã thèm, uống cho sướng miệng mặc dù ai cũng biết ăn nhậu kiểu đó sẽ bị thống phong, rượu sẽ gây đau dạ dày, xơ gan... Cuối cùng ai cũng đánh bài liều tự an ủi: "Tới đâu hay tới đó". Vợ Đậu từ sau bếp bưng ra một nồi tả pín lù. Cả đám mắt sáng rỡ, lập tức nâng ly hô dô dô rất khí thế. Đậu mời anh em cạn ly mừng mồi mới.

Đậu uống xong, quẹt miệng, nói:

- Mấy ông biết gì chưa? Thằng Bảy Bi bị ung thư gan, phát hiện quá muộn. Bác sĩ nói thọ lắm chừng sáu tháng tới chín tháng mà thôi.

Chiếu nhậu chùng xuống, không khí chợt buồn vì thằng bạn nhậu bị ung thư. Ba Đía than:

- Tội nghiệp Bảy Bi, vợ còn trẻ, hai đứa con còn tuổi ăn học, vậy mà... Biết sao được giờ? Đúng là trời kêu ai nấy dạ.

Ông Tám buồn buồn, nâng ly mời:

- Thôi! Tới đâu hay tới đó, giờ dô trăm phần trăm.

Tiếng hò dô dô làm cho khí thế cuộc nhậu vui trở lại, tiếng cười nói ì xèo. Má thằng Đậu đi chơi về thấy cả bọn uống dữ quá bà cũng quất mấy ly liền.

- Đậu, mai chở tía con vô bác sĩ Thạnh trong thị trấn hén! Mấy nay ổng uống thuốc giảm đau nhiều quá giờ sanh ra đau bao tử, ăn uống hổng vô.

Tía của Đậu bị đau khớp hàng chục năm nay, đi đứng khó khăn, chạy bác sĩ Đông y, Tây y, châm cứu đủ hết mà không khỏi. Bác sĩ nói già rồi, xương khớp thoái hóa, lục phủ ngũ tạng suy hao là lẽ đương nhiên, phải sống chung với bịnh thôi. Người già cũng như cái xe cũ rệu rã, cái nhà cũ xiêu vẹo, sức khỏe suy kiệt, thân xác hao mòn, tinh thần kiệt quệ, đó là cái khổ ai cũng phải trải qua nếu như không chết sớm. Đậu thương tía, thấy tía đau nhức ê ẩm cả gân cốt nên cứ mua thuốc giảm đau cho uống, uống riết giờ chuyển sang đau dạ dày, thật khổ cho tía. Tội tía quá!

Ba tháng sau bữa nhậu hôm ấy, cả đám lại kéo nhau đi đám ma thằng Bảy Bi. Bác sĩ nói sống được sáu tháng đến chín tháng, nào ngờ mới ba tháng đã chết. Thiệt tình mà nói thì chết vậy còn đỡ đau khổ hơn. Thằng Bảy Bi nằm trên giường bịnh, bụng to như trống chầu, da vàng ệch, đau đớn vô cùng, ung thư nó hành dữ lắm. Chết như vậy chưa biết về đâu nhưng chí ít cái xác đỡ bị giày vò thống khổ trong cơn bịnh. Con Thắm, vợ thằng Bảy Bi khóc tỉ ti:

- Anh chết sớm bỏ vợ con như vậy sao? Em sống sao đây? Hai đứa con biết nương tựa ai bây giờ?

Con vợ thằng Bảy vậy mà được, tuy trẻ đẹp nhưng rất chung tình, mấy năm nay chịu khó làm lụng nuôi con, chăm lo gia đình, kể cũng có chút an ủi cho thằng Bảy trong cuộc đời này. Có điều ai bù lại cái khổ cho con Thắm đây? Dù có thương nhau ra rít, dù có thủy chung rất mực nhưng chết vẫn cứ chết, tử biệt sanh ly làm sao kháng cự được, xưa nay có ai mà không chết bao giờ! Hai đứa con thằng Bảy khóc ngằn ngặt:

- Ba, đừng bỏ con, dzìa với con, ba ơi!

Họ hàng thân thích, bạn bè gần xa, chòm xóm láng giềng thấy thương đứt ruột. Dù thương dù tiếc, dù khóc cạn nước mắt nhưng thằng Bảy đâu có thể sống lại được.

Ông Tám rầu dễ sợ, lòng cám cảnh nỗi khổ tử biệt sanh ly. Ông đã đi bao nhiêu cái đám ma rồi chứ có phải lần đầu đâu, già có, trẻ có, đàn ông có, đàn bà có... Ấy vậy mà nay vẫn không cầm được nước mắt. Nhà ông cũng đâu có khác gì thiên hạ. Ông có hai thằng con theo người đi vượt biên rồi biệt tăm biệt tích luôn bao nhiêu năm nay. Vợ ông khóc đứng khóc ngồi. Ông chạy vạy khắp nơi, gõ bao nhiêu cửa để hỏi thăm tin tức nhưng chẳng có chút hy vọng nào. Người thì nói bão làm chìm ghe, kẻ thì nói bị hải tặc Thái Lan giết, chẳng biết đâu mà lần. Trong lòng ông ngờ ngợ hai đứa con đã nằm trong bụng cá, tuy nhiên vẫn nuôi chút hy vọng mong manh là hai đứa con giạt vào chân trời góc bể nào đó. Mất con, sống hay chết không biết, vợ ông khóc khô nước mắt, chết đứng chết ngồi. Ông thì nam nhi chi chí cố gồng cho ra vẻ cứng cỏi chứ trong lòng đau lắm.

Mỗi cây mỗi hoa, mỗi nhà mỗi kiểng. Gia cảnh ông Tám là vậy, còn nhà thằng Ba Đía lại khác. Hai anh em cất nhà chung mẫu đất cha mẹ để lại, vậy mà cứ phân bì phân bầu nhiều ít. Anh em kiện tụng mấy năm nay hổng xong. Hai bà vợ chửi bới ầm ĩ, kéo cả con cái vào cuộc phân tranh. Anh em giờ từ nhau, chẳng ai nhìn mặt nhau. Cả hai nhà thù nhau thề không đội trời chung. Trời không đội chung nhưng đất vẫn phải ở chung, làm gì có tiền mà bỏ đi để mua đất khác. Ghét nhau là vậy nhưng ngày ngày vào ra cứ phải đụng mặt nhau, khổ dễ sợ luôn.

Ông Tám nhớ hồi nẳm, khi quốc gia sụm bà chè, bọn người mới tràn tới lấy hết ruộng vườn, nhà cửa, đất đai. Anh ruột ông đi tù cải tạo, con ông vượt biên, bản thân ông ngày nào cũng phải trình diện, rồi đi học tập... Ông ghét lắm, ghét cay ghét đắng nhưng vẫn phải ngồi nghe cái bọn trọ trẹ nói xàm. Hổng đi học tập hay hổng nghe là có chuyện, sẽ bị hành lên bờ xuống ruộng thậm chí bị bỏ tù chứ chẳng phải chơi. Mà nào mỗi mình ông, cả đám luôn, cả miền Nam ai cũng ghét nhưng đâu ai dám hé răng hé lợi. Ghét ghê gớm nhưng vẫn phải sống chung nên khổ không sao chịu nổi, cắn răng mà chịu khổ. Hồi đó hổng biết khứa nào diễn ra câu ca: "Thương thay con cháu vua Hùng/ đứa khôn bỏ chạy đứa khùng làm vua" làm cho tụi con nít hát rân cả xóm làng. Ghét là vậy nhưng phải chung đụng chứ biết tránh đâu bây giờ, cái nghiệp chung cả đám mà!

**

Một ngày kia, vợ ông Tám đi chợ về, vẻ mặt hầm hầm ra vẻ hình sự. Ông Tám chột dạ, gặng hỏi mới một câu thì bà Tám bù lu bù loa:

- Ông bôi tro trát trấu vô mặt tui, vợ chồng ăn ở với nhau mấy mặt con, chừng này tuổi rồi mà ông còn tòm tem với con Bông, vậy mà lâu nay tui đâu biết. Giờ cả chợ Thạnh Hòa người ta xì xầm bàn tán um sùm.

- Ơ, tui cũng có ghẹo chút chút cho vui chứ có gì đâu!

- Ghẹo gì mà ghẹo, người ta nói ông lẹo tẹo với con Bông.

- Tui chỉ ghẹo thôi, hổng có lẹo tẹo gì hết ráo. Tui xin lỗi bà được chưa?

- Xin lỗi gì mà xin lỗi, tui mắc cỡ với bà con muốn chết, hổng lẽ giờ ly dị chứ tui hổng còn mặt mũi nào gặp người ta.

Ông Tám năn nỉ gãy lưỡi luôn, xuống nước hết cỡ mà vợ chưa nguôi, cơm canh trong nhà lạnh tanh, không khí nặng nề u ám. Ai cũng khổ tâm mà không sao buông xuống được, người nào cũng có cái lý của mình. Thật tình mà nói thì ông Tám cũng khoái con Bông, con nhỏ múp rụp mướt mát quá trời, đêm nằm ngủ mà hình ảnh con Bông lởn vởn trong đầu, nhiều lúc nghĩ tới nó là cơn thèm trỗi dậy, lửa lòng cháy như điên. Ông Tám biết vậy là không tốt nên kìm chế bản thân, hãm cái ham muốn lại, khổ một nỗi càng kìm chế bao nhiêu thì khi nó có cơ hội lại bùng phát lên mạnh bấy nhiêu, lửa tâm cháy như than ngầm, cả thân thể bứt rứt, tâm thần bất an, khổ ghê vậy đó. Cũng vì chuyện con Bông, hổng biết ai xấu bụng bày cho đám con nít trong xóm nói bậy: "Cha Tám già mà dê xồm thấy mẹ luôn". Ông Tám nghe được tức muốn chết mà đâu làm gì được. Nằm gác tay lên trán ông nghĩ quẩn quanh đến đau đầu. Ông cám cảnh mình cũng chớm già rồi, tóc bắt đầu pha màu muối tiêu, gối và xương khớp nhiều khi kêu lắc rắc và không còn linh hoạt như xưa, túi mắt bụp, da hơi chùng dần không còn căng mọng. Ông biết cơ thể đi vào giai đoạn suy hao như chiếc xe đổ đèo không thắng. Khổ một nỗi thân là vậy mà cái tâm thèm khát sắc dục không suy, vẫn riết róng cháy như lửa, thấy những tấm thân xinh đẹp là y như lên cơn khát. Nhiều khi ông cứ ước gì mình là vua hay đại gia giàu có thì sẽ hốt hết người đẹp trong thiên hạ. Tâm ông không già theo thân xác mà vẫn cháy bỏng suốt ngày đêm.

Lúc vợ ông đi chùa về nói đời là bể khổ, ông cười khi dể đàn bà dễ bị dụ, bị mấy ông thầy nhồi sọ. Ông cãi với vợ: "Đời vui lắm, sướng lắm chứ có khổ chi đâu!" nhưng giờ thì ông bắt đầu nhận thấy bà Tám nói không sai, mấy ông thầy ở chùa nói vậy mà linh.

**

Mấy tuần sau, cơm lành canh ngọt trở lại. Vợ chồng ông Tám vui vẻ như chưa có cãi vã vì chuyện con Bông. Ông Tám nịnh vợ:

- Mấy ông thầy ở chùa vậy mà đáo để. Mấy ổng đâu có khổ vì gia đạo, tình cảm hay chuyện thị phi thế mà mấy ổng biết hết ráo, y như người trong cuộc vậy. Mấy ổng nói đời là bể khổ linh như bà phán. Khổ thật chứ chẳng phải chơi!

Bà Tám cười lỏn lẻn:

- Ông lên chùa hỏi mấy thầy chứ tui sao biết được!

Trả lời xong, bà Tám còn móc họng:

- Hay là ông ra chợ Thạnh Hòa hỏi con Bông đó!

- Bà này kỳ cục hết sức, con Bông sao biết được!

- Vậy mà ông cứ đi tìm con Bông chứ đâu tìm mấy ông thầy, khổ ghê vậy đó!

Tiểu Lục Thần Phong

Ất Lăng thành, 0725

VINH HỒ

CHA MỘT ĐỜI LẶNG LẼ

Cha một đời lặng lẽ
Bên đàn trẻ ngây thơ
Dù thức khuya dậy sớm
Không than thở bao giờ

Cha một đời thầm lặng
Bên đàn con dại khờ
Dù chân bùn tay lấm
Tình không bến không bờ

Cha một đời âm thầm
Bên đàn con bé bỏng
Dù gió bấc mưa dầm
Vẫn cày sâu cuốc bẫm

Đem tấm thân gầy gò
Cha cho con đèn sách
Đem tấm thân đói rách
Cha cho con ấm no ■

TRÚC LAN

GỞI NHÀ PHÊ BÌNH VĂN HỌC NGUYỄN VY KHANH

Khác ban, khác lớp bạn đồng môn
Triết học Tây phương phủ trọn hồn
Nguyễn nặng văn chương hành nghiệp giáo
Vy thuần khảo cứu triển văn ngôn
Khanh dồn nhiệt huyết tòng Thư viện
Thân dốc tâm can tập "Ngữ Ngôn"
"Văn Học Miền Nam" lưu hậu thế
Công thành danh toại rạng gia môn. ■
VI.2025

*

ĐẶNG XUÂN XUYẾN

LỤC BÁT 4 CÂU

NGẨN NGƠ TIẾNG CHIỀU

Ơ kìa... chênh chếch mái đình
Hoa xoan rụng tím tiếng Kinh giữa chiều
Nắng dồn về bóng đổ xiêu
Lẫn trong gió lạ tiếng chiều ngẩn ngơ.

LẠC ĐÊM

Xin dừng chuốc rượu chài môi
Cữ này đã đủ mấy hồi quậy đêm
Cũng đừng nhấp nhổm gì thêm
Chỉ là lạc trận gió mềm, sẩy chân.

NGÀY VỀ

Ngày về, mưa phủ lắt lay
Đò chiều dời bến đã thay chủ chèo
Bến đông, giờ chỉ lèo tèo
Lạc cơn gió lạ thổi vèo lá bay. ■

HỒ CHÍ BỬU

GÓC PHỐ XƯA

tặng HH

Ngày sắp hết và đêm dài kéo đến
Ta về đâu – góc phố hay công viên?
Đi hay ở với ta đều vô nghiệm
Mỗi bước chân là vô số nỗi niềm

Ta sắp chết hay vẫn còn tại thế?
Mà trái tim bầm dập đến vô cùng
Thơ cũng thế - đớn đau mà tuyên thệ
Lửa vẫn còn âm ỉ cháy vô chung

Nơi góc phố vẫn đèn đường mớ ngủ
Và công viên ghế đá lạnh sương khuya
Nghìn bài thơ cho em mà chưa đủ
Để đáp đền chút tình đã sớt chia

Ta vẫn kẻ hoang đàng và bướng bỉnh
Thích một mình trên đại lộ đêm khuya
Áo vắt vai và mối tình chôn kín
Tình cho đi – tình không khắc trên bia

Ta là thế - gã ru đời lãng tử
Khói mù xa xóa mất một bóng hình
Ta nào biết em vốn là thứ dữ
Đại lộ buồn – ta đứng đó... làm thinh... ■

NGUYỄN VĂN ĐIỀU

Cám Ơn Người

tôi tìm tôi giữa phố người
lang thang đánh mất môi cười trẻ thơ
gặp em một bận tình cờ
phân vân có phải bến bờ tử sinh

cầm tay trao gởi ân tình
lòng nghe sóng vỗ long lanh tâm hồn
bên người tôi hết cô đơn
bàn tay năm ngón ân cần đón đưa

em về kể chuyện ngày xưa
nụ tình bỗng thắm cho vừa yêu thương
cám ơn góc phố con đường
cho tôi một thuở tơ vương giữa đời. ■

NGUYỄN VĂN GIA

GIÓ TỪ NGÀN XƯA
RÌ RÀO THỔI LẠI

Người hai mặt thế gian ai cũng sợ
bởi sớm nắng chiều mưa
Người bốn mặt - dẫu là mặt đá -
lại nhu hòa quá thể
Đạo lý Vương triều ngày xưa là như thế
Nụ cười bốn mặt đá kia
Xưa nay không hề nghiêng ngả
giữa tà ma - thiện lành
"Mỗi tảng rêu kia là một lời kinh
Mỗi nụ cười của đá xanh là một mùa vô ngã
Mỗi ánh nhìn – một cõi hư vô
Những ngọn gió từ ngàn xưa
vẫn thổi rì rào sau gáy tượng" (*)
Và cây rừng chẳng bao giờ hỏi
chuyện đời đúng – sai
Đẹp thay bốn khuôn mặt trong cõi ẩn hình
Nay có phải xứ sở Angkor đã nhầm
Trao vương quyền lại cho ông-thần-trời-ơi hai mặt
Chẳng biết đâu là chuyện riêng tư phải giữ trong lòng
cho trăm họ - cho người - cho mình

Xưa bốn mặt đá cười hiền nhìn ra bốn phương
đầy ắp tình người và chất ngất yêu thương
Nay kẻ hai mặt nhìn đời chỉ bằng một con mắt
Kẻ hai mặt thường trở mặt
Kẻ hai mặt thường bán đứng bè bạn anh em
(Tiếc thay vương quốc hiền hòa xưa kia
- nay mọc lên vô vàn những đặc khu lừa đảo -
những địa ngục trần gian!)
Chuyện thăng trầm lịch sử hóa ra chỉ là một trò đùa
Nhiều khi nghĩ cũng tiếc
bao máu xương đã đổ ra cho một lũ bội tình
Những cú phone đáng sợ gọi từ đất Angkor
Xin lỗi nói thiệt bà con nhà nên cẩn trọng
Nàng công chúa xứ Xiêm kia còn mắc bẫy
Huống gì những người dân hồn hậu xứ ta... ■

(*) *Ý thơ Khuyết danh*

HUỲNH LIỄU NGẠN
THÔI TRĂNG ĐỪNG VỘI

thôi trăng đừng vội bỏ đi
để tôi thả chút tình si với lòng
thôi trăng đừng có phiêu bồng
để tôi nương cánh chim hồng lên cao

trên trời đã có nhiều sao
trăng đừng giận để tôi chao xuống dòng
tôi còn thương gió nhớ đồng
thương đầu sông nhớ đầu đông trăng à

tôi xa quê tôi xa nhà
chẳng nghe được tiếng con gà gáy thôn
mẹ tôi buôn bán bên cồn
bán xong mua gạo muối dồn vào lu

để dành qua hết mùa thu
cho tôi bỏ xứ biệt mù mà theo
biết tôi giờ cũng đơn neo
chỉ trăng bên cạnh đói nghèo là vui

thôi trăng đừng có nhìn lui
trời mưa xuống làm tôi thui thủi buồn
trời mưa thì nước xa nguồn
làm tôi nhớ mấy cánh chuồn ngoài ao

hôm kia có trận mưa rào
tôi nghiêng theo ngọn sóng trào mà đi
lòng tôi cũng có đôi khi
nhìn trăng lại thấy từ bi với đời. ■

11.8.2025

ĐỖ T. CÔNG

TA VỀ NHANG LẠNH CHÙA HOANG

Ta về bát bỏ bình xa
vàng y cũng nhuộm ánh tà hắt hiu
những phong ba cũng nổi trôi
sát na một thuở vô thường một tôi

Ta về nhang lạnh chùa hoang
tượng buồn nghiêng ngả cỏ loang dấu hài
những chuông mõ vọng miệt mài
chiều buông rất nhẹ đời dài trầm luân

Ta về ngõ vắng thờ ơ
chim kêu đầu núi ai chờ ai mong
những trăm năm có cũng không
Nam mô một tiếng nghe lòng hư không

Ta về y lộng bát mờ
mười phương cũng Phật sá gì vọng nhân
những ma quỷ cũng lụi tàn
gió lay tâm động cũng tràn cõi âm

Ta về ừ cũng về thôi
xa xôi mấy nẻo đường trôi ngả nào
những u minh khóc bi ai
những sinh tử cũng tàn phai nhạt nhòa

Ta về đêm lạnh mù lòa
trăng rơi nguyệt tận buốt hồn khách xa
ở đâu rồi cũng là nhà
nửa đêm tỉnh giấc chuông là đà ngân ■

LÊ HỮU MINH TOÁN

Cuối Cuộc Tình

Tình như
con tốt qua sông
Vẫn còn mắc cạn trùng trùng bủa vây
Vẫn còn mặn nhạt chua cay
Giết dần sắc thắm
tình đầy
hạnh duyên

Tình như
vết cắt tật nguyền
Chỉ còn thinh lặng
một mình
lặng yên
Nương theo dòng chảy
ngả nghiêng
Từ đây thôi thế an nhiên với đời

Mặc trăm
gió cuốn mây trôi
U trầm chiếc bóng
cuối đời
lẻ loi
Một mình cánh cụt mòn hơi
Một mình một cõi
tôi ơi!
sá
gì...! ■

LÂM BĂNG PHƯƠNG

Muộn Mằn

Có bao giờ người trở lại miền thương
Dãi xuyến chi, cúc ngày vương lối nhỏ
Con diều xưa thuở thả dây căng gió
Điền điển mùa vàng óng ánh trĩu bông.

Có bao giờ người nhớ đến em không?
Cô gái tóc dài ướp thơm hương bưởi
Nép sau cánh cửa hằng đêm mong đợi
Mắt đượm buồn vời vợi dõi phương xa.

Có bao giờ người chìm đắm phồn hoa
Rồi quên bẵng nơi quê nhà chân chất
Dòng sông xanh sóng thì thầm ru hát
Bến chiều nay man mác một cung đàn.

Có bao giờ người níu lại thời gian
Để biết rằng mình trễ tràng nhịp bước
Tuổi trẻ mải mê dòng đời xuôi ngược
Mối tình đầu đã vuột rớt xa bay.

Và một chiều khi bóng xế chân mây
Rồi ngẫm lại muộn mằn trong hối tiếc
Thứ cần giữ người không hề tha thiết
Mất thiệt rồi tiếc nhớ cũng bằng không. ■

NGUYÊN BÌNH

SÁM HỐI

Tối
trái tim sám hối
lẩm bẩm lời nguyền
sợi chỉ hồng trần gian buộc vào đầu ngón tay
thít chặt
giọt lệ lăn tròn.

Ngày
lên xanh
hồn nhiên say đắm
trái tim bung lụa
trái tim ru tình
trái tim đón vầng dương rải vàng lên cánh đồng mùa xuân
chân sáo trẻ thơ chạy nhảy
con suối trong veo.

Chiều
nghe tiếng chuông đổ hồi giờ kinh nguyện
nàng hớt hơ chạy về giáo đường
lời giảng trầm khàn chật chội
nàng tự dỗ dành
linh hồn có được bình an?

Hôm sau
mù sương
chiếc xe tang chầm chậm hướng về nghĩa trang
chôn cất hơi ấm
vùi lấp ánh mặt trời.
Chàng thi sĩ đến trước huyệt mộ
thả một bông hoa
thạch thảo
tím. ■

NGUYỄN ĐỨC NAM
HAI BÀI THƠ

DẬY SỚM LÀM THƠ

Nhung nhớ làm chi cho trắng đêm
Thao thức lệch xô gối chăn mền
Hồn ta hoang vắng sầu muôn kiếp
Từ thuở ngây thơ đến vong niên

Thuở ấy khi còn chưa biết yêu
Đã vội làm thơ, mơ mộng nhiều
Biết rằng thi sĩ nghèo xơ xác
Nhưng nợ thơ văn vẫn cố liều...

TRĂNG

Trời đã sáng, sao trăng xanh còn đó?
Lưu luyến gì cảnh cũ với người xưa
Hay đã quên giờ giấc của giáo thừa
Chần chừ ngắm hoa Xuân vừa hé nụ...

Trăng tròn lẳn, trắng ngần màu da thịt
Sáng mịn màng, mềm mại bóng Hằng Nga
Ta chợt tỉnh giấc mơ xưa xa lạ
Nhìn Nhật Nguyệt trong khoảnh khắc giao thoa... ■

(Fountain Valley trong thời gian jet lag)

TRƯƠNG XUÂN MẪN

NỤ CƯỜI VÔ CẢM

Tuổi thơ tôi như cánh diều mất gió
Lửng lơ bay vô định giữa mây trời
Trôi về đâu tháng ngày trời đất trở
Cánh diều rơi hạt lệ tự nhiên rơi

Biết bao lần té ngã giữa hiểm nguy
Nỗi đau rần rần luồn trong xương tủy
Cây kẹo người cho không nghe mùi vị
Có chút cay, nồng, mặn, đắng trên môi

Trời mưa lạnh gió thổi tươm tay áo
Cánh đồng không đỉa đói bám đầy chân
Cơn đói cồn cào cùm co chăn chiếu
Tuổi thơ tôi như bóng xế ôm chiều

Đêm nằm nhắm mắt sao không ngủ được
Ngày mải rong chơi mà chẳng thấy vui
Cây còn xanh lá nhăn già hơn tuổi
Mùa thu về hoa úa tự nhiên rơi

Ngửa mặt lên kêu than trời không thấu
Chắp tay, đầu cúi, miệng niệm kinh cầu
Có thể vì theo chim hoang bay lạc
Đuối ngã lăn, lây lất giữa đêm thâu

Hạt bụi đời hằn sâu lên vành trán
Bàn tay thô không giữ nổi lệ tràn
Cơn biến động chợt về không mong đợi
Hạt ưu phiền mất hướng tự nhiên rơi

Thằng bé lất lây đường mờ sương khói
Khập khiễng đi mang máu lạnh tàn hơi
Dồn dập, cuồng điên giữa cơn bão nổi
Không xóa vết mòn bụi lấm tuổi thơ

Cũng có khi nụ cười ai mang đến
Mang thương xót tủi hờn niềm đau riêng
Khi đêm tới ủ buồn ôm bóng tối
Đau nụ cười vô cảm tự nhiên rơi ■

CÁI TRỌNG TY

TÌNH EM RAU ĐẮNG

Quê em tận đồng sâu heo hút
lúa mùa lép hạt gió Lào khô
sáng di quân quay quắt em nhìn
sau tay áo lệ nhòa giấu kín
trong bụi mù bóng em đang trôi
đời rong ruổi rừng thâm u muỗi vắt
hắt nước sình gạn lọc nấu nồi canh
những gói cơm khô nhai nhạt thếch
thèm bát canh chua mẹ nấu chiều xưa
tình tôi một cánh chim trôi giạt

Đáy ba lô mệt nhọc trĩu âu lo
chân bước xuống thuyền lính thú lên ngàn
nghe vượn hú nhớ vườn quê da diết
giữa đêm trăng non bãi gò hoang dã
lửa ma trơi nhòe nhoẹt gió đồng không
ngày lưới đạn đêm trói mù hỏa pháo
biết bao giờ em hỏi chút tình quê

quanh khói bếp vật vờ thơm cá nướng
con cá rô đồng vẩy cháy vàng ươm
có đĩa cà um vừa chín tới
em loay hoay bữa cơm chiều đạm bạc
bỗng ngoái nhìn hạnh phúc mong manh

em đứng đâu đây bên vồng bí rợ
những chùm bông vàng đậu quả ước mơ
con chuồn chuồn đôi mắt bi ve
rung cánh mỏng mừng em đấy nhé
cỏ bông gà gửi gắm tuổi thơ anh
thời buổi lơ mơ sống bờ sống bụi
ngày mai có hơn gì hôm nay!
đường qua đường về bao năm lận đận
núi đá xanh thở phì phò cay đắng
len lỏi rừng chồi tội nghiệp đôi chân
mối hiểm nguy rình rập quá gần
ngày chìm lẫn giữa bãi bưng khí độc
mưa giày vò giày trận rách poncho
tháng ngày xuôi ngược thèm bến đỗ

tiếng mẹ già ấm bếp lửa chiều đông
khan đục gọi tên con mất trí
giữa lũy thành rêu mốc chỉ mơ thôi
nhớ làn khói bếp sau bờ giậu
cánh đồng xa rơm rạ khuất bên đồi
tôi bì bõm lội từng đêm thức trắng
con đường tình khổ lụy đến nhà em
bùn đất lem nhem trơn trượt lắm sình
sợ chó sủa trăng làm mẹ thức
nương theo gió gối đêm ngồi ngủ gật
đồng đội tôi vài đứa thức canh phòng
núp bờ rào che khói thuốc se môi
đêm vắng mốc meo ngồi đợi giặc
hỏi bao giờ...
tàn cuộc binh đao! ■

THỤC UYÊN

CƠN MƯA CHIỀU

Ngày bước vội
 cơn mưa chiều tầm tã
Vết mưa lăn
 trên môi mắt da người
Mưa tròn trịa
 trôi trên cây cỏ lá
Một mảng buồn
 trổ nhánh đã xanh tươi
Trời áp thấp
 ta nghe đời vẩn đục
Giọt buồn buồn
 trên từng bước chân trôi
 Mưa nghiêng ngả
 mang niềm riêng quạnh quẽ
Cúi xuống đi
 lượm thêm chút buồn rơi
Ngày bước chậm
 cơn mưa chiều rỉ rả
Mưa trổ buồn
 trên những mái ngói cong
Bầy chim nhỏ
 rũ chùm lông tơi tả
Lướt thướt mùa
 hạt mưa cũng lưu vong. ■

BEN OH

Hỏi

Hỏi em và đá màu xanh cũ
Tìm đâu dĩ vãng nơi xa xăm
Một thời để nhớ tình xa ngái
Đồi khuya còn đâu bóng trăng rằm

Có ai đi vội xa lời thề
Theo chân em bước buồn lê thê
Không nói đôi khi rơi giọt lệ
Rồi một lần chẳng ngỏ chân về

Cứ hẹn rồi mai để chia xa
Chiều nay đã bạc tuổi thêm già
Mong chờ chỉ thêm buồn đau đáu
Mặc kệ hoàng hôn bóng chiều tà

Hỏi đá kia còn lẻ hững hờ
E rằng người đã chép nên thơ
Nhịp phách từng câu lồng khúc nhạc
Đừng để cho nhau phải đợi chờ. ■

VÕ PHÚ

NHÃ VY

(Cái Tên Kết Nối Giữa Hai Nền Văn Hóa)

Mấy tuần nay, cô hiệu trưởng trường Việt Ngữ Huệ Quang đi du lịch, nên tôi nhận nhiệm vụ kiểm tra lại tất cả các phòng học trước khi rời khỏi trường. Đây là công việc tôi vẫn thường làm mỗi khi cô vắng mặt, nhưng hôm nay có chút gì đó khác lạ. Sau khi tắt đèn, máy điều hòa và đóng cửa trường học, tôi chuẩn bị ra xe để về thì bỗng dưng nhìn thấy một bóng người thấp thoáng phía sau trường học, nơi có chiếc xích đu và cây cầu tuột dành cho các em học sinh trong giờ ra chơi.

Tôi hơi ngạc nhiên vì lớp học đã tan cũng gần nửa tiếng rồi. Tôi chợt tự hỏi, ai còn ở lại vào lúc này? Tôi đi lại gần và nhận ra đó là John – người cha của Nhã Vy, một học sinh trong lớp tôi dạy tiếng Việt. Thấy tôi đi đến, John quay người lại, rồi bước về phía tôi với một nụ cười nhẹ nhàng, đầy thiện chí.

- Chào thầy Phú. *Are you ready to leave? I'm sorry to keep you waiting. I'll call Nha Vy to go now.* (Bạn chuẩn bị đóng cửa đi về à? Tôi xin lỗi vì đã để bạn đợi. Tôi sẽ gọi Nhã Vy đi về để cho bạn đóng cửa trường...)

Tôi mỉm cười, tỏ vẻ hiểu và thông cảm. Tôi nói với John:

- Ồ, không sao đâu. Bạn cứ thủng thẳng cũng được. Tôi không gấp.

John mỉm cười rồi giải thích:

- Nhã Vy rất thích chạy nhảy. Chắc có lẽ chúng tôi ít có thời gian chơi với cô bé nên mỗi lúc đi học tiếng Việt xong, cô bé lại muốn nán lại chơi thêm vài phút.

-oOo-

Tôi biết John và Nhã Vy được ba năm rồi. Lần đầu gặp John, tôi có chút ngạc nhiên vì một người da trắng, cao lớn, dắt theo một bé gái tóc vàng, mắt xanh đến xin học tiếng Việt. John rất thân thiện và cởi mở, không một chút ngượng ngùng khi giao tiếp với tôi:

- Tôi tên John, John Smith, là ba của Nhã Vy. Lẽ ra hôm nay vợ chồng chúng tôi cùng đưa Nhã Vy đến trường ghi danh học tiếng Việt, nhưng vì tuần này vợ tôi có ca trực, nên tôi phải đi một mình với bé Nhã Vy.

- Cảm ơn John. Tôi tên Phú, rất vui được làm quen.

- Cái tên này có phải đánh vần là P.H.U. không? Giống như PHỞ nhưng phải là chữ U phải không?

Tôi cười rồi đáp lại John:

- Đúng rồi, bạn phát âm rất đúng. Có nhiều người cứ gọi tôi là PHO, nên đôi lúc tôi phải dùng tên Pete cho dễ gọi.

- À, đúng rồi.

Sau buổi gặp mặt đó, chúng tôi trở thành bạn, và mỗi khi có dịp, tôi lại trò chuyện với John về những điều thú vị trong cuộc sống của anh cũng như của con gái anh.

Nhã Vy là một cô bé rất thông minh và nhanh nhẹn, luôn tỏ ra hứng thú với mọi điều xung quanh. Đôi mắt trong sáng, xanh ngắt của bé luôn làm tôi cảm thấy gần gũi, dễ chịu mỗi lần gặp gỡ.

Ngày đầu tiên tôi gặp Nhã Vy, cô bé khoảng bảy, tám tuổi, với làn da sáng, đôi mắt xanh biếc như hai viên ngọc bích, mũi cao, làn tóc vàng dài óng mượt, xõa qua vai. Tôi không khỏi ngạc nhiên khi cô bé chào tôi bằng tiếng Việt:

- Con chào chú.

Tôi sững lại, không thể tin vào tai mình. Nhã Vy, một cô bé người Mỹ, lại có thể chào tôi bằng tiếng Việt như thế. Tôi nghĩ rằng bé chỉ nói tiếng Anh vì cô bé không có chút gì là Việt Nam cả. Tôi ngạc nhiên thích thú chào lại Nhã Vy một lần nữa. Lần này, tôi chào bé bằng tiếng Việt:

- Chào con, Nhã Vy. Con nói tiếng Việt giỏi quá. Ai dạy con vậy?

Nhã Vy chỉ cười, đôi mắt sáng lên, nhìn về phía John. Chắc có lẽ cô bé không hiểu hết câu hỏi của tôi, nên cô bé ngơ ngác nhìn tôi rồi đưa mắt qua John, như cầu cứu sự giúp đỡ. John đứng gần đó, thấy tôi có vẻ bất ngờ, liền giải thích:

- Mẹ của Nhã Vy là người Việt, nên cô ấy dạy con bé một ít tiếng Việt từ khi còn nhỏ. Tôi cũng cố gắng học vài từ để giao tiếp, dù chưa thực sự giỏi, nhưng tôi thấy bé rất thích nói tiếng Việt mỗi khi có cơ hội.

Nghe John giải thích, tôi càng thêm cảm phục sự kiên nhẫn và sự chăm sóc của anh dành cho con gái. Dù là người Mỹ, nhưng John đã cố gắng hòa nhập và truyền đạt những giá trị văn hóa Việt Nam cho con gái mình. Điều đó không chỉ thể hiện tình yêu thương mà còn là một nỗ lực đáng quý để Nhã Vy có thể hiểu và yêu thương nguồn gốc văn hóa của mình.

-oOo-

Chuyện học tiếng Việt tại Mỹ hiện nay đang là một vấn đề khá nhức nhối trong cộng đồng người Việt. Không còn là một điều bắt buộc, tiếng Việt dần dần trở thành thứ ngôn ngữ xa lạ với những thế hệ trẻ lớn lên ở đây. Nhiều gia đình gốc Việt đã chuyển sang sử dụng tiếng Anh như ngôn ngữ chính trong sinh hoạt hàng ngày, bỏ quên ngôn ngữ mẹ đẻ. Thực tế, có không ít bậc phụ huynh cho rằng tiếng Việt không còn là một yếu tố quan trọng trong quá trình giáo dục con cái. Họ nghĩ rằng việc giỏi tiếng Anh sẽ là chìa khóa để con cái thành công trong xã hội Mỹ.

Dù vậy, tại trường Việt Ngữ nơi tôi dạy, tôi lại nhìn thấy một sự khác biệt rõ rệt. Những đứa trẻ mang trong mình hai dòng máu Việt-Mỹ lại nói tiếng Việt khá trôi chảy, đôi khi còn tốt hơn cả những em có cha mẹ hoàn toàn là người Việt. Điều này khiến tôi không khỏi ngạc nhiên và đặt ra câu hỏi: Vì sao người Việt gốc Việt lại ít quan tâm đến việc dạy con cái tiếng mẹ đẻ, trong khi những gia đình có hai dòng máu lại đặc biệt chú trọng đến việc gìn giữ ngôn ngữ, văn hóa của dân tộc?

Thực tế, điều này không phải là một sự trùng hợp ngẫu nhiên. Những gia đình mang hai dòng máu Việt-Mỹ, dù bận rộn với công việc và cuộc sống hằng ngày, nhưng họ luôn ý thức được tầm quan trọng của việc duy trì tiếng Việt. Đối với họ, ngôn ngữ không chỉ là phương tiện giao tiếp, mà còn là cầu nối giữa các thế hệ và là cách để giữ gìn bản sắc văn hóa Việt. Chính vì vậy, dù sống trong một xã hội chủ yếu sử dụng tiếng Anh, các bậc phụ huynh này vẫn luôn khuyến khích con cái học tiếng Việt từ khi còn nhỏ, tham gia vào các hoạt động văn hóa, và học hỏi về những phong tục tập quán của ông bà, cha mẹ.

Như trong dịp Tết Nguyên Đán vừa qua, trường Việt Ngữ của tôi tổ chức một buổi văn nghệ cho các em học sinh. Một trong những tiết mục được yêu thích nhất là màn múa trống cơm. Thế nhưng, điều khiến tôi cảm thấy thú vị và nhận ra rằng trong số 8 em học sinh tham gia màn múa trống cơm, chỉ có một em là người Việt, còn lại là những em có cha mẹ là người nước ngoài. Các em mang họ như Smith, Brown, Takahashi, Wei, Miller, Davis... khi múa trống cơm, khi hát bài "Mùa Xuân Ơi", tiếng Việt của các em thật sự trôi chảy và đầy tự hào. Điều này khiến tôi phải suy nghĩ rất nhiều.

Người Việt gốc Việt có vẻ như không còn mấy quan tâm đến việc duy trì ngôn ngữ Việt cho con cái, trong khi những gia đình có con cái mang hai dòng máu lại chăm chút và giữ gìn tiếng Việt một cách rất nghiêm túc. Liệu có phải những người con lai ấy, dù có thể không hoàn toàn thấm nhuần nền văn hóa Việt, nhưng lại mang trong mình một khát khao muốn hiểu về nguồn cội của mình nhiều hơn không? Phải chăng chính vì vậy mà tiếng Việt trở nên quan trọng với họ, bởi nó chính là chiếc cầu nối giúp họ kết nối với gia đình, với những giá trị văn hóa mà cha mẹ họ mang theo từ quê hương xa xôi?

Tôi đã từng nghe một phụ huynh người Mỹ gốc Việt, Nikki Brown chia sẻ rằng, khi cô dạy con cái học tiếng Việt, cô không chỉ dạy con ngôn ngữ, mà còn là dạy con biết về lịch sử, văn hóa, những ngày lễ truyền thống của Việt Nam. Cô cho rằng, việc con cái biết được tiếng Việt không chỉ giúp chúng hiểu cha mẹ hơn mà còn giúp chúng giữ gìn một phần hồn cốt của dân tộc. Đó là một hành trình dài, đầy kiên nhẫn và yêu thương, nhưng cô hãnh diện vì những đứa con của mình không chỉ là người Mỹ, mà còn là người Việt.

Và rồi tôi lại nghĩ đến các gia đình người Việt gốc Việt. Tại sao họ lại không chú trọng đến việc này? Có phải vì cuộc sống quá bận rộn, hay vì họ nghĩ rằng con cái chỉ cần giỏi tiếng Anh là đủ? Tuy nhiên, tiếng Việt không chỉ là một ngôn ngữ, mà là phương tiện để những đứa trẻ hiểu hơn về nguồn gốc, về cội nguồn của mình. Dù cho xã hội có thay đổi, dù tiếng Anh có trở thành ngôn ngữ phổ biến nhất, nhưng tiếng Việt vẫn là một phần không thể thiếu trong đời sống tinh thần của mỗi người Việt.

Những câu hỏi này vẫn luôn ám ảnh tôi và khiến tôi trăn trở. Nhưng tôi hy vọng rằng, một ngày nào đó, những bậc phụ huynh người Việt sẽ nhận thức được rằng việc dạy con cái tiếng Việt chính là việc gìn giữ và phát triển văn hóa của chính mình. Việc này không chỉ có ý nghĩa với gia đình mà còn với cộng đồng, với đất nước.

-oOo-

Kể từ khi quen biết với hai cha con bé Nhã Vy, tôi bắt đầu cảm thấy tò mò về người đã sinh ra bé Nhã Vy, người đã dạy cho cô bé không chỉ học giỏi mà còn nói tiếng Việt thật trôi chảy. Tôi tự hỏi, người mẹ này như thế nào mà lại có thể truyền đạt cho con gái mình một tình yêu lớn đối với ngôn ngữ và văn hóa Việt? Không lâu sau, tôi có dịp gặp và trò chuyện với Vy Khanh, mẹ của Nhã Vy.

Vy Khanh là một người phụ nữ nhỏ nhắn, khoảng bốn mươi tuổi, có mái tóc đen dài rất ư Việt Nam. Thân hình nhỏ nhắn, khuôn mặt hiền hòa và nụ cười dịu dàng của cô khiến tôi cảm thấy dễ chịu ngay từ lần đầu gặp mặt. Sau một thời gian quen biết gia đình Vy Khanh và John, tôi được biết thêm về công việc của họ. Vy Khanh là một y tá làm việc tại bệnh viện St. Mary, còn John là bác sĩ gia đình, điều hành phòng mạch riêng tại quận Henrico, nơi họ sinh sống.

John có khá nhiều bệnh nhân là người Việt, và đôi khi anh cũng muốn học tiếng Việt thêm để giao tiếp với họ. Cả hai đều rất bận rộn với công việc, nhưng họ vẫn dành thời gian quan tâm đến việc giữ gìn văn hóa Việt cho con cái. Tôi thật sự ngưỡng mộ sự kiên trì và nỗ lực của họ trong việc dạy Nhã Vy nói tiếng Việt và hiểu về cội nguồn của mình.

Mối quan hệ giữa tôi và Nhã Vy cũng trở nên thân thiết hơn. Một hôm, sau khi trò chuyện với tôi, Nhã Vy không còn gọi tôi là "chú" nữa mà thay vào đó gọi tôi là "thầy", như cách mà các em khác trong lớp gọi. Nhã Vy tò mò hỏi tôi:

- Tại sao con phải gọi thầy là thầy?

Tôi mỉm cười giải thích:

- Vì thầy là người dạy các em học. Còn "chú" là để gọi những người đàn ông lớn tuổi ngang ngửa với bố của em.

Dường như Nhã Vy hiểu và từ đó cô bé không còn gọi tôi là "chú" nữa. Tôi cảm thấy vui vì sự thay đổi này, vì dù sao thì tôi cũng là người dạy học cho bé, và có một sự tôn trọng lẫn nhau giữa thầy và trò.

-oOo-

Một lần, tôi trò chuyện với Vy Khanh về cái tên của Nhã Vy. Tôi đùa hỏi cô ấy rằng:

- Bé Nhã Vy có tên tiếng Anh không, cô Vy Khanh?

Vy Khanh mỉm cười, trả lời:

- Nhã Vy không có tên tiếng Anh đâu. Tên đầy đủ của bé là Nhã Vy Đặng Smith.

Tôi nửa đùa nửa thật, nói với Vy Khanh:

- Sao cô Vy Khanh không đặt cho bé luôn một tên tiếng Anh cho dễ?

Vy Khanh mỉm cười nhẹ nhàng, giọng cô mang theo một chút tâm sự sâu lắng:

- Tôi muốn có một chút gì đó là Việt trong con bé. Thầy hãy nhìn con bé xem... Nó có chút gì là người Việt đâu. Da trắng, mắt xanh, tóc vàng, họ Smith... Nếu đặt tên tiếng Anh nữa thì coi như mất gốc rồi. Mà thầy thấy tên Nhã Vy có hay không? Tên này do chồng tôi đặt cho bé. Lúc tôi mang bầu Nhã Vy, John có lên internet để tìm tên tiếng Việt và chọn ra hơn mười tên để tôi lựa chọn. Cuối cùng, tôi thấy tên Nhã Vy thật hay, nên chúng tôi quyết định đặt tên đó cho con.

Tôi lắng nghe lời Vy Khanh kể, cảm thấy một sự cảm động dâng lên trong lòng. Đúng là một cái tên, dù ngắn gọn, nhưng lại chứa đựng biết bao tình cảm và ý nghĩa sâu sắc. Tên Nhã Vy không chỉ là cái tên đơn thuần, mà nó là cầu nối giữa hai nền văn hóa – giữa Việt Nam và Mỹ. Dù Nhã Vy có là một cô bé với làn da trắng, đôi mắt xanh và mái tóc vàng, nhưng trong trái tim Vy Khanh, con bé vẫn mang đậm một phần cội nguồn của dân tộc Việt.

Cái tên ấy không chỉ là một sự kết nối về mặt ngôn ngữ, mà còn chứa đựng những giá trị mà Vy Khanh muốn truyền đạt cho con gái mình. Đó là thông điệp rõ ràng rằng dù con cái có ở đâu, dù có sống trong xã hội nào, thì họ vẫn cần phải nhớ và trân trọng nguồn gốc, văn hóa của ông bà cha mẹ. Cái tên ấy, tuy đơn giản nhưng lại chứa đựng một sự quan trọng lớn lao trong việc gìn giữ bản sắc dân tộc.

Cảm giác đó khiến tôi cảm thấy thật may mắn khi được chứng kiến tình yêu thương, sự quan tâm và những nỗ lực không ngừng của gia đình John, Vy Khanh, Nhã Vy trong việc giữ gìn tiếng Việt, văn hóa Việt cho thế hệ tương lai. Từ những buổi học tiếng Việt đầy ắp tiếng cười và sự sẻ chia, đến những câu chuyện truyền thống được kể lại qua từng bữa cơm gia đình, gia đình họ đã không chỉ dạy cho con cái mình cách viết và nói tiếng Việt, mà còn truyền tải những giá trị văn hóa sâu sắc, những bài học về lòng tự hào dân tộc và sự trân trọng quá khứ. Câu chuyện của Nhã Vy không chỉ là về một cái tên, mà là về cả một quá trình, một hành trình đầy yêu thương và trách nhiệm mà gia đình cô dành cho con cái.

Nhìn vào gia đình Nhã Vy, chúng ta không chỉ thấy sự gắn kết giữa các thế hệ, mà còn nhận ra tầm quan trọng của việc bảo tồn và phát huy những giá trị văn hóa, ngôn ngữ của dân tộc trong một xã hội hiện đại. Điều này không chỉ giúp thế hệ trẻ giữ gìn bản sắc của mình mà còn tạo nền tảng vững chắc cho họ vững bước trên con đường hội nhập mà không mất đi chính mình. Câu chuyện của gia đình Nhã Vy là một minh chứng mạnh mẽ cho thấy tình yêu thương và trách nhiệm có thể tạo nên những thay đổi tích cực, truyền cảm hứng cho những gia đình khác trong việc duy trì và phát triển những giá trị văn hóa quý báu cho thế hệ mai sau.

Võ Phú

LETAMANH

Cảm Nhận Tập Thơ "Như Biển Hồ Lai Láng" Của Thi Sĩ Vinh Hồ

Hôm nay tôi mới đến nhà anh Lê Hân (Nhà xuất bản sách) để lấy tập thơ NHƯ BIỂN HỒ LAI LÁNG do thi sĩ Vinh Hồ tặng. Đồng thời cũng nhận Tạp Chí Văn Học NGÔN NGỮ, trong đó tôi cũng thường xuyên được chọn đăng bài cùng bà xã tôi là Mỹ Hiệp...

Trước hết, xin muôn vàn nhận lỗi với thi sĩ Vinh Hồ vì đã không nhận sách sớm khi nhà xuất bản thông báo, anh tặng tập thơ cho tôi ngay sau khi in xong. Tôi vì những la cà rong chơi trong thế giới sinh hoạt Hướng Đạo, nên thường xuyên vắng nhà. Hẹn cù nhầy với anh Lê Hân đến lấy sách trễ hẹn không biết bao nhiêu lần. Sẵn đây, cũng xin anh Lê Hân lượng thứ.

Đem tập thơ Như Biển Hồ Lai Láng về đến nhà, khoe với vợ:

- Em ơi! Có nghe mùi thơm quê hương Ninh Hòa của em trên tay anh không? Không phải là mùi nem nướng đâu nha!

Bà xã tôi vừa mỉm cười vừa trả lời rất thông minh:

- Anh đang cầm sách trên tay, chắc là quà văn thơ; mà ở Ninh Hòa chỉ còn vài văn thi nhân nổi tiếng sáng tác; tập thơ của anh Vinh Hồ tặng phải không?

Tôi cười:

- Em xứng đáng là dân Ninh Hòa. Mùi nem chua nem nướng, mùi thơ văn nào liên quan đến xứ Trầm hương là em biết liền... Phục em!

NHƯ BIỂN HỒ LAI LÁNG bìa in giản dị ý nghĩa với những làn sóng biển lấp lánh dưới ánh sáng mặt trời. Bìa sau là hình tác giả, lý lịch trích ngang và những sáng tác được in ấn xuất bản; hòa với các bình luận, ý kiến của nhiều văn thi sĩ nổi tiếng trong làng văn học Việt hải ngoại.

Tập thơ dày khoảng 270 trang được in ấn đẹp, nhìn hấp dẫn và thu hút. Với nội dung xoay quanh tình mẫu tử, tình phụ tử, tình nước, tình nhà, tinh bạn trong tù... và quê hương thứ hai, được nhà thơ Vinh Hồ sáng tác bằng nhiều thể loại thơ.

Vợ chồng tôi đã từng gặp Văn Thi Sĩ Vinh Hồ trong các cuôc họp mặt Hội Ninh Hòa, Hội Nha Trang Khánh Hòa và cũng từng bắt tay nhau trong Văn Bút Việt Nam Hải Ngoại (Thi Sĩ Vinh Hồ từng là Chủ Tịch Văn Bút VN Miền Đông Nam Hoa Kỳ). Vinh Hồ là biểu tượng của tài năng xứ Trầm Hương Ninh Hòa, gắn kết với dòng sông Dinh, với núi Hòn Hèo, với Dục Mỹ, Núi Đeo... Thơ Vinh Hồ có mùi thơm của cây trầm, lấp lánh ánh sáng núi Mẹ Bồng Con, vọng tiếng sóng nhấp nhô Khánh Hòa Nha Trang thơ mộng. Bàng bạc trong suốt những tập thơ Vinh Hồ, ta cảm nhận dòng chảy cảm giác ấm áp tình quê, tình phụ tử, tình mẫu tử, tình thê tử, tình bạn... Hơn thế nữa là những ray rứt ngậm ngùi cuộc sống trong tù ngục; những cuộc đời nghiệt ngã của người vượt biên, của cô đơn, bạo tàn, đàn áp...

Tôi cũng đã là một tù nhân bị lưu đày ra xứ Bắc Việt, đã chịu hành hạ vong quốc qua Hoàng Liên Sơn, Yên Báy, Vĩnh Phú... Nên tôi cảm thông, rung động, đồng cảm với những lời thơ xúc cảm, đồng hành với những trăn trở tình yêu đất nước, yêu quê hương ngập đầy đau thương nghiệt ngã.

Tập thơ NHƯ BIỂN HỒ LAI LÁNG là tiếng nói chung cho mọi người. Ai cũng từ cha mẹ sinh ra, ai cũng từng được đấng sinh thành nuôi dưỡng bảo bọc suốt những năm tuổi thơ. Từ lòng yêu thương tổ ấm đấng sinh thành, ta được dạy cách "ăn nói gói mở", cắp sách đến trường, được trau giồi kiến thức. Người xưa thường ví von "tình thương giống như giọt mưa, từ trên rót xuống!" Cho nên, tình yêu bao la từ cha mẹ không đòi hỏi bất cứ điều gì từ con cái. BIỂN HỒ LAI LÁNG cô đọng tình yêu cha mẹ đối với con cái là như thế! Cha mẹ bảo bọc, chịu đựng, gánh vác, ôm ấp con cháu trong mọi hoàn cảnh; vì tương lai ôm con thơ bất chấp hiểm nguy vượt biên tìm tự do, thăm nuôi con bị tù đày khổ ải, hy sinh mọi nhu cầu để hướng về hạnh phúc cháu con.

Tôi không thể trích dẫn hết nguồn cảm thơ Vinh Hồ quyện trong 270 trang đầy nước mắt và tình nghĩa bắt nguồn từ quê hương, cha mẹ, bạn tù, vượt biên, kinh tế mới... vì tôi muốn giới thiệu kiệt phẩm này để quý vị tò mò tìm đọc. Thơ là nỗi lòng, là cảm tác từ rung động người nghệ sĩ.

Những dòng trang trải này mục đích giới thiệu tác phẩm thứ 5 của nhà thơ VINH HỒ, không trích thơ, không bình luận, không ý kiến... mà mong muốn các bạn tìm đọc NHƯ BIỂN HỒ LAI LÁNG, tác giả là nhà thơ, Cựu Chủ Tịch Văn Bút Miền Đông Nam Hoa Kỳ, một cựu tù nhân chính trị, một H.O. ...

Cám ơn nhà thơ Vinh Hồ đã tặng tập thơ thứ năm cho một người vốn là con rể xứ Ninh Hòa.

Xin quý vị, nếu muốn có tập thơ NHƯ BIỂN HỒ LAI LÁNG, hãy liên lạc:

- VINH HỒ
email: vinhho5555@gmail.com
- Hoặc liên lạc Nhà xuất bản:
han.le3359@gmail.com - Phone: 408-722-5626

Ngày 19-7-2025
letamanh

VŨ KHẮC TẾ

VỀ ĐÂY NGHE GIÓ THỔI

Tôi sinh ra và lớn lên ở một miền quê yên bình, có những lũy tre xanh rì rào trong gió, cánh đồng lúa bạt ngàn thơm hương, và con đường đất thân quen in dấu chân tuổi thơ tôi. Nhưng rồi, chiến tranh ập đến. Năm tôi lên mười một, gia đình buộc phải rời xa chốn cũ, rời xa mái nhà thân thương để tìm đến một vùng đất mới. Từ đó, ký ức tuổi thơ chỉ còn lại trong tôi như những mảnh ghép của một giấc mơ đẹp đẽ nhưng xa vời.

Bao năm tháng qua đi, lòng tôi vẫn vẹn nguyên những thanh âm của quê hương. Tiếng ếch nhái râm ran bên đồng, tiếng nước vỗ bờ trong những đêm trăng thanh, tiếng dế nỉ non khi đêm về, hay tiếng ve râm ran giữa trưa hè oi ả. Tôi nhớ những ngày cùng đám bạn chấm mủ mít đi bắt ve, những đêm mưa rả rích vọng tiếng ễnh ương, nhớ cả âm thanh trầm buồn của tiếng bìm bịp cất lên mỗi buổi hoàng hôn. Tất cả vẫn vẹn nguyên, như những thanh âm vọng về từ miền xa, khiến lòng tôi se sắt một nỗi nhớ khôn nguôi.

Tôi nhớ hình ảnh giếng quê phía sau nhà, những bụi chuối, cây sưa già trước ngõ, căn nhà ba gian cùng ánh đèn dầu leo lét trong những đêm đông rét mướt. Tôi thèm được ngửi lại mùi bánh khoai sắn thơm nức mà bà nội tôi vẫn hay làm, nhớ làn khói rơm âm ỉ sau mùa gặt, nhớ cái háo hức khi cùng đám bạn nhóm bếp giữa đồng, nướng những củ khoai lang ngọt bùi. Tuổi thơ tôi bình dị, đơn sơ mà chan chứa yêu thương.

Tôi nhớ cả những mùa hè bỏng rát dưới cái nắng cháy da của gió Lào. Trưa hè, mặt đất như bốc lửa, những cánh đồng nứt nẻ, đàn bò gầy guộc đứng dưới bóng tre tìm chút mát lành. Rồi những mùa đông mưa dầm gió bấc, rét cắt da cắt thịt, bầu trời xám xịt, làn nước lũ mênh mông tràn về phủ trắng cánh đồng. Những con cá rô theo dòng nước lên ruộng, bì bõm giữa những vạt cỏ non, trở thành niềm vui cho lũ trẻ với chiếc rổ tre trên tay

Sau bao năm xa cách, tôi trở về quê vào một buổi chiều muộn. Gió vẫn thổi qua lũy tre làng, mang theo hương đồng nội thân thuộc, nhưng cảnh vật đã đổi thay. Căn nhà cũ vẫn còn đó, nhưng không còn ai chờ đợi. Sau năm 1975, gia đình ly tán, căn nhà giờ chỉ còn lại sự hoang vắng đến não lòng.

Bước qua cánh cổng, tim tôi chợt chùng xuống. Mọi thứ vừa thân quen vừa xa lạ. Bàn thờ tổ tiên vẫn ngay ngắn trên vách, bức ảnh ông bà vẫn còn đó, nhưng không còn tiếng nói cười ấm áp như ngày nào. Tôi lặng lẽ đặt hành lý xuống, châm một nén nhang, để mặc cho nỗi xúc động dâng trào.

Trong cái tĩnh lặng ấy, tôi vẫn nghe được hơi thở của quê hương. Gió đưa hương lúa non thoảng qua, mùi đất, mùi cỏ cây, mùi của những tháng năm xa xưa. Tôi tìm đến bà con, những người hàng xóm cũ, lắng nghe họ kể về cuộc sống hiện tại, về những đứa trẻ đang lớn lên trong một thế giới khác ngày xưa rất nhiều.

Hoàng hôn dần buông. Tôi ngồi bên hiên nhà, nơi ngày trước từng ngồi học bài dưới ánh đèn dầu leo lét. Ký ức ùa về như những thước phim quay chậm: những chiều rong ruổi câu cá, những đêm Trung thu rước đèn rộn rã, những trò chơi đơn sơ nhưng đầy ắp niềm vui. Và hơn hết, tôi nhớ ông bà, cha mẹ – những người đã dành trọn đời để yêu thương, chở che cho tôi.

Tôi chầm chậm bước đi trên con đường làng, tìm lại hình ảnh xưa cũ. Con đường đất năm nào giờ đã bê tông hóa, những mái nhà ngói đỏ san sát nhau, tiếng karaoke ồn ào lấn át tiếng gió vi vu. Không còn những đứa trẻ chân trần tung tăng trên đường làng như thuở tôi còn bé. Nhịp sống đổi thay, quê hương không còn là miền ký ức yên bình như tôi vẫn nhớ.

Nhưng rồi tôi chợt hiểu, trở về không chỉ là tìm lại nơi chôn nhau cắt rốn, mà còn là hành trình tìm lại chính mình. Tôi không chỉ trở về để hoài niệm, mà còn để trân quý những khoảnh khắc hiện tại. Gió vẫn thổi, những cơn gió mang theo hơi thở của đồng quê. Và trong từng cơn gió ấy, tôi nghe thấy tiếng gọi tha thiết của quê hương.

Ngày rời quê, tôi đứng thật lâu trước cánh cổng nhà, hít một hơi thật sâu để khắc ghi vào tim từng hình ảnh, từng thanh âm, từng mùi hương thân thuộc. Tôi biết, dù có đi đến đâu, quê hương vẫn mãi là chốn để trở về, dù chỉ trong tâm tưởng. Tôi mỉm cười, lặng lẽ bước đi, không còn nuối tiếc, vì tôi hiểu rằng: quê hương luôn ở đó – trong từng cơn gió, trong từng nhịp đập trái tim tôi.

Vũ Khắc Tế

LẠP CHÚC NGUYỄN HUY

NÓN LÁ

Mát mặt anh hùng khi nắng hạ
Che đầu thôn nữ lúc mưa sa.

Theo quan niệm UNESCO, nón lá là di sản văn hóa hữu thể (tangible) còn những câu ca dao, bài thơ, câu vè, tục ngữ mang tính dân tộc liên quan đến nón lá là di sản văn hóa vô hình hay vô thể (intangible).

Nón lá có tự bao giờ? Không có câu trả lời vì thiếu di tích lịch sử, thiếu huyền tích. Nhưng từ xa xưa đến nay, nón lá hiện diện khắp nơi trên đất Việt, từ che mưa nắng trên đồng ruộng đến mát đầu cô nữ sinh thành thị. Nón lá là một trong những ký hiệu văn hóa của người Việt nên hễ người ngoại quốc nào đã thăm viếng Việt Nam, thì sẽ kêu ngay nên rằng : ***À, cô gái Việt***! khi nhìn thấy hình ảnh nón lá cứng cáp che chiếc áo dài mỏng manh, vờn chơi với gió trên người thiếu nữ. « **À** » là tiếng kêu của người ngoài nhận diện được ký hiệu của nón lá trong văn hóa Việt. Vậy, nón lá với áo dài là di sản văn hóa hữu thể để giúp nhận diện được bản sắc người Việt.

Nhìn em nhớ một thời áo trắng,
Nón lá nghiêng che tóc dài bay.

Về nón lá

Nón được làm bằng các loại lá khác nhau [1] được chằm lại vừa để che mưa nắng vừa là một đồ trang sức tao nhã gợi hứng cho bao nhiêu vần thơ trữ tình.

Cách chằm nón

Các giai đoạn chằm (khâu) nón: chuốt tre thành 16 vành, nức vành, ủi lá, khâu (chằm) từ trên xuống, đính vào chóp nón một cái «*xoài* » bằng chỉ bóng láng, phủ giậu nhiều lần, phơi đủ nắng

Sao anh không về thăm quê em,
Ngắm em chằm nón buổi đầu tiên.
Bàn tay xây lá, tay xuyên nón,
Mười sáu vành, mười sáu trăng lên.
Nguyễn Khoa Điềm

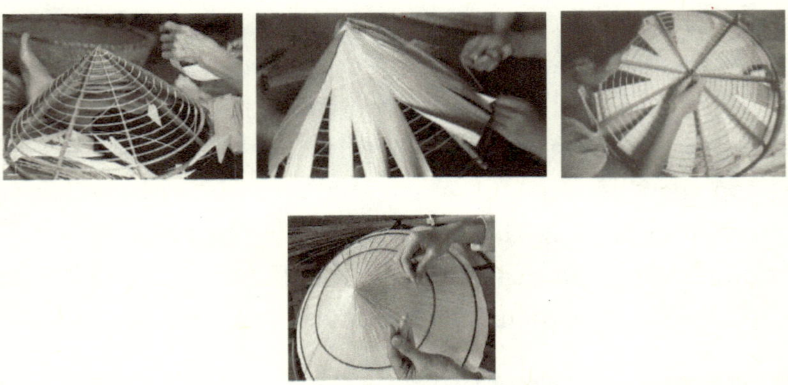

Chằm nón

1 Lá gồi, lá cọ, lá nón, lá buông, lá cồi (Livistona saribus (Lour.) thuộc họ Cau- Arecaceae), lá Bồ Qui Diệp mọc trên núi hoặc được trồng…

Công dụng

Nhà thơ Nguyễn Lãm Thắng ca tụng công dụng của nón như sau :

Mỏng manh chiếc nón ấy mà,
Che mưa che nắng đường xa mẹ về.

Từ phố thị đến làng quê,
Ở đâu nón cũng nghiêng che mái đầu.

Nón che cái nắng qua cầu,
Chị đi đến lớp mặc dầu nắng oi.

Nón che từng hạt mưa rơi,
Chiều đông cha vẫn ra nơi ruộng đồng.

Giúp người nón mãi ước mong,
Dẫu bao mưa nắng nón không ngại ngần.

Nón lá che nắng, che mưa

Các loại nón

Nón lá Việt có nhiều loại, lắm tên [2], nhưng có ba loại nón để lại nhiều dấu ấn văn hóa qua thi ca, đó là:

2 Tại miền Bắc có nón quai thao, nón ba tầm, nón chóp, nón thúng, nón gù, nón sơn (nếu quét sơn trên lá gồi để chống mưa), nón dứa (chằm bằng lá dứa mỏng, quai lụa bạch), nón nhị thôn (mặt trên bằng,

- *Nón quai thao ngồi trên chiếc khăn mỏ quạ, tỏa mát xuống tấm áo tứ thân là nguồn cảm hứng từ bao đời cho các thi nhân miền Bắc. Nay thì hình ảnh nón quai thao chỉ còn tìm thấy qua các màn trình diễn văn nghệ nhất là trong dịp hát quan họ Bắc Ninh.*
- *Nón ngựa gò găng Bình Định nổi tiếng vì kiểu nón độc đáo lại gắn liền với chiến sử oai hùng của Tây Sơn.*
- *Nón bài thơ xứ Huế che mát cả một kho tàng thi ca của Việt Nam.*

Nón ba tầm và nón quai thao

Theo tương truyền thì nón ba tầm xuất hiện vào đời Trần do sáng tạo của cung nữ gọi là **nón thượng** [3]. Qua đời Lê, nón ba tầm được tô điểm thêm cái quai thao nên thường được gọi là **nón quai thao** [4].

Nón ba tầm [5]

Nón ba tầm chia ra thành **ba loại nón** theo vành rộng: nón Đấu là loại nhỏ nhất, sườn thành thấp nhất; nón Nhỡ, còn gọi là nón Ngang, lớn hơn nón Đấu, giản dị hơn nón Mười và nón Mười, còn gọi là nón ba tầm, có vành rộng, sườn nón cao hơn hết.

Nón ba tầm còn gọi là nón dẹt, nón thúng, nón chủng, nón Nghệ... Nón thúng đơn sơ dành cho người nghèo hay làm công việc lao động, đồng áng.

Chẻ tre đan nón, kìa nón í a ba tầm
Rằng tôi lý ối a **ba tầm**
Rằng tôi lới ối a ba tầm,
Ai đem ôi à tính tang tình rằng,

---

thành nón thấp, giữa lòng có cái khua), nón vỏ bứa (trông giống quả bứa cắt đôi), nón thúng (nón lá tròn bầu giống cái thúng), nón lông (quan liêu hay đội, lông cánh chim lợp hai đợt, trên đỉnh có chóp bằng bạc hay đồi mồi), tăng ni đội nón tu-lờ, binh lính đội nón dấu.

3 Sáu thương nón thượng quai tua dịu dàng

4 Dựa vào việc thờ ông quan Vũ Đức Úy tại Đình Lớn cùng với vị Thành hoàng, và tại Đền thờ Tổ ba gian trông ra hồ nước, cạnh chùa Hương Vân Dân nên dân truyền miệng nhau là ông Vũ Đức Úy, trong khi được cử làm phó sứ sang Trung Quốc, đã học được nghề thủ công, dệt thao rồi về nước truyền nghề: nghề dệt, nghề dùng sợi tơ làm dây đàn, quai thao cho nón, ...

5 *Tầm* là đơn vị đo chiều dài mà người Pháp dịch là Le chapeau de trois tầm (3 fois 8 pouces: 60,96 cm)

Cho cô mình đội
Xem hội cái đêm trăng rằm

Nón ba tầm

Làng Chuông (xã Phương Trung, huyện Thanh Oai, tỉnh Hà Đông, Hà Nội hiện nay) có tiếng làm nón ba tầm hay nón quai thao nhưng vẫn có làng chuyên làm khua, quai tua (cái khua [6] là một vành tròn bên trong giữa nón như nắp tráp vừa đầu đội cao khoảng 8 cm)

Nón này chính ở làng Chuông,
Làng Già lợp nón, Khương Thường bán khua
Hà Nội thì kết quai tua
Có hai con bướm đậu vừa chung quanh.

Muốn ăn cơm trắng cá trê
Muốn đội nón tốt thì về làng Chuông

6 Khua là những sợi tre nhỏ chuốt bóng khâu lại với nhau bằng chỉ tơ nhiều màu sắc. Những sợi chỉ đan chéo nhau thành hình hoa lá, chim muông thật đẹp mắt.

Nón quai thao [7]

Nón quai thao là nón ba tầm có chiếc quai thao tạo nên một hình ảnh tuyệt vời nên thơ của miền Kinh Bắc, là hình ảnh các đàn chị quan họ Bắc Ninh đội cái nón ba tầm quai thao, chít khăn mỏ quạ, mặc áo tứ thân.

Hội đã tan rồi, chia tay bên dòng sông
Chiếc nón ***quai thao*** *xôn xao câu quan họ*
Đến hẹn lại lên người ơi đừng quên nhé
Con đò bồng bềnh nhớ nhau em gọi câu:
Mình ơi! (Nguyễn Tiến)

Hình ảnh chiếc nón ba tầm được nổi bật lên nhờ cái quai thao do những người thợ ở làng Đơ Thao, Triều Khúc (Hà Nội) dệt nên.

Làng tôi công nghệ đâu bằng
Là làng Triều Khúc ở gần Thanh Xuân
Quai thao dệt khéo vô ngần
Là nghề của Vũ sứ thần truyền cho

Chiếc quai thao được tết bện hai hay ba sợi dài 1,5 - 2m lại với nhau thì thành quai kép, giống như tim đèn, ngoài bọc tơ dệt, thả lỏng đến thắt lưng. Nhiều đoạn quai được thắt lại, tết nút vừa làm chắc quai vừa đẹp mắt. Có khi hai trái cù (quả găng), to bằng ngón tay cái, được đan thắt công phu ở hai đầu quai thao. Quai rủ xuống bờ vai thành tua dài từ 20 - 25 cm và có chừng chục túm tua nho nhỏ, trông rất ngoạn mục. Khi đội nón, các bà các cô phải đi từ từ, tạo nên vẻ chậm rãi, dịu dàng, lấy tay giữ quai truớc ngực để tránh nón đong đưa, đồng thời giữ vững nón nhất là khi có gió hay khi nghiêng nón che nắng.

Cái quai thao trở thành một đồ trang sức đặc biệt và cầu kỳ, nổi bật hơn cả ở chiếc nón khiến cho nón ba tầm được gọi "*nón quai thao*" và chỉ được các bà, các cô đội hoặc mang theo trong những dịp lễ, tết, hội hè chùa đình gây nhiều cảm hứng cho thi nhân.

---

7 Theo tương truyền nón xuất hiện ở Hải Dương vào đời Trần (thế kỷ XVIII) sáng tạo cho cung nữ gọi là nón thượng. Qua đời Lê, nón được thêm quai thao.

Nón quai thao

*Ai làm chiếc **nón quai thao**?*
Để anh thương nhớ ra vào không nguôi.

Dây lưng dải lụa thân thon thả,
*Chiếc **nón quai thao** dáng thướt tha.*
Quan Họ trao duyên ôi mướt quá,
Gái quê Kinh Bắc thật mượt mà.

Khăn nhỏ, đuôi gà cao, em đeo dải yếm đào,
*Quần lĩnh áo the mới, tay cầm nón **quai thao**.*
Thơ Nguyễn Nhược Pháp

Nón ngựa gò găng

Xưa kia, nhất là vào thời Tây Sơn, nón ngựa gò găng của làng Phú Gia Bình Định nổi tiếng là công phu, kiểu cách với hai điểm đặc biệt :

- Đỉnh nón được bịt bạc chạm trổ hình hoa văn rồng phụng,
- Nón dành cho quan lại, chức sắc như chánh tổng, lý trưởng, chú rể giàu có đi đón dâu thì cỡi ngựa đội nón gò găng.

Cưới nàng đội nón gò găng
Xấp lãnh An Thái, một khay trầu nguồn [8]

Gò Găng có nón chung tình
Ở đây có thiếp một dạ với mình mình ơi"

"Em về mua vải chợ Gồm
Gò Găng mua nón, phiên Chàm anh vô"
(Ca dao Bình Định)

Nón ngựa Gò Găng

Nón bài thơ xứ Huế

Thuở xưa, nón Nghệ rất nổi tiếng và được xếp vào hàng vật phẩm tiến vua để cho cung tần mỹ nữ dùng. Dần dần nón Nghệ trở thành phổ biến và sản xuất ở Huế [9], rồi được gọi là nón Huế. Dáng nón Huế thanh tao, mềm mại, màu trắng sáng xanh mát dịu của lá và những hình hoa văn được tạo nên khéo léo, bố cục cân đối giữa hai lớp lá.

---

8 Trầu nguồn là loại trầu ở trên miền núi cao (Tây Sơn Thượng) có vị cay nồng và thơm ngon quý hơn trầu đồng.
9 Nghề chằm nón truyền thống nổi tiếng vẫn tồn tại thí dụ như tại làng Đồng Di (Phú Vang), Dạ Lê (Hương Thủy), làng nón Phú Cam (Huế).

Vào khoảng năm 1959, Thừa Thiên có nón bài thơ (Huế) của làng Tây Hồ (xã Phú Hồ, huyện Phú Vang), sáng kiến của ông Dương Đức Bặt (hay Bùi Quang Bặc) ở xã Tây Hồ ép những câu thơ vào giữa hai lớp lá như hai câu thơ đầu tiên:

Ai ra xứ Huế mộng mơ,
Mua về chiếc nón bài thơ làm quà.
Bài thơ nho nhỏ in màu trắng,
Dọi xuống hồn ai những khoảng xanh.
Thơ Nguyễn Khoa Điềm

Nón bài thơ được chằm bên trong lớp lá non trắng ngần như lụa của cây cọ đem phơi khô, là phẳng với hình ảnh con đò, bến nước sông Hương, chùa Thiên Mụ và vần thơ quen thuộc lồng bên trong lá. Cái nón bài thơ xứ Huế đi vào trong thơ, đi vào trong mộng của thi nhân, thu hút nhiếp ảnh gia, làm tăng vẻ đẹp thanh khiết của thiếu nữ Việt.

Sông Hương hoa rượu ta đến uống,
Ta tỉnh đền đài ngả nghiêng say.
(Thơ Nguyễn Trọng Tạo)

Bóng mát văn hóa của nón

Từ bao đời nay, hình ảnh chiếc nón lá mộc mạc, duyên dáng không chỉ là vật dụng che nắng, che mưa mà còn thấm sâu vào nền văn hóa Việt thông qua thơ ca dân gian.

Nón lá che mưa

Nón này che nắng che mưa,
Nón này để đội cho vừa đôi ta.

Trời mưa thì mặc trời mưa,
Chồng tôi đi bừa đã có nón che.

Chung nhau chiếc nón che mưa,
Chung đường sớm sớm trưa trưa cùng về.

Nón che từng giọt mưa rơi
Chiều đông cha vẫn ra nơi ruộng đồng.

Giúp người nón mãi ước mong
Dẫu bao mưa nắng nón không ngại ngần.

Nón lá làm duyên

Nghiêng nón để che giấu gương mặt, nụ cười hay tạo thêm nét duyên dáng cho người phụ nữ.

Ra đường nghiêng nón cười cười,
Như hoa mới nở, như người trong tranh.

Nón mua một đồng mốt, tốt tựa như rồng,
Sao em không mua mà đội để má hồng nắng ăn.

Nón tình khi mới bén duyên

"... Sung sướng cầm chiếc nón
Đội nghiêng nghiêng lên đầu
Thướt tha hơi làm dáng
Thèn thẹn... em bước mau...
Nguyễn thị Thiếu Anh

Chén tình là chén say sưa,
Nón tình em đội nắng mưa trên đầu.

Ra về đã tới giữa đồng
Nón che tay ngoắc động lòng bước lui!

Nón này là nón u mê,
Nón này là nón đi về che chung

Nón lá hết duyên, hết tình

Trời mưa thì mặc trời mưa,
Em không có nón thì chừa em ra.

Chưa chồng nón thúng, quai thao,
Chồng rồi, nón rách, quai nào thì quai.

Còn duyên nón cụ [10] quai tơ,
Hết duyên nón lá quai dừa cũng xong.

Nón bài thơ

Từ khi xuất hiện, nón bài thơ tạo nên một kho tàng thi văn.

Nghiêng vành chiếc nón bài thơ,
Nụ cười chúm chím ngẩn ngơ bao người.

Ai nghiêng chiếc nón bài thơ,
Để ai ngơ ngẩn làm thơ yêu người.
Hỏi thăm chiếc nón bài thơ,
Mỗi lần tan học, ai chờ đợi ai.
Anh về tương tư tóc,
Che dưới nón bài thơ.
Anh mơ làm chiếc nón,
Che bước đời O qua.
Nón bài thơ e lệ trong tay,
Thầm bước lặng những khi trời dịu nắng.
Bích Lan nữ sĩ

10 Cụ 具 là đồ che mưa nắng

Thương sao chiếc nón bài thơ
Nhớ sao tà áo thẫn thờ gió bay
Dáng yêu kiều say lòng người cô lữ,
Nón bài thơ nghiêng dưới nắng hanh vàng.
Bích Lan nữ sĩ

Nón bài thơ với màu tím Huế

Ôi thật là tuyệt! Cái nón cứng cáp che trên tà áo dài thướt tha tạo nên hình ảnh quyến rũ của văn hóa cung đình trong vùng non xanh thủy tú.

Dòng nước sông Hương chảy lặng lờ
Ngàn thông núi Ngự đứng như mơ
Gió cầu vương áo nàng tôn nữ
Quai lỏng nghiêng vành chiếc nón thơ.
Đông Hồ
Thương sao chiếc nón bài thơ.
Nhớ sao tà áo thẫn thờ gió bay

Cái đẹp của tích xưa « *chim sa, cá lặn* [11] » được ví với cái đẹp thi vị của cái nón bài thơ duyên dáng.

Tôi có người em sông Hương núi Ngự,
Có lũy tre thôn Vỹ hiền từ,

11 Lấy ý sắc đẹp của Tây Thi (trầm ngư) và Vương Chiêu Quân (lạc nhạn)

Của kinh thành cổ xưa thật xưa
Buổi trưa em che nón lá,
***Cá sông Hương** liếc nhìn ngẩn ngơ,*
***Lũ chim** quyên ngất ngây từ xa.*

Sao em biết anh nhìn mà nghiêng nón
Chiều mùa thu mây che có nắng đâu.
Tà áo dài trong trắng nhẹ nhàng bay,
Nón bài thơ e lệ nép trong tay.
Bích Lan

Quai nón

Ngay cả cái quai nón lụa trắng hay tím cũng góp phần thi vị hóa cái nón như trong câu thơ *«Chiếc Nón Bài Thơ Chưa Có Bài Thơ»*.

***... Quai nón lụa** thơm lừng anh khẽ níu,*
Chứ ai đi níu vạt áo bao giờ.
Ôi chiếc nón bài thơ mà chưa có bài thơ,
Xui anh nhẩm trong lòng câu hát mãi.

O quai nón tím
*O con gái tóc dài – **quai nón tím,***
Chiều ni về – O có nhớ ai không?
Phan Thị Ngôn Ngữ

Sau thơ thì nón đi vào nhạc thí dụ như bản nhạc "*Gửi Em Chiếc Nón Bài Thơ*" của Lê Việt Hòa.

Nón bài thơ, em đội nón bài thơ
Đi đón ngày hội mới
Nước non ta nay giải
Vẹn tròn như chiếc nón bài thơ.

Và bản nhạc của Trương Quang Tuấn

Chiếc nón bài thơ từ khi có bài thơ,
Giấu trong mình cả lòng ai nho nhỏ.
Dòng Hương Giang vẫn canh cánh nỗi nhớ,
Quai nón xưa anh biết đã bạc màu.

Vào đến đồng bằng Cửu Long, nón lá, khăn rằn, áo bà ba tạo nên hình ảnh quê hương tuyệt đẹp của cô gái quê đong đưa trên chiếc cầu khỉ hay thướt tha chèo tam bản.

"Quê hương là cầu tre nhỏ,
Mẹ về nón lá nghiêng che"

Lạp Chúc Nguyễn Huy

ĐẶNG KIM CÔN

NHỮNG CON VỊT TRỜI

Một thời gian dài, thằng bồ của con gái tôi đi làm ăn xa, bầy vịt trời phía sau nhà, vô tư nhởn nhơ bơi lội quanh cái hồ lớn, có vẻ như chúng sinh sản vội vã hơn, ấp trứng ngắn ngày hơn, lông cánh mọc nhanh hơn để kịp chống chọi với sự truy sát của hắn, một kẻ thường khoe là cả một thời niên thiếu trưởng thành trên ghe thuyền, lênh đênh sông hồ, ăn tươi nuốt sống những con vật bắt được trên sông nước.

Có lần tôi thấy, một con vịt trống đứng canh chừng cho con vịt mái đẻ trứng nơi bụi cây ngay trước cửa ra vào, bị gã "giang hồ" kia lấy trứng (lúc đó gã ra xe đi làm, không kịp chờ cho con vịt rời tổ), cả hai vợ chồng con vịt tung lên vừa la oạp oạp vừa đá kẻ cắp, tất nhiên rồi cũng bị mất trứng, để rồi chúng lại "xây" cái chỗ đẻ khác, và rồi, lần lượt hai con vịt cũng không tránh khỏi bị gã giang hồ cho vào nồi nước sôi, chả là, gã nghiện món tiết canh, nghiện đàn đúm bia rượu cho những chuyện trả nợ ân nghĩa có lợi cho cái việc hắn gọi là làm ăn, mà đối tác của hắn đã không tiếc lời ca ngợi có tài, cái tài chinh phục đám vịt trời và chế biến tiết canh.

Có vẻ là gã cũng ngó chừng tôi, vì dù tôi chỉ là một người thuê phòng, nhưng là mẹ của đứa con gái mà gã đang cố níu áo, chắc cũng nuốt vội nuốt vã, tránh sự phát hiện của tôi, vì biết tôi rất thương yêu chúng. Có điều, làm sao tránh hoài được, khi mà chúng tôi cùng ở chung nhà, ăn chung mâm. Bầy vịt bao nhiêu con, tôi gần như nhớ mặt hết, cứ lâu lâu mất một con là tôi nói xa nói gần, mà xa gần thì có dốt mấy gã cũng thừa biết tôi nói ai, "Cô nghĩ, chỉ có mấy thằng nhậu nhẹt Việt Nam, cứ uống máu được một con vịt thì cái da mặt chúng nó mới dày thêm lên một chút, tới mức, thà chịu chửi cha chửi mẹ còn hơn phải nhịn thèm". Tôi nhìn thẳng mặt hắn, có vẻ hai cái răng nanh đang chực thòi ra như Dracula, mỗi lần ngang qua đàn vịt ấy, cũng có phần thụt vào, khi nghe tôi than phiền, nhưng rồi, chỉ tội nghiệp cho những lời nói của tôi (hay tội cho bầy vịt) vì nói gì cũng trôi tuột như nước đổ đầu vịt.

Chung cư chúng tôi ở đa số là dân Haiti, họ thân thiện với mọi người chung quanh và cả với mấy bầy vịt trời trên hồ. Tôi thường thấy họ đem bánh mì, thực phẩm khô cho vịt ăn, và trong suốt thời gian gã giang hồ ấy đi xa, đàn vịt chỉ có thêm chứ không hề giảm bớt.

Sáng sáng chiều chiều tôi cũng cho vịt ăn, thay vì đổ cơm cũ vào sọt rác, thì cho chúng ăn đỡ buồn. Vịt Mỹ không chê cơm Việt, mà có vẻ còn háo hức hơn thực phẩm Tây, chả là hễ cứ thấy bóng dáng tôi, là cả bầy, nhiều bầy lao vội đến, có nhiều con từ bờ bên kia hồ rộng bay xào xào sang, rúc lấy rúc để, chỉ một loáng mấy tô cơm nguội không còn một hạt, rồi hả hê ưỡn ngực vỗ cánh lao xuống hồ... Cứ thế, ngày tháng trôi đi, bầy nọ lớn lên, bầy khác làm tổ đẻ trứng, quanh tôi là cả một sự sống sung mãn, tươi tắn, xoay vần.

Một cái tổ bảy trứng dưới gốc cây đầy lá khô cuối thu, ngày nào tôi cũng thấy vịt mẹ ấp, có khi con trống thay con mái ấp, dễ chừng không mấy ngày nữa thì sẽ có thêm một bầy vịt con mũm mĩm lạch bạch trên thế gian này.

Bất giác chiều kia trời đổ gió, gió tung trời như muốn lật úp cả thành phố, và, lạnh xuống.

Một trận mưa lớn, kéo dài mấy ngày, đài khí tượng loan báo bão, nhiều hãng xưởng đóng cửa, nhiều người không đi làm được, trong đó có tôi. Buổi sáng, như lệ thường, tôi lấy cơm ra cho vịt, một hồ nước trắng mênh mông, đàn vịt đã biến mất không còn một con nào. Chúng đã thiên di đến một nơi ấm hơn? Nơi nào mới là quê hương chính của chúng? Tôi sống nơi này chưa tròn một năm, nên không biết rõ sinh hoạt của chúng thế nào. Tôi chợt nhớ cái tổ trứng trước nhà, thật may, vẫn còn nguyên đó, không biết là mẹ chúng bỏ tổ từ lúc nào, trước hay sau khi bão tới, mà, tôi là người, không nắm được sinh hoạt của chúng, chứ không lẽ, vịt trời cũng không quen được quy luật của bốn mùa sao?

Tôi đem hết bảy quả trứng vào nhà, lấy quần áo cũ ủ ấm, mở sưởi trong nhà, phập phồng lo, bị mẹ bỏ ấp mấy đêm e trứng ung mất. Cũng tự an ủi, nhiều trứng vịt lộn già, mua về không ăn kịp, để trần trần trên bàn mà nó vẫn nở. Chắc là không sao đâu.

Vâng, nhờ trời không sao, đến ngày thứ ba (ba ngày liền tôi để tiệm cho con gái coi, chạy đi chạy về thăm chừng), thì chỉ trong một buổi, bốn con vịt nở, còn ba trứng nằm im. Chao ôi, những con vịt con đáng yêu làm sao! Nó mướt rượt, vàng óng, mới nở đã mở tròn đôi mắt (nhìn tôi) trong veo hòa nhập với cuộc đời. Tôi có phần lúng túng lúc đầu để tìm cách chăm sóc thích hợp nhất cho chúng. Việc đầu tiên là giữ cho chúng không đi lung tung, bốn con thì chỉ cần bỏ vào một cái sọt đựng quần áo, lót giấy báo cho nó vệ sinh, thay mỗi ngày, bóp bánh mì vụn, ngâm vào sữa cho nó ăn, qua một ngày không thấy chúng èo uột gì, ngày hai, ngày ba, có vẻ chúng mạnh hơn, thế là tốt.

Đám vịt "bạn cũ" của tôi không thấy quay về, trước mắt tôi còn có được bốn cô chú bạn nhỏ này, để thấy lòng hân hoan trông chúng lớn lên, cũng như thấy màu lông thay đổi từng ngày, để thấy những cặp mắt bớt ngơ ngác mà như mừng rỡ, như trông mong mỗi khi tôi đến gần, để nghe chúng lí nhí tập kêu, rồi có lúc tôi thả chúng trong nhà, chúng lúc thúc quanh quẩn chân tôi như tìm hơi mẹ.

Bốn con vịt đã ăn cơm được, chúng mau lớn, tôi chuyển chúng qua một cái thùng giấy và đặt trước hiên nhà, sáng sáng cho ăn cơm rồi thả cho chúng xuống hồ bơi đến chiều, khi đi làm về tôi "rú rú" mấy tiếng là cả bọn hối hả bay về... dùng bữa tối và được tôi tóm gọn vào "biệt phòng", kết thúc một ngày nhởn nhơ bơi lội.

Năm nay lạnh dài, đám vịt trời thiên di kia không thấy trở về, nghĩa là bốn đứa con vịt mồ côi không biết đến bao giờ mới có cơ hội gặp lại bố mẹ. Thoắt mà ba tháng trôi qua, bầy vịt đã trổ mã, cái thùng giấy đã được thay lớn hơn nhiều lần, tôi cũng có thể phân biệt được trống mái, con gái tôi than phiền, "Mẹ coi chừng ban quản lý chung cư đuổi, nếu không cũng bị phạt", nhưng cũng may, có một vài lần nhân viên văn phòng xuống sửa chữa một vài việc lặt vặt, có thấy đám vịt mà họ đã không nói gì.

Và càng ngày chúng tôi, bầy vịt và tôi, càng khắng khít không thể thiếu nhau.

Có mất công tìm chỗ đậu xe chút, mà tôi cũng quên để ý mấy chiếc xe lạ đậu trước bãi đậu xe nhà chúng tôi. Định vào thay quần áo rồi trở ra cho vịt ăn, bất ngờ nắm cửa nhẹ tênh, không khóa trái, bên trong đang là một tiệc nhậu: thằng bồ con gái tôi và hai người bạn của gã đang ăn uống.

Gã bối rối mời tôi, vừa giới thiệu mấy người bạn, nhìn cái mồm nhai nhồm nhoàm cùng mấy vệt máu tóe ra mép gã, tôi liếc vội xuống mấy cái chén, một luồng khí lạnh chạy dọc sống lưng làm tôi rùng mình, trên bàn, bên những chai bia lăn lóc, còn là một đĩa tiết canh đang ăn dở, và trong mấy cái chén thì đang nhòe nhoẹt những máu đỏ lòm. Gã lúng túng nói, "con có để dành cho cô trong tủ lạnh", không trả lời, cũng không kịp vào phòng cất túi xách, tôi quay ngoắt ra cửa, nhìn qua cái thùng giấy rồi chạy vội ra hồ. Hồ vắng ngắt, rộng mênh mông, mênh mông hơn bao giờ. Cố nén xúc động, vớt vát chút hy vọng mong manh, chỉ là một lầm lẫn thôi, tôi đuổi mắt khắp hồ một lần nữa, không bỏ sót những căn chung cư bên kia hồ, may ra chúng đang được ai đó tốt bụng cho ăn.

Tôi cất tiếng gọi vịt thường ngày, mấy tiếng "rú rú" như nghẹn ngào trên mặt hồ lạnh lẽo, vang xa...

Mùa đông còn mù mịt như sương mù trên mặt hồ buổi chiều vắng lặng. Tôi ngồi xuống một tảng đá lớn, hai chân bủn rủn cơ hồ không đứng dậy nổi.

Tôi thầm mong một điều chưa bao giờ mong, bầy vịt trời đang thiên di đến một phương trời ấm áp nào.

Đặng Kim Côn

ĐINH VĂN TUẤN

MỘT SỐ VẤN ĐỀ VỀ TIỂU SỬ ĐOÀN THỊ ĐIỂM

1. Mở đầu

Xưa nay tiểu sử Đoàn Thị Điểm, tác giả *Truyền kỳ tân phả* (Hán) và *Chinh phụ ngâm* (Nôm) được các văn nhân, nhà biên khảo theo tri thức chủ quan, hạn chế của mình nên đã viết không đồng nhất về tiểu sử Đoàn Thị Điểm. Do đó đã làm nảy sinh các vấn đề về tên họ, sinh quán...[12] của nữ sĩ.

Chúng tôi sẽ cố gắng tìm hiểu lại vấn đề qua việc khảo sát các tài liệu cổ liên quan đến Đoàn Thị Điểm để xác định một cách tương đối đâu là sự thật liên quan đến tiểu sử của Đoàn Thị Điểm.

2. Khảo về họ tên

Ngoài họ tên Đoàn Thị Điểm 段氏點 (họ Đoàn 段) ra, vẫn còn lưu truyền một tên gọi khác đó là *Nguyễn* Thị Điểm 阮氏點 (họ Nguyễn 阮), vậy đâu là tên họ thật của bà Điểm?

Sách *Tang thương ngẫu lục* 桑滄偶錄[13] do Phạm Đình Hổ và Nguyễn Án biên soạn, bài *Nguyễn công á phu nhân* 阮公亞夫人 đã gọi tên là *Đoàn* Thị Điểm 段氏點, sau đến *Chinh phụ ngâm bị lục* 征婦吟備錄, Long Hòa[14] khắc in năm 1902, tờ bìa xác nhận:

---

[12] Do khuôn khổ bài viết có hạn nên về các giai thoại văn chương và tác phẩm chữ Hán *Truyền kỳ tân phả*, chữ Nôm *Chinh Phụ ngâm* của Đoàn Thị Điểm chúng tôi sẽ viết ở phần khác.

[13] *Tang thương ngẫu lục* 桑滄偶錄, R.89, nguồn: https://lib.nomfoundation.org/collection/1/volume/98/page/1

[14] Bản Nôm *Chinh phụ ngâm bị lục* 征婦吟備錄 trong *Danh gia quốc âm* 名家國音, AB. 26, theo *Các nữ tác gia Hán Nôm Việt Nam*, Đỗ Thị Hảo (chủ biên), Nxb Khoa học xã hội. 2010.

段夫人點演音 (Phu nhân họ *Đoàn* tên là Điểm diễn âm). Trúc Khê Ngô Văn Triện[15] vào năm 1943 phát hiện ra *Đoàn thị thực lục* 段氏寔錄, đã xác định Hồng Hà phu nhân 紅霞夫人 họ *Đoàn* 段, húy Điểm 點 – *Đoàn* (Thị) Điểm – con của Đoàn Doãn Nghi, em gái Đoàn Doãn Luân, ở phần nguyên chú[16] *Hồng Hà phu nhân* 紅霞夫人 cũng ghi rõ: *"Phu nhân họ Đoàn, húy Điểm, em gái Giải nguyên Kinh Bắc Đoàn Doãn Luân, con gái (chỉ) Điển bạ Dương Kinh tiên sinh Doãn Nghi, kế thất Tiến sĩ Thị lang Nguyễn Kiều* và theo *Hồng Hà Phu nhân di văn* 紅霞夫人貽文 (Văn chương còn lại của Hồng Hà Phu nhân) là phần phụ biên của *Đoàn thị thực lục, ở* bài dẫn *Phụng nghĩ bản đình phụng sự đối liễn văn* 奉擬本亭奉事對聯文 (Vâng soạn câu đối thờ ở đình làng) có lời chú:
"夫人姓諱點小字紅霞故黎監生允儀公之次女京北解元允倫公之妹也"[17] (Phu nhân họ Đoàn, húy Điểm, tiểu tự Hồng Hà, con gái thứ Giám sinh Doãn Nghi công, em gái Giải nguyên trường thi hương Kinh Bắc Doãn Luân công).

Nhưng ở các sách khác, *Đoàn* Thị Điểm đã từng được gọi tên là *Nguyễn* Thị Điểm (họ Nguyễn 阮) như *Đăng khoa lục sưu giảng* 登科錄搜講[18] đã cho biết Tiến sĩ Nguyễn Trác Luân 阮卓倫[19] có người em gái là *Nguyễn* Thị Điểm 阮氏點, *Sơn cư tạp thuật* 山居雜述[20] cũng đã gọi tên là *Nguyễn* Thị Điểm. Đặc biệt là Phan

---

[15] Trúc Khê Ngô Văn Triện, *Những tài liệu mới về nữ sĩ Đoàn Thị Điểm*, Tiểu Thuyết Thứ Bảy năm 1944.

[16] Theo phần phiên âm không kèm chữ Hán ở sách Trần Thị Băng Thanh (2017), *Một điểm tinh hoa - Thơ văn Hồng Hà nữ sĩ*, Nxb Phụ nữ, Hà Nội.

[17] Nguyên văn chữ Hán theo Trần Thị Băng Thanh (2017), *Một điểm tinh hoa - Thơ văn Hồng Hà nữ sĩ* (Sđd).

[18] Đạm Nguyên (dịch), *Đăng khoa lục sưu giảng*, Bộ Giáo dục - Trung Tâm Học Liệu xuất bản, 1968.

[19] *Đăng khoa lục sưu giảng* ghi sai là Nguyễn Trác Luân 阮卓輪.

[20] *Sơn cư tạp thuật* 山居雜述, VIỆT NAM HÁN VĂN TIỂU THUYẾT TẬP THÀNH 越南漢文小說集成, nguồn: https://tuantdtcn.blogspot.com/2020/06/pdf-viet-nam-han-van-tieu-thuyet-tap.html

Huy Chú trong *Lịch triều hiến chương loại chí* 歷朝憲章類誌[21] từng gọi nữ học sĩ, tác giả *Tục truyền kỳ* 續傳奇 với họ *Nguyễn* 阮, lưu ý là năm 1811 sách *Tục Truyền kỳ* và *Truyền kỳ tân phả* 傳奇新譜 đã được khắc in và ở tờ bìa đã ghi rõ: 紅霞段夫人著 (Hồng Hà Đoàn Phu nhân sáng tác) nhưng không hiểu vì sao Phan Huy Chú lại cho bà Điểm họ *Nguyễn* 阮?[22] *Xuyết thập tạp ký* 掇拾雜記[23] của Lý Văn Phức cũng đã gọi tên là *Nguyễn* Thị *Ngọc* Điểm 阮氏玉點[24]. Các sách như *Quốc văn tùng ký* 國文叢記 của Nguyễn Văn San[25] (1808 - 1883); *Đại Nam kì truyện* 大南奇傳[26]; *Nam thiên trân dị tập*[27] 南天珍異集; *Hát Đông thư dị* 喝東書異[28] của Nguyễn Thượng Hiền cũng đều gọi tên là *Nguyễn* Thị Điểm 阮氏點. Sau này các sách Quốc ngữ

---

[21] Phan Huy Chú, *Lịch triều hiến chương loại chí*, Tập II, Tổ phiên dịch Viện Sử học (dịch và chú giải), Nxb Giáo Dục, 2007.

[22] Hay là do nạn "Tam sao thất bản" (*Lịch triều hiến chương loại chí* hiện còn lại là các bản chép tay, không có bản khắc in) nên dễ lầm từ chữ Đoàn 段 sang chữ *Nguyễn* 阮 (hai chữ này gần giống nhau) hoặc ông có một nguồn tin khác?

[23] *Xuyết thập tạp ký,* 掇拾雜記, R.92, nguồn: https://lib.nomfoundation.org/collection/1/volume/83/

[24] Chữ lót Ngọc 玉 có thể được phủ chúa Trịnh ban thêm khi bà Điểm vào cung dạy học cho con của một cung nhân.

[25] *Quốc Văn Tùng Ký* (AB.383), nguồn: https://findit.library.yale.edu/catalog/digcoll:13207

[26] *Đại Nam kì truyện* 大南奇傳 A.229, theo Lâm Giang, Nguyễn Văn Tuân, *Truyện ký Việt Nam trong thư tịch cổ*, Tập 1, Nxb Văn Học, 2020.

[27] Có thể do Vũ Xuân Tiên soạn. Khoa thi Hương lần thứ 34 năm Bính Tuất (1886) niên hiệu Đồng Khánh thứ nhất, Ân Khoa: Trường thi Ninh Bình, thi chung với trường Hà Nam có Vũ Xuân Tiên, người xã Phú Khê, tổng Hà Nội, huyện Kim Thành, phủ Kinh Môn, tỉnh Hải Dương. Đậu Cử nhân hạng 10/74 vị trúng tuyển, theo *Các vị Hương cống, Cử nhân họ Vũ - Võ Triều Nguyễn (1802-1945)*, Vũ Hiệp (Sưu khảo và biên soạn - 2006), nguồn: https://www.hovuvo.com/Default.aspx?View=ViewNews&NewsID=11389#_Toc155352854

[28] *Nam thiên trân dị tập* 南天 珍異集, *Hát Đông thư dị* 喝東書異 theo VIỆT NAM HÁN VĂN TIỂU THUYẾT TẬP THÀNH 越南漢文小說集成, (Sđd).

về *Chinh phụ ngâm* (Phan Kế Bính, Dương Quảng Hàm, Nguyễn Đỗ Mục...) cũng gọi tên *Nguyễn* Thị Điểm.

Nguyên nhân nào dẫn đến họ *Đoàn* 段 ra họ *Nguyễn* 阮? Xét *Đăng khoa lục sưu giảng* ghi nhận *Tiến sĩ Nguyễn Trác* Luân 阮卓倫 quê quán ở làng *Bình Lao, huyện Cẩm Giàng, trấn Hải Dương* nhưng theo *Đoàn thị thực lục* thì *Đoàn* Thị Điểm là em gái của *Giải nguyên Đoàn Doãn* Luân 段允倫 người xã *Hiến Phạm, huyện Văn Giang, phủ Thuận Yên, trấn Kinh Bắc.* Như vậy có khả năng:

1. Các sách *Đăng khoa lục sưu giảng* (và *Sơn cư tạp thuật...*) có thể đã tin rằng: vì bà Điểm là tác giả *Tục truyền kỳ* (*Truyền kỳ tân phả*) rất nổi tiếng nên chắc chắn là em gái ông Luân, *Tiến sĩ Nguyễn Trác* Luân người *Hải Dương* chứ không thể nào là em gái ông Luân, *Đoàn Doãn* Luân chỉ đỗ *Giải nguyên* người *Kinh Bắc*, cho nên bà Điểm dĩ nhiên mang họ *Nguyễn.*

2. Có thể *Nguyễn Trác* Luân cũng có người em gái tên là Thị Điểm (họ *Nguyễn*) trùng tên với Thị Điểm (họ *Đoàn*) là em gái *Đoàn Doãn* Luân nên các tác giả *Đăng khoa lục sưu giảng*... lầm *Nguyễn* Thị Điểm là tác giả *Truyền kỳ tân phả.*

Theo chúng tôi, khả năng đầu là hợp lý hơn vì không có bằng chứng nào trong thư tịch cổ xác nhận Tiến sĩ Nguyễn Trác Luân có người em gái tên là Nguyễn Thị Điểm. Trùng tên người anh thì có thể nhưng trùng tên cả người anh và người em gái thì thật khó tin có thể xảy ra. Chính vì Đoàn Thị Điểm người trấn Kinh Bắc có anh là Đoàn Doãn Luân nhưng chỉ đỗ Tỉnh nguyên[29] nên người đời ít biết đến hơn là Tiến sĩ Nguyễn Trác Luân người trấn Hải Dương. Theo *Đoàn thị thực lục*, cha Đoàn Thị Điểm là Đoàn Doãn Nghi (dạy học ở Hải Dương) mất, gia đình đưa di hài về quê quán (Kinh Bắc) chôn cất và sau khi mãn tang, Đoàn Thị Điểm đã đưa mẹ về sống chung nhà với anh Đoàn Doãn Luân và chị dâu cùng các cháu ở *Đường Hào, Hải Dương.* Lưu ý, địa điểm *Hải Dương* trùng với sinh quán của Tiến sĩ Nguyễn Trác Luân (*Đường Hào, Hải Dương*) càng khiến người đời ngộ nhận *Đoàn* Thị Điểm ở Hải Dương là em gái Tiến sĩ Nguyễn Trác Luân ở Hải Dương. Nên người sau cứ tin rằng bà Điểm nổi tiếng với

---

[29] Hay Giải nguyên, đỗ đầu thi hương,

tác phẩm *Truyền kỳ tân phả* và các giai thoại văn chương là *Nguyễn* Thị Điểm, em gái của Tiến sĩ Nguyễn Trác Luân quê quán ở làng Bình Lao, huyện Cẩm Giàng, trấn Hải Dương.

Ngoài ra, trong *Nguyễn Thị Điểm ký* 阮氏點記 (*Đại Nam hiển ứng truyện*) lại có sự lầm lẫn như sau: Thị Điểm người *Đường Hào, Hải Dương* là em gái ông *Giám sinh* Nguyễn Trác Luân (*Nam thiên trân dị tập* cũng viết như thế), rõ ràng ở đây lầm lẫn về học vị "Tiến sĩ" của Nguyễn Trác Luân ra "Giám sinh" của Đoàn Doãn Luân, còn *Sơn cư tạp thuật* lại ghi: *Nguyễn* Thị Điểm người *Hiến Phạm, Văn Giang,* em gái *Giải nguyên Nguyễn* Luân, ở đây về sinh quán và *Giải nguyên* Luân đều đúng nhưng chỉ sai họ, thay vì "Đoàn" 段 lại thành ra "Nguyễn" 阮![30]

Như vậy bà Điểm họ *Đoàn* 段 bị gọi là họ *Nguyễn* 阮 nguyên nhân vì Đoàn Thị Điểm đã từng cư ngụ, dạy học ở *Hải Dương* và bà Điểm lại nổi tiếng với tác phẩm *Truyền kỳ tân phả* nên người đời đã ngộ nhận bà là em gái của *Tiến sĩ Nguyễn Trác Luân* người *Hải Dương* (Đoàn Doãn Luân chỉ là Giám sinh nên người đời ít biết đến). Chúng tôi đặc biệt chú ý đến giai thoại về câu đối độc đáo giữa hai anh em Đoàn Thị Điểm từng được ghi chép trong *Tang thương ngẫu lục, Đoàn thị thực lục* và nhiều sách khác: Đoàn Doãn Luân ra câu đối: "照鏡畫眉一點翻成兩點" (Soi gương vẽ lông mày, một nét điểm hóa thành hai nét điểm – trùng tên Điểm 點 –) Đoàn Thị Điểm đối lại: "臨池玩月隻輪轉作雙輪" (Ra bờ ao ngắm trăng, một vầng (luân) hóa ra hai vầng (luân) – trùng tên Luân **輪** –). Điểm quan trọng ở

---

[30] Nguyễn Quang Oánh viết: "*Đoàn Thị Điểm, em gái giám sinh Đoàn Luân làng Hiến Phạm, huyện Văn Giang, xứ Kinh Bắc. Lấy ông Nguyễn Kiều nên mới lấy họ nhà chồng xưng là Nguyễn Thị Điểm*" (Nguyễn Quang Oánh, *Ngâm khúc*, Vĩnh Hưng Long thư quán xuất bản, 1930). Thật ra theo truyền thống Trung Quốc và Việt Nam, ngày xưa thường gọi phụ nữ có chồng như sau: Đoàn Thị Điểm lấy chồng là Nguyễn Kiều (họ Nguyễn) sẽ được gọi một cách trang trọng là *Nguyễn phu nhân* (phu nhân (vợ) người họ Nguyễn), *Nguyễn phủ phu nhân* (phu nhân (vợ) thuộc gia tộc họ Nguyễn) hoặc như *Tang thương ngẫu lục* ghi "*Nguyễn công á phu nhân*" (vợ kế của ông họ Nguyễn) chứ không bao giờ gọi cả họ chồng và tên vợ là *Nguyễn Thị Điểm*.

đây là chữ *luân* 輪 trong câu đối của Đoàn Thị Điểm, theo nguyên chú của *Hồng Hà Phu nhân di văn* (*Đoàn thị thực lục*) và soạn giả khác cho rằng vì *luân* 輪 (bánh xe, vòng tròn) đồng âm với *luân* 倫 (thường, như luân thường) là tên của Đoàn Doãn Luân 段允倫 được ghi trong gia phả, nhưng thật ra đây là lý giải thô thiển vì Đoàn Thị Điểm nổi tiếng là tài năng kiệt xuất khó có thể đối ứng một cách vụng về, gượng ép khi dùng chữ *luân* 輪 đồng âm với *luân* 倫 ra tên của anh mình (không ứng với chữ *điểm* 點 đúng tên em gái ông Luân). Theo chúng tôi, dựa theo chữ *luân* 輪 trong câu đối có thể đoán định tên của anh Đoàn Thị Điểm chính là Luân 輪 (bộ 車) không phải là 倫 (bộ 亻). Vậy tại sao gia phả họ Đoàn lại viết *luân* 倫? Nguyên nhân có lẽ vì *luân* 輪 (bánh xe, vòng tròn) ý nghĩa tầm thường quá nên người sau viết gia phả đã sửa lại là luân 倫 (thường, như luân thường), *Đoàn thị thực lục* là văn bản được người sau chép lại qua nhiều đời, không còn bản gốc (do cháu rể Đoàn Doãn Luân và Đoàn Thị Điểm biên soạn khoảng cuối thế kỷ XVIII đầu thế kỷ XIX) để đối chiếu, xác thật. Từ chữ Luân 輪 là tên của Đoàn Doãn Luân 段允輪 ta có thể xác định em gái của ông chính là Đoàn Thị Điểm 段氏點 (họ Đoàn 段) không phải là em gái của Tiến sĩ Nguyễn Trác Luân 阮卓倫[31], với tên *Luân* 倫 (thường, như luân thường), tên họ này là chính xác vì đã được khắc, in vào văn bia tiến sĩ đời Lê, thư tịch cổ. Ngay cả Tiến sĩ Nguyễn Trác Luân cũng từng bị viết sai tên *Luân* là 輪 (đúng ra là 倫) như *Đăng khoa lục sưu giảng, Đại Nam kỳ truyện*. Qua giai thoại đối xướng của anh em Đoàn Thị Điểm, ta có thể khẳng định Đoàn Doãn Luân họ Đoàn 段, tên là Luân 輪 và có em gái là Thị Điểm 氏點 họ Đoàn 段. *Tang thương ngẫu lục, Nam sử tập*

---

[31] Nguyễn Trác Luân 阮卓倫 (1700-?) người xã Bình Lao, huyện Cẩm Giàng (nay thuộc phường Phạm Ngũ Lão, thành phố Hải Dương, tỉnh Hải Dương), Tiến sĩ khoa Tân Sửu niên hiệu Bảo Thái năm thứ 2 (1721), Đệ nhị giáp Tiến sĩ xuất thân. Ông làm quan Phó Đô Ngự sử. Sau khi mất, ông được tặng chức Hữu Thị lang Bộ Công. Nguồn: *Viện Nghiên cứu Hán Nôm*, Bia Văn miếu Hà Nội
http://www.hannom.org.vn/detail.asp?param=1137&Catid=564

biên 南史集編[32] viết đúng tên của Đoàn Doãn Luân là 輪, Sở Cuồng Lê Dư, Nguyễn Quang Oánh cũng đã viết đúng tên anh của Đoàn Thị Điểm là Luân 輪.

Có lẽ chính vì những sự lầm lẫn này là nguyên nhân dẫn đến sự việc Nguyễn Trác Cách, trưởng tộc họ Nguyễn Trác ở Hải Dương đã tin rằng, từ lâu trong dòng họ vẫn lưu truyền về giai thoại văn chương giữa người anh là Tiến sĩ Nguyễn Trác Luân và người em gái là Nguyễn Thị Điểm và cũng cho rằng các tác phẩm *Tục truyền kỳ* và bản dịch *Chinh phụ ngâm* nổi tiếng cũng như các giai thoại văn chương là của bà Nguyễn Thị Điểm.[33] Thật ra dòng họ Nguyễn Trác cho đến nay, vẫn chưa đưa ra những bằng chứng thuyết phục về mối quan hệ anh em giữa Nguyễn Trác Luân và Nguyễn Thị Điểm mà chỉ dựa vào trí nhớ, khẩu truyền thì không thể tạo nên vấn đề mới có khả năng thay đổi được những bằng chứng xác đáng còn lại từ xưa đến nay liên quan đến thân thế và hành trạng em gái của Đoàn Doãn Luân là Đoàn Thị Điểm.

3. Khảo về quê quán

Thông tin về quê quán Đoàn Thị Điểm xưa nay vẫn chưa được nhất quán vì nhiều lý do như về tài liệu cổ không giống nhau, sự thay đổi về địa danh qua các triều đại. Hơn nữa, như trên đã luận giải, Đoàn Thị Điểm nguyên quán ở Văn Giang, Kinh Bắc nhưng vì sau khi mãn tang cha đã về cư ngụ tại nhà anh mình *ở Đường Hào, Hải Dương* nên đã bị người đời nhận lầm là em gái của Tiến sĩ Nguyễn Trác Luân cũng người *Đường Hào, Hải Dương* và vì thế bà Điểm mang họ Nguyễn, Nguyễn Thị Điểm, quê quán bị hiểu lầm là *ở Hải Dương*[34]. Chúng tôi thử tìm hiểu các tài liệu cổ đáng tin cậy để xác định quê quán của Đoàn Thị Điểm cho tường tận hơn.

---

[32] Theo Dương Quảng Hàm, *Việt Nam Văn Học Sử Yếu*, Bộ Quốc gia Giáo dục, In lần thứ 3, 1951, trang 288.

[33] Bùi Văn Nguyên, *Bà Điểm nào trong hai bà Điểm tương truyền có tham gia dịch một bản "Chinh phụ ngâm" của Đặng Trần Côn*? Tạp chí Văn Học, số 6 năm 1977.

[34] Phan Kế Bính trong *Nam Hải dị nhân liệt truyện* (Hà Nội - Lê Văn Phúc, 1930) cũng đã từng phân vân về quê quán của bà Điểm, là Hải Dương hay Bắc Giang (Văn Giang)?

Sách *Tang thương ngẫu lục* cho Đoàn Thị Điểm quê quán ở *Bắc Giang*[35]. Theo *Đại Nam nhất thống chí* 大南一統志[36]: tỉnh Bắc Ninh, đời Tiền Lê gọi là *Bắc Giang*, đời Trần là lộ *Bắc Giang*, đời Minh (1407) là châu *Bắc Giang* thuộc phủ *Bắc Giang*. Năm Thiệu Bình (1434-1439) là *Bắc Giang* Thượng, *Bắc Giang* Hạ. Năm Quang Thuận thứ 7 (1466), đặt thừa tuyên *Bắc Giang*, năm thứ 10 (1469), đổi là (thừa tuyên) Kinh Bắc. Bản đồ năm Hồng Đức thứ 21(1490) đất này gọi là xứ Kinh Bắc, sau gọi là trấn. Vậy *Bắc Giang* chính là xứ, trấn Kinh Bắc. Tác giả *Tang thương ngẫu lục* gọi "Bắc Giang" vào đời Lê trước năm 1469 không thuộc thời đại của Đoàn Thị Điểm chẳng qua chỉ là theo văn phong hoài cổ. Thị lang Nguyễn Kiều (chồng của Đoàn Thị Điểm) qua bài *Ngu tế văn* 虞祭文 (Văn tế lễ mở cửa mộ)[37] đã viết: "文江鍾秀" (Huyện Văn Giang là nơi hội tụ tinh hoa), *Truyền kỳ tân phả* (1811) ghi nhận: "文江紅霞段夫人著" (Hồng Hà Đoàn phu nhân người huyện Văn Giang trứ tác), các sách *Sơn cư tạp thuật* ghi nhận bà Điểm người xã Hiến Phạm, huyện Văn Giang; *Xuyết thập tạp ký* ghi nhận bà Điểm người huyện Văn Giang. Như vậy Đoàn Thị Điểm có quê quán ở huyện Văn Giang, trấn Kinh Bắc (Bắc Giang) là xác thực.

Đoàn Thị Thực Lục không nói rõ về nguyên quán của Đoàn Thị Điểm (thật khác thường trong sách gia phả), chỉ có một chỗ cho biết: "Khoa thi hai ty quan[38] *Hải Dương* tuyển chọn chặt chẽ, chỉ lấy

---

[35] Các dịch giả trước nay như Trúc Khê, Đạm Nguyên, Trần Thị Băng Thanh vẫn dịch là *Giang Bắc* là lầm vì trong lịch sử, không có địa danh nào có tên là *Giang Bắc*.

[36] Hoàng Văn Lâu (dịch), *Đại Nam nhất thống chí*, Tập 2, Nxb Lao Động, Trung tâm Văn hóa Ngôn ngữ Đông tây, 2012.

[37] Bài này có trong *Đoàn thị thực lục*

[38] *Hai ty quan*: là *Thừa ty*: đứng đầu là Thừa chính sứ mang hàm Tòng tam phẩm. Thừa ty phụ trách về hành chính, dân sự (hộ khẩu, thóc tiền, kiện tụng…) và *Hiến ty*: đứng đầu là Hiến sát xứ có hàm Chánh ngũ phẩm, Phó hiến sát xứ giữ hàm Chánh thất phẩm. Hiến ty đảm trách công việc kiểm tra, giám sát và tư pháp (nói bày, đàn hặc, khám đoán, xét hỏi, hội đồng kiểm soát, khảo khóa, tuần hành…Thi Hương tổ chức vào tháng 8 của năm; ngày 8, tháng 8 thi trường nhất; ngày 18 tháng 8 thi trường nhì; ngày 24 tháng 8 thi trường ba; ngày 28 tháng 8 thi trường tư. Quy định này áp dụng

20 người xảo thông[39], Doãn Nghi được điểm ưu đỗ nhất, đến khoa thi Hương lấy 20 người, ông cũng đỗ nhất, sau 19 người trong số đó đều nối nhau đỗ Tiến sĩ, riêng ông đỗ trúng trường chỉ giữ chức Điển bạ[40] (*Hồng Hà phu nhân nghiêm phụ thần đạo bi ký* 紅霞段夫嚴父神道碑記[41] ghi hàm bát phẩm). Phần nguyên chú liên quan Hải Dương trong *Đoàn thị thực lục* ghi: *Tổng Yên Phú lúc ấy thuộc Hải Dương*. Lưu ý là *Phụng nghĩ bản đình phụng sự đối liễn văn* khi nói về địa danh "xứ Đồng Đao" đã chú: *nay thuộc xã Yên Phú, bản tổng*, theo *Tên làng xã Việt Nam đầu thế kỷ XIX*: xã Yên Phú thuộc tổng Yên Phú, huyện Văn Giang, phủ Thuận Yên, xứ Kinh Bắc, như vậy tổng Yên Phú *không thuộc trấn Hải Dương* và thông tin từ nguyên chú này không phù hợp lịch sử. Đúng ra lúc ấy là khoa thi hương ở xứ Kinh Bắc như *Phụng nghĩ bản đình phụng sự đối liễn văn* có lời chú: *"Phu nhân họ Đoàn, húy Điểm, tiểu tự Hồng Hà, con gái thứ Giám sinh Doãn Nghi công, em gái Giải nguyên trường thi hương Kinh Bắc Doãn Luân công"*, rõ ràng là *trường thi hương Kinh Bắc* chứ không phải là *trường thi hương Hải Dương*. Có khả năng soạn giả *Đoàn thị thực lục* đã lầm lẫn hay cho rằng Đoàn Doãn Nghi lúc bấy giờ đã dời về cư ngụ ở Hải Dương và thi hương trường Hải Dương?

Đoàn thị thực lục còn viết: "Bấy giờ học trò vùng Hải Đông (lộ Hải Đông – tên gọi đời Trần, sau là Hải Dương) từ lâu mộ danh tiếng của Doãn Nghi, mở trường mời ông dạy học. Do thế ông theo nguyện vọng sĩ tử đem gia đình đến ẩn cư dạy học ở vùng Nam Sách, Kinh Môn. Sau, năm 52 tuổi ông mất ở nơi dạy học; môn sinh truy đặt tên

---

cho các xứ Thanh Hóa, Nghệ An, Sơn Nam, Sơn Tây, Kinh Bắc, Hải Dương.

[39] Theo *Đại Việt sử ký tục biên* (1676-1789), Ngô Thế Long, Nguyễn Kim Hưng, Nguyễn Đổng Chi (dịch, khảo chứng), Nxb Văn hóa – Thông tin, 2011: Năm 1721, hai ty Thừa chính, Hiến sát khảo hạch lại kỹ càng: có sự phân biệt ra hạng xảo thông và thứ thông rồi cho thi với nhau để định ra hạng giỏi, hạng kém. Đoàn Doãn Nghi sinh năm 1679 (theo cách tính của Trần Thị Băng Thanh) vậy nếu năm 1721 thi xảo thông, ông đã 42 tuổi?

[40] Người đỗ Hương cống được hưởng một trong hai quyền lợi: vào học trường Quốc Tử giám chờ kỳ thi Hội hoặc bổ dụng chức quan (thường họ được bổ làm Lại điển các nha môn rồi lên chức Huyện thừa, Tri huyện).

[41] *Hồng Hà phu nhân nghiêm phụ thần đạo bi ký* là phần cuối của *Hồng Hà phu nhân di văn*.

thụy là Ôn Thứ, hiệu là *Kinh Môn tiên sinh*, lập bia ghi lại sự trạng". Nhưng theo *Lê triều Thái học sinh Dương Kinh tiên sinh bi chí* 黎朝太學生陽荊先生碑誌 (Văn mộ chí Dương Kinh tiên sinh, Thái học sinh triều Lê)[42]: Tiên sinh (Doãn Nghi) vốn họ Lê, đổi sang họ Đoàn, sinh năm Mậu Dần (1639, 1699)[43], 52 tuổi mất ở Lạc Viên, An Dương[44], Kỷ Dậu, Vĩnh Khánh nguyên niên (1729), tự Ôn Thứ, hiệu *Dương Kinh tiên sinh*, đưa linh cữu về quê, mộ táng ở gò Mả Chín[45], bia do các môn sinh lập. *Hồng Hà phu nhân* nguyên chú cũng ghi nhận: "*Phu nhân họ Đoàn, húy Điểm, em gái Giải nguyên Kinh Bắc Đoàn Doãn Luân, con gái Điển bạ Dương Kinh tiên sinh Doãn Nghi*". Vậy thực ra tên hiệu của Đoàn Doãn Nghi là "*Dương Kinh* tiên sinh" hay là "*Kinh Môn* tiên sinh"? Theo *Đại Nam nhất thống chí*: Tỉnh Hải Dương, đời Trần gọi là lộ Hồng, lộ Hải Đông, sau chia thành lộ Hồng Châu và phủ Nam Sách. Năm 1469, định bản đồ thiên hạ gọi là Thừa tuyên Hải Dương, gồm 4 phủ (Thượng Hồng, Hạ Hồng, *Nam Sách*, *Kinh Môn*), 18 huyện. Phủ Nam Sách có 4 huyện: Bình Hà, Tân Minh, Thanh Lâm, Chí Linh; phủ *Kinh Môn* có 7 huyện: Giáp Sơn, Đông Triều, An Lão, *Nghi Dương*, Thủy Đường, Kim Thành, *An Dương*. Bản đồ vẽ năm Hồng Đức thứ 21 (1490), gọi là xứ *Hải Dương*, sau gọi là trấn. Đời Mạc đem huyện *Nghi Dương* (phủ Kinh Môn) đặt làm *Dương Kinh*, cắt phủ Thuận An của Kinh Bắc và các phủ Khoái Châu, Tân Hưng, Kiến Xương, Thái Bình của Sơn Nam cho thuộc về Dương Kinh. Năm Quang Hưng nhà Lê (1578-1599) lại đổi thuộc về trấn cũ (Hải Dương và Sơn Nam). Như trên đã dẫn, *Đoàn thị thực lục* chỉ cho biết vị trí chung chung như lộ Hải Đông, phủ Nam Sách, phủ Kinh môn. Ta biết phủ *Kinh Môn* xưa thuộc lộ *Hải Đông* nhưng đây là tên gọi đời Trần, đời Hậu Lê là xứ, trấn Hải Dương. Lưu ý thời Đoàn Doãn Nghi (1679- 1729) phủ "Kinh Môn" thuộc trấn Hải Dương. Đoàn Doãn Nghi mất ở xã Lạc Viên, huyện *An Dương*, phủ *Kinh Môn*, trấn Hải Dương, nếu vậy tên hiệu "*Kinh Môn* tiên sinh" là đúng

---

[42]Trong *Hồng Hà phu nhân nghiêm phụ thần đạo bi ký*.
[43] Trần Thị Băng Thanh sửa là Mậu Ngọ, đầu năm 1679.
[44] Xã Lạc Viên, huyện An Dương, phủ Kinh Môn, trấn Hải Dương.
[45] Hiện nay *Gò Mả Chín ở thôn Yên Phú, xã Giai Phạm, huyện Yên Mỹ, tỉnh Hưng Yên*.

nhưng tại sao lại có tên hiệu "*Dương Kinh* tiên sinh"? Vì đời Mạc đem huyện *Nghi Dương* (phủ Kinh Môn) đặt làm *Dương Kinh*, đời Lê Trung Hưng lại đổi thuộc về trấn cũ Hải Dương nên thời Đoàn Doãn Nghi địa danh "Dương Kinh" đã mất. Có thể vì văn bia cũ đã mờ mòn, hư hỏng nên người trùng tu *Lê triều Thái học sinh Dương Kinh tiên sinh bi chí* đã suy đoán và sửa lại là "*Dương Kinh* tiên sinh" cho thêm phần cổ kính như học vị "Thái học sinh" ở đầu đề *Văn mộ chí Dương Kinh tiên sinh, Thái học sinh triều Lê.* Học vị Thái học sinh có từ đời Trần, vào đời Hậu Lê không còn dùng "Thái học sinh" nữa, chỉ dùng học vị Tiến sĩ. Nhưng vì đời Lê Trung Hưng còn gọi Quốc Tử Giám là Thái học viện nên "Thái học sinh" ở đây chỉ có nghĩa là học sinh trường Thái Học, Quốc tử giám mà thôi. Bài dẫn *Phụng nghĩ bản đình phụng sự đối liễn văn* đã gọi Đoàn Doãn Nghi là "Giám sinh" (học trò Quốc tử giám). *Tang thương ngẫu lục* đã từng gọi Đặng Trần Côn là "Thái học sinh" chứ thực ra ông chỉ đỗ Hương cống, hỏng thi Hội, vậy cách viết "Thái học sinh" chỉ học sinh trường Thái Học, Quốc tử giám là theo văn phong cổ kính.

Trong *Văn mộ chí Dương Kinh tiên sinh, Thái học sinh triều Lê* đã nêu tên các địa danh: "北省順州文縣憲範社" (xã Hiến Phạm, huyện Văn Giang, *châu* Thuận Yên, *tỉnh* Bắc Ninh) nhưng vào thời đại của Đoàn Doãn Nghi, lúc ấy không có địa danh cấp "tỉnh" mà chỉ có "xứ" hay "trấn"; "châu" không còn dùng, trên huyện Văn Giang phải là *phủ* Thuận Yên không thể là *châu* Thuận Yên. *Tên làng xã Việt Nam đầu thế kỷ XIX*: xã Hiến Phạm, tổng Yên Phú, huyện Văn Giang, phủ Thuận Yên, xứ Kinh Bắc. *Hoàng Việt nhất thống dư địa chí* 皇越一統輿地志[46]: xã Hiến Phạm, phủ Thuận Yên, huyện Văn Giang, trấn Kinh Bắc. *Đại Nam nhất thống chí* cho biết bản đồ năm Hồng Đức thứ 21 (1490) gọi là xứ Kinh Bắc, sau gọi là trấn. Đến năm Minh Mạng thứ 3 (1822) đổi tên là trấn Bắc Ninh, năm thứ 12 (1831) chỉ tỉnh, gọi là tỉnh Bắc Ninh. Cho nên cách gọi *Bắc tỉnh* 北省 *ở Hồng Hà phu nhân nghiêm phụ thần đạo bi ký* đã xác định văn bản được soạn thảo từ năm 1831 trở về sau, có thể là do khi trùng tu *Văn mộ chí*

---

[46] Lê Quang Định, *Hoàng Việt nhất thống Dư địa chí* 皇越一統輿地志, Nxb Thuận Hóa, Trung tâm Văn hóa Ngôn ngữ Đông tây, 2005.

Dương Kinh tiên sinh, Thái học sinh triều Lê, trong đó bài minh có lạc khoản là *Thời Vĩnh Khánh Kỷ Dậu Quý đông cốc nhật* (Vĩnh Khánh ngày lành cuối đông năm Kỷ Dậu (1729). Do người trùng tu, sao chép viết lầm lẫn địa danh hành chính, đúng ra nếu gọi "Bắc tỉnh" sẽ là: xã *Giai* Phạm, tổng Yên Phú, huyện Văn Giang, phủ Thuận Yên, *tỉnh Bắc Ninh*. Còn nếu gọi "Hiến Phạm xã" sẽ là xã *Hiến* Phạm, tổng Yên Phú, huyện Văn Giang, phủ Thuận Yên, *xứ Kinh Bắc*.

Tóm lại, vào thời Lê – Trịnh, quê quán Đoàn Thị Điểm ở xã Hiến Phạm, tổng Yên Phú, huyện Văn Giang, phủ Thuận Yên, xứ Kinh Bắc. Riêng địa danh *Hiến Phạm* 憲範, theo *Hoàng Việt nhất thống dư địa chí*, đời Gia Long là xã Hiến Phạm, phủ Thuận Yên, huyện Văn Giang, trấn Kinh Bắc, *Đồng Khánh dư địa chí* 同慶地輿志[47] ghi nhận: Tỉnh Bắc ninh, Thuận Thành phân phủ[48], thống hạt huyện Văn Giang, tổng Yên Phú, xã Giai Phạm 楷範[49].

Năm 1890, Toàn quyền Đông Dương ra Nghị định thành lập đạo Bãi Sậy, gồm 4 huyện, trong đó có huyện Yên Mỹ thành lập từ một số tổng thuộc huyện Đông Yên, Ân Thi của tỉnh Hưng Yên; một số tổng của huyện Mỹ Hào của tỉnh Hải Dương, *một số tổng của*

---

[47] Ngô Đức Thọ, Nguyễn Văn Nguyên, Philippe Papin, *Đồng Khánh dư địa chí* 同慶地輿志, Nxb Thế Giới xuất bản, 2003.

[48] *Phân phủ Thuận Thành*: năm Minh Mệnh 13 (1832) tách 2 hai huyện Gia Lâm và Văn Giang thuộc phủ Thuận An làm phân phủ Thuận Yên. Năm Tự Đức 15 (1862) đổi là phân phủ Thuận Thành.

[49] Theo Trúc Khê, xưa là làng Hiến Phạm 憲範 thuộc huyện Văn Giang trấn Kinh bắc, đến bản triều vì kiêng húy Hiến (憲) là miếu hiệu Hiến Tổ (憲祖) của vua Thiệu Trị mất năm 1847 nên mới đổi ra là Khải Phạm 楷範, về chữ 楷 Trúc Khê cho biết: "*Chữ Khải là chữ ít dùng đến, nên ít người biết, nhân trông thấy một bên có chữ giai* 皆 *bèn đọc là giai, từ đấy mới có tên gọi là Giai Phạm*", thực ra chữ 楷 có hai âm *khải* và *giai*, người xưa đọc là "Giai" có lẽ hiểu là cây *giai* (bộ thủ mộc 木), "*Giai* Phạm" là cách đọc truyền thống hơn là "*Khải* Phạm" Trần Thị Băng Thanh (sđd) cũng theo Trúc Khê khi cho âm "Khải" là đúng hơn âm "Giai". Hoàng Xuân Hãn (*Chinh phụ ngâm bị khảo*, Minh Tân. 1952) đã sơ xuất khi cho Đoàn Thị Điểm quán làng Giai Phạm (nay là Hiến Phạm), thực ra là Hiến Phạm sau mới đổi là Giai Phạm.

huyện Văn Giang, tỉnh Bắc Ninh; huyện Cẩm Lương: gồm *một số tổng của ba huyện Văn Giang*, Gia Lâm và Siêu Loại tỉnh Bắc Ninh. Năm 1891, Toàn quyền Đông Dương bãi bỏ đạo Bãi Sậy, đưa *các huyện Văn Lâm, Yên Mỹ, Mỹ Hào vào tỉnh Hưng Yên*[50]. Năm 1919 là xã Giai Phạm, tổng Yên Phú, huyện Yên Mỹ, tỉnh Hưng Yên[51].

Đinh Văn Tuấn

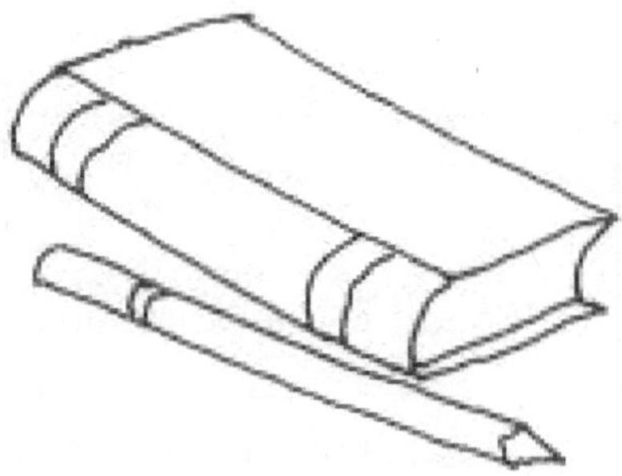

---

[50] Các địa danh này đến năm 1935 vẫn lưu hành như Trịnh Như Tấu trong *Hưng Yên địa chí* đã ghi nhận: "*Đoàn Thị Điểm người xã Giai Phạm, tổng Yên Phú, huyện Yên Mỹ, tỉnh Hưng Yên*"[50] và năm 1944, Trúc Khê vẫn ghi nhận các địa danh trên. Xã Giai Phạm hiện nay đã được sáp nhập với xã Nghĩa Hiệp để thành lập xã mới có tên là **xã Nguyễn Văn Linh**, huyện Yên Mỹ, tỉnh Hưng Yên.

[51] *Di sản Hán Nôm,* Viện nghiên cứu Hán Nôm, nguồn: http://www.hannom.org.vn/default.asp?CatID=243
Văn bản chép tay vào năm Khải Định 4 (1919): 興安省安美縣安富總楷範社中富村古字紙 (Sách vở cổ ở thôn Trung Phú, xã Giai Phạm, tổng Yên Phú, huyện Yên Mỹ, tỉnh Hưng Yên). Lưu ý, địa danh "Trung Phú" của bản chép tay năm 1919, trước đó đã từng được Vũ Hoạt xác nhận qua bản *Chinh phụ ngâm bị lục* 征婦吟備錄 trong *Danh gia quốc âm* 名家國音, Thiên Thủy Khẩu Vũ Hoạt, Long Hòa Hiệu Tàng Bản khắc in năm Nhâm Dần (1902): *Văn Giang Trung phú Đoàn phu nhân điểm diễn âm* 文江中富段夫人點演音 (Phu nhân Đoàn Thị Điểm, thôn *Trung Phú*, huyện Văn Giang diễn âm). Thông tin thôn *Trung Phú* của huyện *Văn Giang* đã cho biết bản *Chinh phụ ngâm* này ít nhất xuất hiện trước năm 1890 là năm hình thành đạo Bãi Sậy và năm 1891 xã Giai Phạm, tổng Yên Phú không còn thuộc huyện Văn Giang nữa vì đã thuộc huyện Yên Mỹ, tỉnh Hưng Yên.

NGUYỄN ĐÌNH PHƯỢNG UYỂN

BÚP NỤ TÀN

Mới hai tuổi tôi đã mất cha. Dù thời gian sống với nhau toen hoẻn, hình ảnh tôi nhớ về cha chỉ là những lần tôi bị ông nhốt trong phòng tối vì phạm tội gì đó, sợ lắm!

Mẹ ở vậy cho đến khi tôi lên tám, qua sự giới thiệu của bè bạn, mẹ tục huyền với mong muốn tôi có em, nhỡ mẹ có bề gì, tôi đỡ đơn độc. Hơn nữa, dượng bảo lãnh hai mẹ con ra nước ngoài, chúng tôi sẽ có một tương lai tươi sáng, vững vàng hơn, mẹ đỡ vật lộn với cơm áo gạo tiền.

"Mấy đời bánh đúc có xương"
"Mấy đời mẹ ghẻ mà thương con chồng"

Sao ca dao chỉ nói về "mẹ ghẻ" mà không nói đến "cha ghẻ"? Chả lẽ cha ghẻ thương con vợ? Hay tôi gặp trường hợp cá biệt?
Tôi bị đòn hoài vì những cớ đâu đâu, đậy nồi cơm không kín, giày dép chưa cất lên kệ, quên bỏ quần áo vào máy giặt...

Rồi mẹ sanh em, dượng thương con như trứng mỏng. Tôi cũng thương em nhưng tủi cho mình nhiều hơn. Hễ mẹ tỏ ý chăm sóc tôi là dượng cau có, khó chịu. Lâu lâu mẹ mua cho manh quần tấm áo là dượng cằn nhằn phí phạm, tốn tiền, "Đồ nó còn cả đống, dát vàng vào người cũng chả khá hơn." ...

Lúc nhận chiếc áo đầm xanh, nơ trắng, tôi mừng lắm, thích lắm. Mừng vì thấy mẹ quan tâm đến mình. Thích vì chiếc áo giống hình cô công chúa trong bộ phim hoạt hình tôi đang coi, nhưng nghe dượng la, tôi sợ không dám diện cho bạn bè xem, tôi sợ ông ghét tôi hơn...

Phải bao lâu sau, mọi chuyện lắng xuống, nhắm rằng ông đã quên quên tôi mới đem cái áo đầm xanh ra mặc, mặc trong thấp thỏm.

Thế nhưng quần áo, giày dép cho em, mẹ mua, dượng mua, em mặc không hết, để quên trong tủ, trên kệ, còn nguyên mác, chả ai nói gì.

Trong trường hội hè, cắm trại, xin tiền mẹ, dượng biết được, y như rằng no đòn, có khi ăn cả chiếc giày bốt của ổng vào đầu.

Mẹ kiếm tiền giỏi hơn dượng. Giỏi vì biết tằn tiện, còn dượng, mê xổ số. Thuở xa xưa, một lần ông trúng lớn, từ đó đâm nghiện. Ông tin rằng vận may sẽ mỉm cười với ông lần nữa. Ngoài tiền ăn uống, xăng nhớt cho chính mình, ông nướng hết vào xổ số. Gạo củi, mắm muối trong nhà, mẹ gánh hết.

Thế nhưng mẹ rất sợ ông. Sợ vì ông nóng nảy hay to tiếng, nhà cửa xáo trộn, sợ ông trút oán hờn vào tôi nên mẹ giữ im lặng.

Vào lớp 11, sau giờ học, tôi đi làm thêm trong tiệm thức ăn nhanh, lương ba cọc ba đồng, tài khoản ngân hàng của tôi đứng dưới tên dượng, tôi chỉ được giữ một nửa lương, dượng bảo phải đóng góp chi phí trong nhà, đó là trách nhiệm.

Xong trung học, tôi nhận làm việc trong siêu thị, lương khá hơn, việc nặng hơn, tôi có tài khoản riêng nhưng dượng giao cho nhiệm vụ trả nợ nhà, chi phí lớn nhất của một gia đình. Mẹ chỉ thở dài kín đáo. Tôi không có chỗ nào khác trú thân, không ai bảo vệ, tôi còn ở trong nhà này, phải nghe lời dượng thôi.

Vậy đó mà vẫn không tránh khỏi tiếng bấc tiếng chì. Ông ấy hết dám đánh tôi, quay ra hạnh họe, ghen tuông với mẹ nhiều hơn. Thương mẹ, biết dượng vô lý, vô căn cứ, tôi vẫn phải nuốt cục nghẹn vào lòng. Mà hỏi, mẹ không dám cự nự, phận con như tôi, sao dám? Ổng nổi cơn tam bành, giết mình không chừng. Mình chết, cảnh sát hỏi, ổng đổ thừa mình ra tay trước, miệng đâu mà cãi?

Tôi từng đề nghị, hai mẹ con mình có lương bổng, mẹ bỏ dượng, ba mẹ con ra ngoài mướn nhà ở riêng, thoát khỏi địa ngục trần gian này. Mẹ khóc, bảo dượng thương em, ai lại chia lìa tình phụ tử? Hơn nữa, mẹ mang ơn dượng đem tôi và mẹ sang đây, thoát cảnh đói nghèo, mẹ không thể mang tiếng vô ơn...

Covid.

Chính phủ trợ cấp tiền rất khá, cốt để dân chúng an tâm ở yên trong nhà.

Ở được mươi ngày, dượng cuồng chân xách xe chạy lung tung, lấy cớ đi chợ, mua thuốc, gặp bạn bè... Mới đầu còn len lén, được nước, ổng đi hằng ngày dù báo đài ra rả số người chết tăng chóng mặt trong từng tiểu bang, khắp đất nước, trên toàn thế giới.

Bữa ông về, ho khục khặc, sổ mũi. Mẹ khuyên ông vào nhà thương khám, ông gắt:

"Vào đó không dính cũng thành dính.".

"Nhưng ba ở nhà, sẽ lây hết mấy mẹ con". Tôi sợ xoắn ruột.

"Mày biết gì." Ông quát.

Và rồi mẹ thấy gây gây người, đến tôi ngứa cổ và em hâm hấp sốt.

Tôi gọi điện, nhà thương bảo ông nhập viện nhưng dượng dứt khoát không, dù tình trạng của dượng ngày một nặng. Bác sĩ không được ép bệnh nhân vào viện bèn giao cho tôi nhiệm vụ đo oxy, huyết áp và báo cáo diễn tiến sức khỏe của cả nhà, đặc biệt là dượng, qua phone, ngày hai lần.

Covid mà, ai dính thì biết, mệt kinh khủng. Đầu nhức như búa bổ, nằm liệt giường liệt chiếu, tay chân không nhấc nổi. Cả nhà tôi bị Covid của dượng lây qua, ai cũng nằm nhẹp ruột nhưng chỉ tôi còn nói nổi, vả lại, tôi rành tiếng Anh hơn nên mệt thì mệt tôi vẫn phải báo cáo báo cầy, vẫn lết ra cửa mang thức ăn và thuốc của nhà thương vào cho mọi người. Tôi chỉ muốn chết cho xong. Phải chi dượng nghe lời, vào viện sớm, tôi đâu bị lây. Phải chi mẹ dám cãi dượng, mình đâu đến nỗi...

Khi oxy của dượng xuống quá thấp, xe nhà thương tới xúc ổng đi, mẹ không còn sức mở mắt, ai cũng nhũn như cái mền.

Dượng nhập viện vài ngày thì mất.

Mẹ con tôi quần quại gần hai tuần sau thì ơn Trời, hồi phục.

Ơn Trời, khuyết một nhân vật, mẹ con tôi mới có dịp mở lòng với nhau, mới gần nhau, nói hết những điều cần nói, dám cùng nhau đi ăn uống, sắm sửa (bằng tiền của chính mình) tréo ngoe!

Đời sống trôi đều, hết rào cản, chướng ngại.

Em tôi trổ mã, biết điệu đàng, son phấn, quần quần áo áo. Tôi tự do dự tiệc tùng, đi du lịch. Mẹ chợt băn khoăn, rồi các con sẽ sớm có bạn trai, lập gia đình, bỏ mẹ một mình chơ vơ, đơn độc. Thế là mẹ quyết định, không ngần ngừ.

Kiếm bồ online.

Dễ mà, bạn mẹ nói và chỉ cho bà mấy websites tình ái.

Ai bảo chỉ bọn trẻ mới yêu say đắm, yêu mù quáng?

Mẹ tôi bỏ ăn, bỏ ngủ dán mắt vào máy tính, cho đến bữa laptop của tôi hiện hình đàn ông gợi cảm (vì Wifi dùng chung trong nhà) và thấy mẹ có những biểu hiện lạ lạ, tôi đâm nghi, dọ hỏi.

Mẹ ngập ngừng rồi khai vừa quen một anh đẹp trai, phong độ, nhỏ hơn mẹ vài tuổi, nói chuyện có duyên, ly dị, độc thân ...

- Coi chừng lừa đảo đó. Trên mạng nhiều lắm - Tôi cảnh báo.
- Không đâu. Chú cho mẹ xem nhà, vườn tược, cả con chó nữa – Mẹ cãi.
- Trời! Sao mẹ biết là thật? Con lấy hình cung điện vua Ả Rập Xê Út cho mẹ xem, bảo là nhà con cũng được vậy.

Mẹ đâu tin tôi, bảo "Trứng đòi khôn hơn vịt". Bực, tôi gằn giọng "Nó bảo đưa tiền thì đừng.".

Một bữa ngân hàng báo có mấy cuộc chuyển tiền đáng ngờ. Lần mò, dọ hỏi, mẹ kể anh nào đó muốn chứng minh tình yêu với mẹ, bay từ Ý qua đây để gặp mẹ bằng xương bằng thịt, để nghe mẹ nói... Qua trạm quá cảnh, anh mắc kẹt, bảo mẹ gửi tiền trả hải quan, tiền khách sạn ... vào tài khoản này... này...

Tình yêu đã đi đến nửa đường, viễn cảnh bếp ấm, giường êm mờ mờ ló dạng, ai lại cân đong đo đếm với người thương khi họ mắc nạn?

Thế là mẹ móc hầu bao. Một lần. Hai lần. Sau đó nó tự móc bank của mẹ. Vì nó móc số tiền lớn nên ngân hàng nghi, thông báo cho tôi.

Tưởng mẹ tởn, không ngờ nỗi sợ cô đơn lớn hơn, mẹ sang website khác kiếm bồ. Lần này mẹ vồ được một ca sĩ da đen nổi tiếng, đẹp trai, với hình avatar chình ình.

Nhờ chàng nổi tiếng, tôi nhận ra anh ngay khi mẹ khoe.

- Thằng này giàu lắm. Gái bu cả đống. Mắc mớ gì lên mạng kiếm mấy bà già như mẹ? Tôi dấm dẳng, sôi máu.
- Con chả biết gì. Nó sẽ bảo lãnh mẹ qua Mỹ. Mẹ sẽ không phiền đến các con sau này.
- Nó giả bộ lấy hình thằng ca sĩ rồi bảo hình nó. Mẹ bị lừa rồi.

Mẹ không tin chị em tôi. Mẹ tồng tộc cho nó biết tên tuổi, địa chỉ, số phone để làm giấy tờ, đóng tiền visa mấy ngàn đô, cái visa vàng mã...

Một khi chi tiết cá nhân rơi vào tay scammers, hàng tá mồi nhử sẽ giăng ra, hiệp sĩ nào cũng thơm như múi mít.

Với người khao khát tình yêu như mẹ, một bà trung niên, tưởng sẽ có chút khôn ngoan, lọc lõi nhưng không, bà cuồng nhiệt, mờ mắt hệt như trẻ 18. Bà rơi vào hết bẫy này tới bẫy khác, thằng nào cũng "thó" được của bà một mớ. Mẹ yêu mà chị em tôi rớt bao nhiêu là nước mắt. Mẹ con hục hặc thiếu điều hết muốn nhìn nhau.

Tôi đưa mẹ đi gặp dịch vụ cai nghiện "Bẫy tình online", xác suất thành công đến đâu? Trời biết.

Năm nay tôi 28 tuổi, tuổi cập kê, lập gia đình, sinh con cái, thế mà tôi chưa có một mảnh tình vắt vai.

Những người tôi gọi là cha, để lại trong tôi những vết thương không bao giờ hàn miệng, nhớ đến họ, tôi sợ. Nay tôi phải chiến đấu với những thằng đàn ông lừa đảo mẹ tôi bằng đủ mọi thủ đoạn. Chúng cố giựt sập gia đình tôi, lắc tận gốc rễ, cốt cho chúng tôi mất sạch, mất cả nhau.

Tôi bải hoải. Tôi e ngại. Tôi hết tin vào đàn ông.

Hoa tôi búp nụ, chưa nở đã tàn.

Nguyễn Đình Phượng Uyển

11/07/25

NGÔ SỸ HÂN

CHO TRỌN CUỘC TÌNH

(Tặng Nguyễn Kim Đởm, Nguyễn Phát Hậu, Lê Phát Nguyện, Nguyễn Minh Phú, Nguyễn Văn Phú, Lại Văn Thôi, Nguyễn Thị Thuận - Kim Lợi...)

Người dân bình thường hay nói ngược là nhánh của con sông Vàm Cỏ Đông gần cuối nguồn mà con sông Đôi Ma còn ráng chia xã Long Hòa và xã Tân Trạch bằng cái cầu sắt. Thực ra con sông Đôi Ma này bắt nguồn từ vùng đất hơi cao miệt xã Mỹ Lệ chảy qua Cầu Đồn rồi qua Cầu Sắt tại chợ Rạch Kiến chạy tới xã Long Cang đổ ra sông lớn Vàm Cỏ Đông. Chẳng những là ranh giới hai xã, nó còn chia hai nơi ở của hai đứa học trò trường tiểu học Rạch Kiến. Tuy nhiên, chừng nào cái Cầu Sắt chưa sập thì hai đứa nó còn qua lại với nhau.

Qua bên kia cầu là hai dãy phố dọc theo hai bên đường chạy dài tới nhà ông Hội đồng Đại bên phải. Từ nhà ông Hội đồng thụt lại hai ngôi là chỗ ở của gia đình con nhỏ. Hồi thằng nhỏ quen con nhỏ không biết mấy anh chị lớn của con nhỏ đi đâu và làm gì, chỉ biết con nhỏ ở với má. Ba con nhỏ tới tuổi động viên, như nhiều thanh niên thời đó, suy nghĩ, "Cứ đi trình diện tới đâu hay tới đó. Kệ lính nào cũng được. Phó mạng cho trời đất" vì không chịu đi lính Dân Vệ đóng ở xã Tân Trạch cách nhà mấy cây số như má nó muốn.

Chạy ngang qua trụ sở Hội đồng xã Tân Trạch, con đường đất đỏ này không có tên, theo hướng tây nam nếu chạy nữa sẽ đụng con sông Vàm Cỏ Đông tại bến đò Bến Bạ qua bên kia là quận Tân Trụ. Có lần thằng nhỏ chở con nhỏ đi tới bến đò bằng chiếc xe đòn dông không có *pọt-ba-ga*. Nó lấy vải quấn cây đòn dông cho con nhỏ ngồi, tới nơi con nhỏ than đau đít quá. Nó hứa đại để mai mốt lớn chút nữa nó kiếm xe đầm chở con nhỏ đi chơi. Hai đứa chạy lòng vòng uống nước đá nhận bạc hà rồi về. Vậy mà tụi nó vui hết biết.

Thằng con trai thì ở nhà bánh ít gần cái cua quẹo lên ngã tư Rạch Kiến. Nhà này của ông Hương giáo Châu Văn Được, thời Tây bị trưng dụng làm trụ sở vì nó đồ sộ, vườn rộng minh mông, lại có hàng rào kẽm gai rất an ninh. Thời quốc gia trả lại cho gia đình lúc này ông giáo đã qua đời, chỉ còn bà vợ là cô Sáu của nó và hai cô con gái. Anh con trai út, lớn hơn thằng nhỏ chừng bốn năm tuổi, đi học và ở biệt Sài Gòn; quần áo hơi nhục nhục là giạt ra cho thằng nhỏ mặc. Chị Tám và chị Mười đều theo nghề ông già làm cô giáo dạy ở trường tiểu học Rạch Kiến.

Sáng sáng thằng này đợi con nhỏ tới mới tháp tùng đi luôn chớ chưa khi nào thấy nó đi một mình. Hầu như ngày nào nó cũng hái mấy trái ổi sẻ bên hông nhà, có khi trái bình bát trong vườn sau đem cho con nhỏ. Bữa nào không có trái cây thì nó xếp máy bay hay tàu bè bằng giấy tập. Con nhỏ là thủ quỹ giữ *tiền* cho thằng nhỏ: nắp phén, dây thun, và hình truyện phim khi thằng nhỏ chơi tạt lon, bắn đạn, thảy đáo. Hai đứa nó đeo dính nhau đến đỗi đám học trò hay cặp đôi hai đứa nó nhưng tụi nó thấy "hai đứa mình bồ nhau cũng được đâu có sao." Tụi nó nghĩ bồ là bồ thôi chẳng đứa nào phản đối, nhiều khi còn hãnh diện nữa.

Gặp nhau suốt tuần, vắng mặt chỉ có một đêm thứ Bảy mà tụi nó cũng cảm thấy nhớ nhau. Thằng nhỏ về nhà trong ấp Phước Hưng ngoài, chỉ cách chợ ba bốn cây số nhưng nó thấy lâu lắm. Chỉ những người thân mới biết ba của hai đứa này là bạn lính với nhau hồi động viên, giờ thì đã giải ngũ. Con nhỏ chịu kêu nó bằng anh là tại vì nó lớn hơn con nhỏ tới ba bốn tuổi và học trên tới mấy lớp. Nó đẻ trong bưng nên không có giấy tờ gì hết. Mấy chị con cô Sáu dạy ở trường đem vô ghi tên rồi học từ đó tới giờ. Ba nó định chừng nào nộp hồ sơ thi vô đệ Thất trường công mới xuống Tòa Hòa Giải Rộng Quyền Long An làm thế vì khai sanh cho nó.

Cô Sáu chậm rãi nói:

"Nói với ba con chừng nào đi cho cô biết đặng cô cho người đưa đi xuống Tân An."

Thằng Tám chỉ biết dạ. Cô Sáu tâm sự:

"Phe bên nội giờ đây đâu còn ai nữa, chỉ còn cô với ba con. Mà cô bây giờ như ngọn đèn trước gió hổng biết tắt lúc nào," chắc cô đang nhớ về dĩ vãng. "Dìa nói ba con thỉnh thoảng ra chơi với cô - cũng hơn tháng rồi cô không gặp."

Nghe cô than, thằng Tám cảm động, nhìn mái tóc bạc phơ của cô:

"Dạ! Để con dìa nói lại với ba con."

Cô Sáu ngậm ngùi nói tiếp:

"Ông nội con bị thủ tiêu. Bà nội qua đời lúc ba con bằng cỡ con bây giờ ở với cô học ông thầy Tư Xe anh của thầy Sáu An - thầy của con đó."

Các biến cố bi thương ngày xưa hiện về, cô khích động căn dặn:

"Nhớ là ông nội con bị Việt minh thủ tiêu vì hổng chịu theo họ."

"Dạ! Con nhớ rồi, cô," thằng Tám khẳng định.

Cô Sáu giàu có danh giá nhưng sống rất giản dị và gương mẫu. Hồi đó mới vô nhà lần đầu thấy trên trang thờ cao giữa nhà có hình con mắt thiệt lớn. Đi đâu hướng nào con mắt cũng ngó theo khiến nó sợ quá, thường ít dám lên nhà trên mà ở nhà dưới chơi với thằng Mi vừa là cháu bà con kêu nó bằng chú vừa là đầu bếp của gia đình cô Sáu. Sau này trên trang thờ nhà nó cũng có hình con mắt mà ngày hai buổi sáng sớm và chiều tối ba nó đều đốt nhang và đánh chuông.

"Đạo này gồm tinh hoa của rất nhiều đạo," ba nó giải thích. "Chúa Phật Khổng Lão đều có, chỉ thiếu đạo của người Chàm và đạo của người Chà Và thôi."

Nó thắc mắc hỏi sao thờ con mắt.

"Con mắt là Thiên Nhãn của Thượng Đế, ý nói đâu đâu ngài cũng nhìn thấy và cũng biết hết. Cho nên mình phải tu nhơn tích đức, ăn ở hiền lành, và sẵn sàng giúp ích mọi người."

Ba nó lại nói tiếp:

"Chuyện con ở ngoải đi học cũng là do ý cô Sáu."

Thằng nhỏ lội bộ đường đồng ba bốn cây số mất cả hơn một tiếng đồng hồ mới tới trường. Mùa nắng không nói làm gì nhưng mùa mưa thì cả một vấn đề.

"Đem thằng nhỏ ra đây tui nuôi cho," cô Sáu nói với ba nó. "Tội nghiệp cậu! Chuyện ruộng nương mất hết thời giờ có đâu lo học hành cho thằng nhỏ."

Mỗi lúc từ trong nhà ra hay từ đây về trỏng, thằng Tám đều *phải* gặp chào cô Sáu, người mẹ thứ hai của nó. Nhưng ngoài cô Sáu ra, chắc chắn nó cũng *phải* gặp con Út Đẹt, mà nhiều khi con nhỏ đang đợi nó ở chỗ hòn non bộ phía sân trước.

Thằng Tám móc trong túi xách ra nói:

"Lấy cục xà-bông Cô Ba này xài."

"Ở đâu anh có vậy?"

"Chị Mười cho chị Năm hai cục tao chia cho mày một cục, chớ mày tưởng tao ăn cắp hả?" Thằng Tám ngó con Út, cười nói thêm. "Tắm xà-bông này thơm lắm."

"Dà! Em cứ tưởng..."

"Tưởng tầm bậy không hà!"

Thằng Tám lại xé đôi tờ giấy một đồng cô Sáu cho đưa cho con Út một nửa, "Giữ mà ăn bánh."

Hai đứa nắm tay nhau đi vừa nói chuyện trời trăng mây nước. Thằng Tám nói:

"Tao về trỏng mai tao ra."

Con Út dặn dò:

"Mai ra sớm sớm nha."

"Ờ!" Thằng Tám nheo mắt cười ngó con nhỏ.

"Sao em nhớ anh quá," con Út không nỡ rời tay.

"Tao cũng nhớ mày vậy chớ bộ mình mày nhớ tao sao?"

"Em nhớ anh nhiều hơn."

"Ờ! Thì mày nhớ tao nhiều hơn tao nhớ mày." Thằng Tám nói vuốt theo con nhỏ.

"Thôi! Tao đi," thằng Tám cũng hơi bịn rịn từ giã, quay lại dặn dò. "Mày nhớ một mình không được đi theo tụi nó tắm sông nha. Coi chừng chết đuối đó. Mai mốt rảnh tao tập mày lội. Tao sẽ còn dạy cho mày mấy thế thủ thân kẻo tụi nó thấy mày con gái lại nhỏ con tụi nó ăn hiếp."

Cái hẻm hai đứa chia tay nằm ngay cuối nhà lồng chợ, một bên là tiệm thuốc bắc, bên trái là căn phố của cô Sáu cho người ta mướn mở cái tiệm bán đồng hồ. Thằng Tám đi gần tới nhà Bảy Thau quay lại thấy con Út vẫn còn đứng ngó theo. Thấy con nhỏ tội quá, nó bèn quay trở lại hỏi:

"Mày dám vô nhà tao chơi hôn?"

"Xa hôn?" con Út hỏi lại, không trả lời thẳng.

"Không xa đâu."

"Không xa thì em muốn đi chơi nhưng để em hỏi má cái đã. Anh đợi ở đây nha."

"Tao hổng đợi. Tao đi theo mày về nhà luôn."

Thằng Tám theo con Út nhưng đi thẳng ra vườn, vẫn nghe má con Út hỏi:

"Có đứa nào nữa hôn?"

"Đâu có đứa nào, má."

"Nó giữ mày được hôn mà đi?"

"Bộ con còn con nít sao má?"

"Chớ mày lớn với ai?"

"Con lớn rồi, đâu cần giữ nữa, má."

"Đem theo bộ đồ tối ngủ," má nó dặn, không trả lời đồng ý.

Về nhà thằng Tám còn có ngõ ngã tư Xoài Đôi nếu từ Chợ Lớn về hoặc ngay chỗ cua quẹo lên ngã tư Rạch Kiến theo con đường mòn về hướng tây nữa. Nhưng nó thích chỗ này vì ở khoảng giữa nhà cô Sáu và nhà con Út. Con đường duy nhứt và gần nhứt là hẻm chợ ngang nhà Bảy Thau qua cầu Ông Tánh. Con đường này nó thuộc như cháo, nhắm mắt nó cũng có thể đi được. Tới chỗ lội dài khoảng hơn thước, thường khi đi một mình nó phóng cái rụp là qua, nhưng còn con Út Đẹt. Thấy con nhỏ do dự không biết làm sao, nó biểu:

"Mày bận quần dài sao lội qua được. Thôi để tao cõng mày qua."

"Ừa! Em sợ té quá," con nhỏ tự nhiên để thằng Tám cõng qua. "Ướt dơ hết sợ hổng có đồ thay."

"Vậy chớ mày xách theo đồ gì?"

"Đồ ngủ thôi."

"Đồ ngủ bận cũng được."

"Mỏng lét hà. Đâu được. Má em nói vậy."

Để con nhỏ xuống, thằng Tám cười hỏi:

"Khoái hôn?"

"Ừa!" Con nhỏ mừng nhảy nhảy lên nắm tay thằng Tám.

Con rạch chỗ cầu Ông Bộ chỉ là cái nhánh của con sông Đôi Ma, ăn thông vô mấy luống dừa nhà chị Bảy Hà. Thằng Tám với thằng Tám Ái là bạn học chơi với nhau, tụi nó lội qua lội lại hoài. Chảy qua đây nó hẹp lại cho người ta bắc cầu đi qua, nước hiền hòa, và nhứt là gần đây không có vịnh, bắt nguồn từ cống Long Hòa chỗ đường đi ngã tư Xoài Đôi và về hướng tây là đường lên các xã Long Khê, Long Cang, và Long Định.

Đây mới chỉ là nửa đường. Con nhỏ than mỏi cẳng, thằng Tám biểu:

"Mỏi cẳng thì ngồi nghỉ hết mỏi rồi đi."

Thằng Tám vén mấy sợi tóc ướt mồ hôi trên trán con Út, hỏi:

"Mai mốt lớn lên mày làm gì?"

Con nhỏ trìu mến nhìn thằng Tám:

"Em hổng biết," con Út ngần ngừ một lát, nói. "Anh làm gì thì em làm cái đó."

"Tao đi lính mày cũng đi lính hả?"

"Ừa! Đi lính luôn," con nhỏ cười hạnh phúc nói tiếp. "Em muốn làm vợ anh."

"Đừng có khùng quá đi. Mày còn nhỏ xíu!"

"Nhưng anh đợi em lớn thêm chút nữa nha."

"Tao tới tuổi làm sao đợi mày được?"

"Anh hổng đợi em hả?" Con nhỏ dùng dằng.

"Ừa! Tao sẽ đợi mày lớn," thằng Tám hứa vuốt theo chiều con nhỏ, ôm cổ hun lên trán con nhỏ một cái. "Thương mày quá Út Đẹt ơi!"

Hai đứa nhỏ cảm thấy như cuộc đời tụi nó ràng buộc nhau tự bao giờ.

2

Giống như cô Sáu với ba nó, thằng Tám chỉ có hai chị em mà cách nhau tới sáu năm. Chị Năm nó học xong lấy bằng Tiểu học về nhà chưng chơi không học tiếp vì thi rớt đệ Thất trường công. Má nó khuyên cũng như năn nỉ:

"Thôi, học vậy đủ rồi con. Ở nhà phụ má."

Nếu ở chợ, chị Năm nó có thể xin làm thơ ký xã hay ở trường học nhưng chỉ không có ý kiến gì.

"Ráng lo cho thằng Tám. Dầu gì nó cũng là con trai."

"Sao con nghi quá. Mới nứt con mắt mà bày đặt có bồ."

"Bồ bịch gì, tụi nó con nít mà," má chị nói bác ra.

"Nó giới thiệu với con, con nhỏ là bồ nó. Con nhỏ cũng nói nó là bồ thằng Tám."

"Tụi nó vô tư lắm đâu phải trai gái gì. Nó nói xàm vậy mà!"

Má nó lại biểu chị Năm:

"Đâu mày hỏi coi con Út nó thích ăn cái gì?"

Sau khi hỏi Út Đẹt, chị Năm trả lời:

"Nó nói nó thích cá kho tiêu mà bỏ tiêu nhiều nhiều."

"Ờ để tao kho tiêu cho nó," má chị lại nhớ ra. "Mà cá gì?"

"Cá gì cũng được," chị Năm nói đại. "Tại cái kiểu của nó vậy."

Bà mẹ chu đáo dặn:

"Con coi lo chỗ ngủ cho nó."

"Coi bộ tụi nó chưa biết gì nhưng tao chấm con nhỏ này," má chị lại nói tiếp. "Nó thiệt thà."

"Con thấy con nhỏ này cũng được," chị Năm biểu đồng tình.

Khác với những nhà ở chợ, đầu tiên con Út lấy làm lạ thấy một cái khạp có nắp đậy kín nằm ngay đầu ngõ, bên cạnh là cái gáo dừa có cán cắm trên một cây gỗ cao chừng một thước. Chị Năm giải thích rằng ở trong đây hầu như các nhà kha khá đều có để cái khạp nước mưa đó cho những người lỡ đường uống thoải mái mà không cần phải xin ai hết. Tục lệ trong quê này là vậy. "Một hai ngày, chị hoặc má coi châm thêm cho đầy." Một lát nữa nó thấy hai bên chái sắp đầy những cái lu thiệt lớn chứa nước mưa mà trong quê người ta gọi là mái vú.

Khuôn mẫu của các gia đình kha khá ở xóm này vào thời kỳ sau hiệp định là nhà ngói ba căn hai chái, nhà nào cũng có bộ ván ở hai căn hai bên; gian giữa là chỗ duy nhứt của cái tủ thờ trên có chưng cái lư hương và cặp chưn đèn bằng đồng bóng láng. Trước mặt bàn thờ - chừa lối đi khoảng một sải tay - là bộ trường kỷ chạy tới hết cột hàng nhì, hai bên sắp ghế có chỗ dựa, là nơi tiếp khách trong các buổi lễ tiệc quan trọng. Giữa cột hàng ba là dàn cửa trước. Ra ngoài là hiên rộng chừng hơn sải tay người lớn giới hạn bằng bốn cây cột hàng tư.

Trở lại sau lưng tủ thờ bên trong là cái bàn thờ ngày thường để trống, chỉ khi cúng kiếng mới bày đồ ăn và chén đũa xếp hai bên. Phía sau vách ngăn sát bàn thờ, tương ứng với hai bộ ván gõ là buồng ngủ đặt hai cái giường giống nhau. Giường nào cũng có khung giăng mùng, ban ngày chỉ cuốn lên tối xổ xuống. Cái buồng bên kia của ba má có tấm ri-đô ban ngày kéo qua một bên. Riêng bên này là giang sơn của chị Năm được trang trí theo kiểu con gái nhà lành.

Chị Năm chỉ con Út sau khi quét dọn và sắp xếp mền gối:

"Tối nay em ngủ với chị trong buồng này."

"Em muốn ngủ với anh Tám," con Út phản ứng liền.

"Sao được nà. Em ngủ với chị. Trai gái sao ngủ chung được?"

"Ba má em ngủ chung đó sao?"

"Ba má em là vợ chồng. Còn hai đứa bây đâu phải," chị Năm cười hứa với nó. "Lớn lên nếu tụi bây muốn."

"Em lớn thêm chút nữa hả?" Nó ngây thơ hỏi.

3

Năm 65 anh Tám thi rớt tú tài đôi. Anh nghĩ cũng đúng: học ban toán mà giỏi môn triết mới trớt ngoe.

"Rớt là dĩ nhiên, chớ đậu mới là lạ! Chắc tại mình không có số lên đại học."

Anh bèn tính chuyện đi lính, chị Út thắc mắc:

"Còn thi một kỳ nữa mà!"

Anh Tám kéo ghế ngồi sát bên Út Đẹt, choàng tay qua vai chị:

"Anh có thi lại chắc cũng hổng đậu," Tám bóp nhẹ vai Út. "Em đeo dính như sam, có học hành gì đâu mà đậu được?

"Anh đổi tên họ thành *đổ văn thừa* hồi nào vậy?" Chị quay nguýt anh. "Phải cố gắng chớ sao bỏ cuộc?"

"Trước sau gì cũng đi, đi sớm có khi lại hay; *trâu chậm uống nước đục*."

Ba chị Út thường nói thời chiến chỉ trốn quân dịch mới không phải nhà binh mà thôi. Má chị kinh nghiệm có chồng chiến binh nhiều khi cả tháng mới về nhà một lần khiến bà vợ mỏi mòn trông đợi. Đó là chưa kể các bà vợ lính nghe tin sét đánh rụng rời cả tay chưn! Chị Út nghĩ làm sao tránh được. Bây giờ có hoãn thì tới tổng động viên cũng phải đi. Lúc đó có lon lá vẫn đỡ hơn chuẩn úy mới ra trường.

"Anh nghĩ vậy cũng phải," chị suy nghĩ một hồi lâu mới đồng ý. "Nhưng em sợ anh chết."

"Bộ ai đi lính cũng chết hết sao?"

"Nhưng chết nhiều hơn sống."

"Đành rằng đối diện với cái chết thường xuyên nhưng ai cũng có số, trời kêu ai nấy dạ mà em."

"Nếu anh đi lính em cũng vô nữ quân nhơn luôn."

"Thôi đi cô!" Anh Tám can.

"Làm sao em sống xa anh được?" Chị Út quyến luyến.

"Ít bữa sẽ quen thôi. Xa anh một thời gian thì có bồ mới liền," anh Tám tửng tửng. "Hoa vừa hé nụ thì thiếu gì ong bướm vây quanh."

"Anh đừng có nói xàm!" Út vuốt mặt anh Tám.

"Đợi lấy tú tài xong hãy đi sĩ quan nữ quân nhơn chớ hổng lẽ bây giờ vô lính trơn," anh Tám câu giờ.

Chị Út lo lắng nói:

"Em sợ mất anh. *Xa mặt cách lòng* mà!"

"Nói gì kỳ vậy?"

"Nhớ hồi đó em đòi ngủ với anh hôn?" Chị Út cười trìu mến nhìn anh, hơi mắc cỡ.

"Ờ! Nhớ nhưng chị Năm hổng cho."

"Em yêu anh từ hồi đó."

"Thương chớ yêu gì? Con nít chưa dậy vú cau biết gì mà đòi yêu?"

"Thiệt mà. Bộ chưa dậy vú hổng biết yêu hả?"

"Ừa!"

"Hổng yêu sao em theo anh sát nút vậy?"

"Tại anh hổng có em gái, anh cưng em và lo cho em mọi thứ."

"Bây giờ hổng ai ngăn cản được em," chị Út quyết định. "Từ nay tới ngày anh trình diện, em ở với anh luôn rồi đưa anh đi vô trại nhập ngũ."

"Bộ tính bắt sát luôn hả?"

"Bắt sát anh luôn!" Chị Út khẳng định.

Tối đó chị Út Đẹt mặc đồ đẹp gợi cảm xức thêm chút dầu thơm dụ anh Tám:

"Em muốn có con với anh."

Anh Tám không ngờ Út Đẹt lại nói câu này, đáng lẽ phải của anh.

"Rủi anh tử trận em thành mẹ góa con côi sao?"

"Hồi qua anh nói anh hổng chết sao bữa nay anh nói chết?"

"Anh lo cho em. Có con mà chưa có chồng ăn nói làm sao?"

"Vậy mình kết hôn đi."

"Ờ!" Anh Tám hứa đại. "Mai mốt ra phường làm hôn thú trước khi anh vô quân trường."

"Anh có nhớ lúc mình ngồi nghỉ chỗ cầu Ông Bộ trên đường vô nhà anh, em nói lớn lên sẽ làm vợ anh hôn?"

"Lời con nít mà! Tại hồi đó em khoái anh nên mới nói vậy."

"Em nói thiệt đó. Em biểu anh đợi em lớn. Bây giờ em lớn rồi."

Lúc đầu anh Tám ngại muốn giữ cho tới ngày hai đứa thành hôn nhưng cặp kè với nhau mấy ngày trời anh kềm được mới là lạ!

Rồi hai anh chị không rời nhau nửa bước.

Sau khi anh Tám vô quân trường, lần thứ nhứt lên Khu Tiếp Tân thăm anh, chị Út nói:

"Tháng này im ru. Chắc em có bầu quá."

"Em ân hận hôn?"

"Em chấp nhận. Chính em muốn mà."

Hai người ôm hun nhau. Chị Út hỏi:

"Bộ anh hút thuốc hả?"

Anh Tám gật đầu nói yếu xìu, "Buồn nhớ em quá!"

"Nhớ *bồ* châm điếu thuốc hả?" Chị Út nói một câu huề vốn.

"Lính thằng nào hổng hút, em."

"Anh đi rồi mấy đứa theo dê em. Em nói em chỉ lấy người em yêu."

"Rủi thằng đó ngon lành hơn anh thì sao?"

"Nhưng em yêu anh từ hồi nhỏ. Chỉ anh mới làm trái tim em rung động. Tụi nó đâu có trong con mắt của em!"

Gắn Alpha xong anh về phép thì chị Nguyện báo tin vui - có bầu thiệt:

"Đứa này là con của riêng em nha!"

"Có phần của anh nữa chớ."

"Phần anh có chút xíu mà miễn cưỡng chớ anh hổng tự nguyện."

Chị Út ôm vai và cặp cổ hun lên gò má anh Tám:

"Anh muốn đặt tên gì nè?"

"Bây giờ đâu biết trai hay gái."

"Em nhường cho anh đặt tên con đó."

"Vậy nếu trai thì Ngô Hùng Dũng cho nó mạnh dạn nam nhi. Anh sẽ dạy nó sống thành một người tốt," anh Tám nhìn thẳng vô mắt chị Út. "Đừng hỏi anh thế nào là người tốt nha! Hơn nữa, nếu anh hổng dạy được thì sẽ cho nó học võ."

"Chi vậy? Có làm gì đâu mà phải học võ?"

"Để có lòng tự tin. Người tự tin dễ thành công hơn người thiếu tự tin. Ngoài ra, để bảo vệ người yêu và gia đình của nó. Nói rộng ra có tự bảo vệ mình thì mới bảo vệ được người khác," anh thêm. "Và anh còn dạy nó nhiều điều nữa."

Anh Tám nhìn chị Út thăm dò:

"Em có nhớ hồi đó em nhỏ con - Út Đẹt mà, tụi nó đâu có ngán tới khi biết em có võ đâu có đứa nào dám ăn hiếp em."

"Dà! Tụi trang lứa tôn em làm sư tỷ," Út cười lớn. "Nhờ anh dạy em đó. Anh hay thiệt!"

"Em khen hoàng tử tốt áo hả?" Anh gồng con chuột lên cho Út coi. "Con trai là phải rèn luyện thân thể cho mạnh dạn chớ hổng phải hằng ngày một xị rượu với hai cái chưn gà!"

Chị Út bóp bóp con chuột rồi đập nhẹ lên lưng anh Tám, "Mạnh dữ ha. Đúng rồi. Còn con gái thì sao?"

Anh Tám mỉm cười ngó chị Út:

"Con gái thì Ngô Anh Thơ yểu điệu thục nữ một chút chớ hổng như em, giống con trai quá!"

"Giống con trai thì sao?" Chị Út lườm yêu anh Tám rồi dịu giọng. "Dà! Đặt vậy cho văn vẻ một chút chớ *nam Văn nữ Thị* thì thường quá."

"Anh sẽ không cần dạy gì hết vì nó là thiên thần biết hầu hết mọi chuyện. Nếu cần, nó sẽ học ở em vì em là người mẫu còn anh là người hùng của nó."

"Sao kỳ vậy?

"Để rồi em coi: Lớn lên tới mười ba mười bốn tuổi, tánh nó như con trai y hịch của em vì em là tấm kiếng soi của nó, và nó bắt đầu so sánh anh với *nửa kia* trong mộng của nó."

Anh Tám xoa xoa lên cổ trần của chị Út:

"Vậy là em hết mộng tình nguyện vô nữ quân nhơn rồi há. Cuốn truyện *Hồi Ký Của Một Kỹ Nữ* nói chỗ sau ót của phụ nữ là điểm nhạy cảm."

"Bộ muốn hả? Hun lên đó đi để em coi có phê hôn?"

Anh Tám làm theo lời mời của chị, ngoài ra còn nhăng nhè nhẹ vành tai.

"Phê thiệt nha," chị Út quay sang ôm cổ anh Tám, siết mạnh.

Nhớ chuyện lúc trước, chị Út vui vẻ nói, "Nghĩ mắc cười quá mà hồi đó em hổng biết."

"Chuyện gì mà mắc cười?"

"Ai đời con gái mà đòi hỏi ở con trai. Sau này coi sách em mới hiểu ra."

"Lúc đó em bạo quá!"

"Anh biết sao hôn?"

"Sao?"

"Em bạo phổi đòi hỏi anh vì phụ nữ có thời kỳ trứng rụng mà trứng rụng thì..."

"Anh cũng háo hức lắm - *lửa gần rơm lâu ngày cũng bén*, nhưng anh sợ em trở thành quả phụ khi chưa kết hôn. Anh muốn giữ cho em chớ anh đâu phải thần thánh gì!"

"Hễ có duyên nợ thì cho dầu cách trở thế nào cuối cùng cũng hợp lại với nhau," chị Út kể điển tích hai vợ chồng Vi Cố.

"Anh nghĩ giống như Chúa Jesus nói *'Vậy, sự gì Thiên Chúa đã phối hợp, loài người không được phân ly.'*" Anh Tám tiếp theo chị Út.

4

Tháng Tư đoàn quân *giải phóng* đội nón tai bèo nói giọng Bắc kéo cờ xanh đỏ sao vàng về Thủ đô Sài Gòn *phỏng giái* tất cả nhà thương, trường học, rạp hát, thư viện, doanh nghiệp tư nhơn…, và các cơ sở tôn giáo, đồng thời lấy nhà mặt tiền đuổi ông bà chủ và con cái đi *vùng kinh tế mới!* "Dân thành phố xưa nay làm công chức hành chánh mà bắt đi làm rừng làm rẫy!" Ba chị nói. "Tao sống tới ba bốn trào, kể cả hồi Tây chiếm nước mình, tụi nó cũng không làm vậy nữa!"

Thiếu úy Tám bị thương đang nằm trong Tổng Y viện Cộng Hòa cùng tất cả thương binh bị đuổi ra ngoài bất kể nặng nhẹ. Nhẹ như anh Tám còn tương đối chịu được, về nhà tự chữa chừng năm mười bữa nửa tháng sẽ lành. Anh chị bất nhẫn nhìn những thương binh nặng: người băng đầu băng tay, người co cái giò đi nạng té lên té xuống; người ôm cái bọc ruột lòi ra ngoài; người còn một chưn, cái kia lủng lẳng từ đầu gối băng còn dính máu me.

"Trời cao có thấu hôn?" Chị Út nghiến răng muốn nổi loạn, tự hỏi, kêu xích lô chở các thương binh không có thân nhơn về nhà họ. Xong, chắc chắn không còn ai, anh chị đi chung một chiếc. Anh Tám cảm thấy thấm thía trong tình yêu của người thương binh bèn đọc mấy câu hát trong bài thơ *"Để Trả Lời Một Câu Hỏi"* do Nhạc sĩ Phạm Duy phổ nhạc đã trở thành một trong những bài hát nổi tiếng về tình yêu, chiến tranh, và những hệ lụy của nó. *"Anh trở về trên đôi nạng gỗ. Anh trở về làm khổ đời em…"*

Chị Út rưng rưng nước mắt, bịt miệng anh Tám lại:

"Anh đừng hát như vầy. Em chấp nhận mọi tình huống, miễn là anh còn về với em."

"Bây giờ anh hổng còn nguyên vẹn nữa. Sau khi vết thương lành chắc phải hơi hơi xi-cà-que."

"Kệ nó, làm chinh phụ em chấp nhận tất cả, chớ nhiều người vợ lính quấn khăn tang thì khổ biết chừng nào!"

Một lát đổi buồn làm vui, chị nhắc:

"Nhớ hồi vô nhà anh, chị Năm nói má hỏi em thích ăn gì?" Chị quay sang nhìn anh. "Em nói em thích ăn cá kèo kho tiêu mà nhiều tiêu. Bữa đó em ăn no nứt bụng!"

Cá kèo - nói tắt của cá bống kèo - thuộc giòng họ xa gần với nhiều thứ cá bống: cá bống dừa, cá bống cát, và cá bống trứng. Cá bống trứng cao cấp nhứt vì theo mùa mới có và hương vị béo bùi độc đáo; cá bống dừa như tên gọi, nó ở vùng nước lợ chuyên sống trong kẹt dừa lá, còn cá bống cát là cá nước ngọt. Đội sổ là cá bống kèo là loại rẻ tiền nhứt như người ta thường so sánh coi hát ngồi tuốt hàng ghế sau chót. Vậy mà cá kèo kho tiêu lại ngon nhứt vì thịt nó mềm và hương vị đậm đà nhứt là ăn luôn cái mật nó có mùi nhẫn nhẫn.

"Anh cũng thích món đó," anh Tám nói. "Nhắc tới thấy thèm quá!"

"Để về em kho cá kèo cho anh ăn, hao cơm lắm đó! Trong nhà binh đời nào anh ăn được món này."

Ở quê anh Tám chỉ có món duy nhứt và độc đáo là cá kèo kho tiêu mà kho bằng tộ - nếu cái tộ lỡ bể hay đâu mất tìm không ra thì cái ơ đất. Mấy làng khác người ta còn có món cá bống kèo nướng muối ớt và cá bống kèo nấu canh chua bông so đũa nữa.

"À, mà này," chị Út lại tiếp. "Con Anh Thơ cũng *mặn* món này lắm."

"Chớ gia đình mình đâu biết cao lương mỹ vị gì."

Hai vợ chồng nói miên man từ chuyện này tới chuyện khác tạm quên đi cái hình ảnh xô bồ thời kỳ *phỏng giái*.

May mà con Anh Thơ còn đủ cha mẹ. Lúc *trời sập* thì nó đã gần mười tuổi. Càng lớn nó càng giống chị Út như hai giọt nước.

"Hồi đó em nói con Anh Thơ là con riêng của em mà," chị Út giành độc quyền.

"Để coi nó giống anh chỗ nào ta?" Anh Tám đang lẩm nhẩm tính.

"Giống em như đúc hổng giống anh chỗ nào hết," chị Út *dập* thêm.

"Nó học giỏi," rồi anh Tám tự cảm thấy hố. "Ủa! Học giỏi thì đâu giống anh chút nào. Anh là *bùi kiệm* mà!"

"Chịu thua chưa? Nó là con riêng của em mà!"

"À, thấy rồi. Nó chống cộng sản."

"Nó ghét chớ đâu có chống."

"Có ghét mới chống. Hổng ghét làm sao mà chống?"

Chị Út đồng ý với anh Tám:

"Vậy cho nên có bà bỏ chồng lấy bộ đội."

"Tụi nó có quyền có tiền trấn lột dân miền Nam khiến có người dầu muốn dù không bị bắt buộc chịu theo kẻ thù để có cái ăn cái mặc!"

"Chắc hổng biết nhục!"

"Đi thêm bước nữa với *loại người khác* cũng còn thông cảm được."

"*'Ăn quen nhịn hổng quen'* mà!"

"Đó cũng là tự nhiên thôi!" Anh Tám thở dài.

Anh Tám bị xí gạt đi *học tập* một tháng mà hóa ra tới mấy năm chưa về. Chị Út phải làm đủ thứ nghề để sống còn, lo cho con - may mà chỉ có một mình Anh Thơ lúc bận chị gởi cho bà ngoại, và thăm nuôi chồng. Chị đã thấy địa ngục trần gian sau khi miền Nam lọt vô tay giặc mà lúc trước Tổng thống Diệm và Tổng thống Thiệu cảnh cáo mình không tin. Không ai bảo ai, như tất cả vợ lính, *đương nhiên* chị biết *chà đồ nhôm,* biết mua bán thuốc tây, biết mua bán đồ lạc xoong, biết mua bán dầu bộ đội, biết buôn hàng chuyến hai chiều, biết làm đủ thứ nghề trên đời, và... biết nhảy xe lửa mới dữ - có võ mà!

Chuyện mua bán đồ lậu trong thời kỳ bao cấp củi quế gạo châu thì thế nào cũng có dính líu với mấy thằng bộ đội. Nghe nhiều người không ở trong hoàn cảnh ấy dèm pha, chị tức mình tuyên bố:

"Cái đám nửa người nửa ngợm đó đừng hòng leo lên bụng của con này!"

Ngô Sỹ Hân

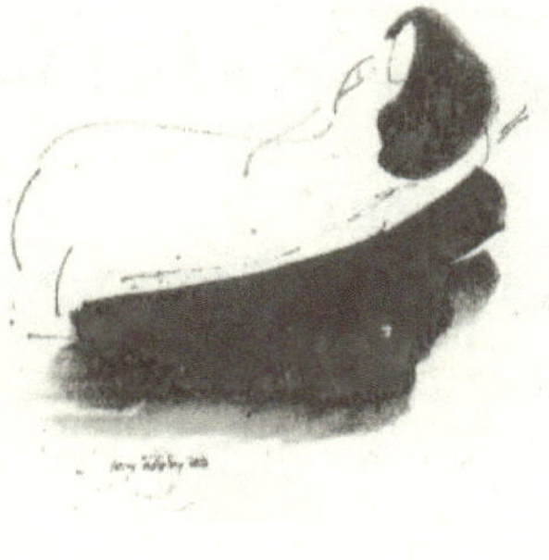

TRẦN VĂN NGHĨA

ĐỢI DẤU MÂY XA

Hỏi thầm mây đã về đâu
Áo em còn giữ nguyên màu ấy không?

Hẹn gì với nắng triền sông
Tìm qua phố nhặt cánh vông đỏ chiều

Ngó tìm bên mảng tường rêu
Cổng nhà xưa khép lòng thiu thỉu buồn

Ai xa ngàn dặm mù sương
Bóng tình thảng thốt gọi hờn giấc mơ

Vói tay níu gió giang hồ
Chỉ còn hương thoảng ấm tờ thư phai

Thôi đời gọi chẳng còn ai!
Sót trong tiếng gió lá đoài đoạn ru ■

VƯƠNG HOÀI UYÊN

Như Nỗi Ngậm Ngùi

Em về
đứng đợi chim kêu
vườn chao bóng lá
nghe chiều hoang vu

Trong em
một cõi mây mù
mai
em nằm xuống
đời ru giấc sầu

Mịt mờ
cõi chết trên cao
về trong cát bụi
mòn hao kiếp người

Lênh đênh
biển mắt môi cười
anh
như một nỗi ngậm ngùi
trong em. ■

DUNG THỊ VÂN

Trăm Mảnh Vỡ Lạ Kỳ

Người đi xao xác chiều bóng đổ
Mưa ngàn hiu hắt dáng bơ vơ
Đôi bờ dội lại lời thương nhớ
Bóng đã muôn trùng hoen ý thơ

Ta chẳng một lần đưa tiễn nhau
Mà sao rưng rức bởi vì đâu
Mà gan mà ruột đau như xé
Chia cách dặm đồi - ôi nương dâu!

Nói gì chẳng nói - Nói gì đây
Chiếc lá vàng rơi rụng cuối ngày
Có một trái tim buồn câm lặng
Đưa người đâu phải chỉ hôm nay...

Gió ơi gió rít mãi làm chi
Lòng ta trăm mảnh vỡ lạ kỳ
Ngày mai rồi lại ngày mai nữa
Canh cánh bên trời bóng biệt ly! ■

TRỊNH CHU

THU HÀ NỘI

giật mình
phố thở
ký ức nêm đầy rêu
chiều hoe nắng
ngu ngơ bàng giũ lá
se sẽ heo may ấm dịu Hà thành

tự hỏi
bức tranh Phái loang dở
mưa dậy thì
trăng nẫu
mắt hoang ■

HỒNG HẠNH

NẶNG GÁNH PHONG SƯƠNG

Phong sương nhiều rồi em có mệt lắm không
Tựa vào vai anh chút đi ôm ngọt ngào thương mến
Mấy chục năm rồi nắm tay anh cùng đếm
Cay đắng nhọc nhằn pha lẫn buồn vui

Mỗi chiều tà mình cùng ngắm hoàng hôn
Bên tách trà thơm với mâm cơm cà muối
Thương bàn tay em guộc gầy bao hờn tủi
Bao nỗi gian truân in lên những đoạn trường

Anh thương em nhiều người đàn bà vá bao vết xước thời gian
Gồng trong bóng đêm tìm nụ cười cho ngày mới
Đôi mắt bồ câu giờ lẫn trong màn sương mờ đục
Nụ cười hiền lành đã xô ngã một đời trai

Anh biết mà người đàn bà mình hạc xương mai
Vẫn trái tim yêu bên đời anh đầy bão tố
Hãy tựa vào vai anh đếm lá vàng từ mấy độ
Một hạnh phúc đơn sơ một mái ấm thật hiền... ■

DƯ ĐẰNG DUY

HOA ĐỊA NGỤC

ta cảm ơn người cho oan nghiệt
ươm đắng cay nở đóa hoa thơ
ta tìm thiên đàng trong địa ngục
thiết tha chảy mộng thoát thai mơ

chờ thôi dông bão xuân thu nắng
cho mây đong đưa gió ngông nghênh
cho trăng non sáng già rằm chín
chiêm bao sương khói đêm khải huyền

xuôi theo dòng sông nghiêng lỡ bóng
hoàng hôn sầu muộn khép bên đường
hoa cỏ nở tươi vườn cổ tích
hồn nhiên thánh thoát giữa trời xanh

bao giờ trở gót tìm quê cũ
dấu yêu trên đất cát phong trần
từ chân mây trắng lưng chừng núi
ta theo hạt bụi mãi trầm luân. ■

NGƯỜI SÔNG HẬU

Tôi Còn Nợ Em Bài Học Làm Người

Rồi cũng bỏ tôi đi
Chiếc bảng đen màu sơn bong tróc
Hoa phấn rơi bao mùa càng thêm trắng tóc
Phút trầm tư cho tiết học cuối
Mấy mươi năm lý tưởng cũng vơi dần
Bao ước vọng của một thời trai trẻ
Tôi như kẻ đưa đò
Lỡ bước qua sông.

Tám năm đã qua đi
Ngày rời xa bục giảng
Ngỡ lòng mình như dòng sông trôi đi thanh thản
Đám rong phiền muộn bám lấy từng đêm
Bay theo mây trắng
Cổng trường như màn nhung khép lại
Tôi không còn vai diễn
Bỗng thấy cay đôi mắt
Trước những câu hỏi của cuộc đời
Chưa có lời giải đáp
Tôi đã dạy em điều gì
Về quê hương đất nước.

Biết đấu tranh
Khi giặc ngoại xâm lăm le bờ cõi
Biết căm hờn
Khi biển đảo tang hoang
Biết xót đau
Khi tài nguyên cạn kiệt
Biết giận dữ
trước bao điều hiểm ác
Biết yêu thương
Bao cảnh đời bất hạnh
Để em khỏi ngỡ ngàng khi đọc bài thơ
"Đất nước mình ngộ quá phải không anh?"*
Tôi mãi còn nợ em
Bài học làm người
Tử tế.

**Tựa bài thơ của cô giáo Trần Thị Lam-Hà Tĩnh*

NGUYỄN HÒA TRƯỚC

Em Về, Hãy Về Qua Hẻm Gió

Mưa dụ tôi ra ngoài tắm sướng
nóc vân kiều đốm nến hư linh
trái vo tròn lẳn vi vu nhịp
lá úp vụ cài ngõ kết tinh.

Hướng rộng nào nơi dễ đặt thân
(tôi đang xa đất sắp trời gần)
sao lìa vị cũ tôi vào chỗ
thừa kế năm gù rượi thủy âm.

Gió quắp tôi thăm đỉnh ngựa ngồi
xe bánh kềnh lăn vỏ đỏ thôi
bê bết ô khoang bùn sặc sụa
nhiễm trệ góc rừng thiêng ong chúa.

Gập gồ đá hẻo sì sụp trưa
khờ rộc miên khê luồn nẫu ngực
chửa bén bụng đêm sôi dập dềnh
lửa áo khói quần hội tái sinh.

Núi cõng núi chơi trò con trẻ
mệt ngã nhào tóe rãnh mương nông
cảnh lật lưng còng em tỏ lắm
sậy neo vồn vã tiếng thu không.

Một em nhỏ là tự thiên nhiên
một khỏa tay bơi trăm luồng rễ
hẻm nách rối về em nhớ vẽ
vồng đáy thác mơ bảy sắc thuyền.

Cặm cụi cọ nồi tôi khôn nhẩm
nhấm tóc em mùa trói chặt môi
thị hạ ảo trần meo mốc suốt
chỉ lệch đường kim cấu vải bồi.

Ghé quán trống mua lọ tâm sen
(rắc vá miếng ngủ mẻ hôm trước)
nàng thượng trắng da bím hất ngược
bộ thổ cẩm vây rọc bước khèn.

Ngày tháng ươm màu nong kén ủ
chim cô tắc lưỡi giọng khàn thêm
bướm đàn mới trọ giàn hoa đỗ
khăn tím giông ùa em vắt nghiêng.

07-2025

NGUYỄN NGUYÊN PHƯỢNG

TÌM EM TÌM SÀI GÒN

Sau 1/7/2025, Tp. HCM sẽ có phường Sài Gòn

Tìm em, ta tìm Sài Gòn
Nguyễn Du phố lá me còn rơi nghiêng

Ngập ngừng Cường Để, Bỉnh Khiêm [1]
Văn Khoa yểu điệu thu hiền áo bay

Tìm nhau Cà phê Hồng say [2]
Trầm tư khúc Trịnh đếm ngày mai qua

Giảng đường cay mắt nhạt nhòa [3]
Vang sau rào kẽm câu ca hòa bình

Tìm em gác trọ ân tình
Ngủ trên giấy báo ngóng bình minh lên [4]

Những chiều Phú Nhuận buồn tênh
Mưa ôm tượng đá. Tất Nhiên vẫy chào [5]

Ngã Tư, Ngã Bảy. Về đâu
Bùi Thi sĩ ngộ Biển dâu. Ta bà [6]

Tìm nhau mùa Phượng sầu hoa
Thơ tan tác mộng chia xa biệt mù

Lưu tình chưa trọn dòng thư
Biển đời chìm nổi tháng Tư gọi về

Đức Bà chắp nguyện mấy bề [7]
Nỗi đau nhân thế cơn mê lăn tròn...

Tìm em. Tìm đâu Sài Gòn
Nụ tình cứu rỗi dấu mòn trùng khơi

Hai thế kỷ một cuộc đời
Nghe thương sợi bạc rụng khơi mấy lần

Sài Gòn ký ức xa xăm
Trong thiêng liêng tưởng trăm năm Sài Gòn. ■

Sài Gòn, 17/4/2025

1. Đường đến Đại học Văn Khoa trước 75 - nay là Đại Học Khoa học Xã hội Nhân Văn
2. Quán Cà phê Hồng – Pasteur, quận 3, Sài Gòn chuyên trị nhạc Trịnh Công Sơn trước 75, bài hát "Một ngày như mọi ngày" – TCS.
3. Phong trào HSSV ở Sài Gòn – Gia Định trước 75
4. Thời sinh viên ngủ trên giấy báo căn gác trọ ở Bà Hạt – Quận 10, Sài Gòn (có Lê Tấn Hà – Lê Lạc Giao, Nguyễn Quốc Kỳ...)
5. Bài hát "Thà như giọt mưa", nhạc sĩ Phạm Duy phổ từ bài thơ "Khúc tình buồn" của Nguyễn Tất Nhiên.
6. Thi sĩ Bùi Giáng
7. Nhà thờ Đức Bà – Sài Gòn

HUỲNH THỊ QUỲNH NGA

NGÔ ĐỒNG ƠI

Em về hái nhánh ngô đồng
Bỏ tôi ở lại theo chồng đành sao
À ơi mai chẳng còn nhau
Ru vàng bông bí bên rào giậu thưa

Tay nào em hái vạt mưa
Thả vào tôi buốt một mùa rất ngâu
Ơi à chim sáo về đâu
Rụng bông bần tím chân cầu nước trôi

Ngô đồng ơi ngô đồng ơi
Sao em đành bỏ lại tôi một mình
Trăng non rụng phía sân đình
Tôi về nhặt ngỡ nụ tình em rơi

Hỏi trăng sao nghiêng xuống tôi
Hỏi em sao mãi cứ vời vợi xa
Hỏi chiều tím biếc màu hoa
Hỏi hoàng hôn rụng nhạt nhòa bóng tôi! ■

NHẬT QUANG

BÔNG HỒNG TRẮNG MÙA VU LAN

Vu Lan về, rưng rưng từng kỷ niệm...
Nghe chuông chùa, con lặng thắp tâm nhang
Bông hồng trắng cài lên áo nhẹ nhàng
Lòng xót xa thương Mẹ giờ xa vắng

Mẹ đi rồi, vầng trăng buồn không sáng
Mỗi Thu về, con nhớ dáng Mẹ xưa
Từng giọt sầu nhỏ xuống giữa ban trưa
Tựa mưa ngâu thấm hồn con tê tái

Ngày xưa ấy, câu ru hời Mẹ hát
Ơi... à ơi... dìu dặt giữa canh thâu
Con lớn khôn, giờ Mẹ ở nơi đâu?
Từng đêm buồn lòng con sầu thổn thức

Vu Lan về, nén nhang trầm con thắp
Kính dâng Mẹ lòng báo hiếu tri ân
Nguyện lòng con sống giữa thế trần
Mãi mãi khắc ghi tình Người cao cả. ■

QUẢNG TÁNH TRẦN CẦM

LÀ ĐÊM

đêm có nụ cười và đôi mắt
đến với tôi
một thời rất xa
một thời nghiệt ngã

đêm ngập ngừng với bao mong đợi
và trôi đi trong chập chùng hối tiếc
đêm mềm mại
đêm mượt mà
đêm tê dại
đêm thô ráp
đêm nồng nàn
đêm hiu quạnh trên khu phố quạnh hiu

đêm đến với tiếng hát bâng khuâng
không hề dứt
đêm nghiêng ngả ôm dòng ký ức
đêm thắp lửa rạo rực
khơi lại hơi ấm thịt da

đêm huyễn hoặc
giam giữ tôi trong chiếc kén
dày đặc âm vọng
dằn vặt không nguôi

trong cõi dịch chuyển không ngừng
đêm — vẫn đôi mắt và nụ cười một thuở
vẫn thì thầm lời hồn nhiên
chữa lành nhân gian trong vòng xoay mù quáng

xin cứ là đêm
mãi mãi là đêm
là đêm. ■

THY AN

MỘT NGÀY MÙA HẠ

thoang thoảng mùi thơm hoa tử đinh hương
trên những cánh tay trôi dài
da nhăn mờ nhạt
không một lời bày tỏ
tan theo ẩn hiện mù sương

giải thoát bực dọc
phóng sinh những con thú hẹp hòi tâm thức
tình bạn - tình người lặng lẽ
cạn dần đồng cảm
sau cùng sẽ cúi đầu
rồi ánh mắt đi xa

một ngày nào đó
ngẩng lên nhìn mưa
giọt tinh anh trên vai bỗng mềm
có khi nào về kịp bình nguyên
không lỡ chuyến đò châu thổ
nói lời yêu thương cùng đất đỏ phù sa?

bàn tay run run vỗ về nhân ảnh
từ cơn mưa thấm áo
lạnh buốt thời gian
đến gom lửa mặt trời đỏ rực
rong ruổi cuộc chơi
tàn theo cuộc vui nhanh

con thiên nga bay ngang trời
ánh sáng pha cùng bóng tối
tiệm cận hai trái tim nức nở
đập nhịp không lời nói
khu vườn hoang sơ nắng vội
ngày hạ êm đềm như thơ... ■

hạ 2025

TÔN NỮ MỸ HẠNH

Xin Chết Hết Một Lần Yêu

tình yêu cũng biết đột biến gen
như đám mây ngoài kia thay hình đổi dạng từng giây từng phút
bạn bè cợt đùa bảo em sao thơ ngây thế
khi em nói chỉ có hình bóng anh trong trái tim
họ đâu biết mùi tình kỳ diệu như thế nào
trong từng cuộc ái ân mặn nồng ngập tràn hạnh phúc.

Khi ta cho đi đâu phải muốn đổi lại điều gì
giống hệt bông lúa ngoài đồng đến mùa ngậm sữa trổ bông cho hết
thì con gái
sao lấy chuyện nông sâu so đo tháng rộng năm dài
hỡi kẻ đánh cắp giấc mơ ngạo nghễ đôi mắt cú vọ rình mồi thâu đêm
không hề mệt mỏi
dò tìm phút giây lỗi nhịp
hai kẻ yêu nhau khi họ không về chung một hướng
lúc cơn bão xa kéo đến từ vạn dặm
rả rích cơn mưa dầm, gầm gừ đêm dông tố khốc khô mùa hạn hán
bi hài câu muối mặn gừng cay trên môi kẻ tâm thần mộng du
vực trầm sám hối đêm trắng cố níu chặt vết buồn
chập chờn chìm vào giấc mơ biển hát.

em sợ chạm vào nỗi đau khiến dây thần kinh mất thở
em sợ vệt trăng réo thanh âm đồng vọng đêm đêm dội về
khi đứng khóc lẻ loi một mình
giấu cuộc tình vào bóng tối
quá khứ ngọt ngào không che nổi vết chàm đã khắc
bỏ lại bên đời nhau
ráng chiều lên cơn đau nhức
tiền tỷ đổi một giò lan đột biến
tình yêu đột biến gen đánh đổi điều gì nếu anh nói được
thôi em xin được cháy cho hết một lần
chỉ để uống cạn một tiếng yêu. ■

NGUYỄN ĐỨC DŨNG

NHỮNG CÁNH TAY SƯA

những cánh tay sưa cũ kỹ vẫy lên trời
thuở Tam Kỳ dễ thương và chật
mây vàng xưa bay về đâu
hương vàng xưa thơm về đâu

đến gió Tam Kỳ cũng mang hình của phố
gió ngã ba
chảy theo những con đường
gió Nam Ngãi xuôi nam, ngược bắc
gió Nguyễn Hoàng bịn rịn còi sương

mưa Tam Kỳ buồn mà nhắc nhớ
tạt hiên nhà ướt lạnh câu văn
mưa khu trú dài sông ký ức
thùng guitar vỗ khuyết trăng tàn
mưa đã tạt phận người chiều, mai hai buổi chợ
gió đã bạc mặt người ngã rẽ phân vân
khuya hiu hắt mái sương mồ hôi xe thồ xe kéo
phố thị chia xa mòn tay vịn phong trần

ngồi nhớ
gió của lòng xưa ngơ ngẩn trời hoàng hoa mưa héo hon người
em là phố đã buồn ra chuyện kể
vặn tay sưa già khua khoắng bóng ma trơi ■

Tam Kỳ, Quảng Nam

DONRY NGUYỄN

BÁNH XÈO CỦA MẸ NGÀY XƯA

Hôm nay được đãi bánh xèo
Mực cơm tôm thẻ nước lèo rau xanh
Ngồi ăn trong dạ chẳng đành
Bâng khuâng chống đũa nhớ hình ảnh xưa
Bánh xèo Mẹ đúc ngày mưa
Bột không với chút dầu dừa mà ngon!

•

Nhớ thuở xưa những ngày mưa lạnh lẽo
Cha thường kêu mẹ đúc bánh xèo
Thấy đàn con háo hức hò reo
Mẹ vui vẻ liền đi ngâm gạo
Sang hàng xóm xay nhờ bột nhão
Lục măng-rê tìm lại chén dầu dừa
Rau ngoài vườn đủ thứ chẳng cần mua
Thế là đủ cho khuôn tròn lên bếp nóng:

Củi riu riu
... lửa hồng lan sức ấm
Dầu dừa thơm
... réo gọi vị con tì
Tiếng xèo xèo
... bột chín nổ văng đi
Bánh nóng hổi
... mẹ hớt vào lá chuối

Chén mắm cái
... đỏ au màu ớt tỏi
Chấm vào nhai
... tay quẹt mũi hít hà!
Nhìn con ăn
... ngấu nghiến mẹ cười xòa
Niềm hạnh phúc
... bừng lên bên ánh lửa
Cuộc sống nghèo
... nhưng nghĩa tình chan chứa
Quên sao đành
.... hình ảnh mẹ thân thương!
•
Xa rồi tổ ấm quê hương
Giờ con chén đắng viễn phương một mình
Chiều nay mưa bất thình lình
Ngồi trong quán lạ nhớ hình ảnh xưa...
•
Bánh xèo mẹ đúc ngày mưa
Bột không với chút dầu dừa mà ngon! ■

LÊ HÂN

THĂM LẠI MONTRÉAL, QUÉBEC

mỗi quốc tịch mỗi quê hương
qua từng thời sống yêu thương đậm đà
những con đường những nóc gia
quen mắt mà vẫn lạ xa thế nào

cây cao cây thấp lao xao
gió đưa mưa rửa nắng trao tâm tình
tôi đi giữa phố bình minh
hoàng hôn ngả bóng làm thinh tôi về

từng năm từng tháng vỗ về
đời qua không vội nhẹ xê xích dần
tóc đen lặng lẽ hóa râm
tôi thay vị trí chỗ nằm tùy khi

quê hương thứ nhất còn y
trong hư ảo tưởng ngút mi cuối mày
quê hương thứ hai hôm nay
về thăm bước lại tháng ngày đã qua

tôi không chối được tôi già
nỗi buồn vô cớ xa xa gần gần
ngày mưa ngày nắng mến thân
tôi về gặp đủ trăm phần đời qua… ■

Québec, trung tuần tháng 6-2025

PHẠM NGỌC DŨ

VINH DANH MẸ

Thằng Tý từ lúc sinh ra, mặt mũi mắt sáng láng, ai cũng bảo thông minh. Sau này sẽ học giỏi, có thể thành đạt, nhưng khốn mỗi cái tội nhà mẹ nghèo, lại đơn thân. Có cha cũng như không. Cha nó, không hiểu lý do gì khi thôi nôi xong, nói đi làm ăn xa, rồi ngày tháng trôi đi, chẳng thấy về, thậm chí không viết thư, biệt âm vô tín.

Khi vào lớp 1, mẹ Tý thường nhắc đi nhắc lại mỗi lần đưa đón con. Me Tý bảo cháu:

- Nhà mình nghèo, con lại thiếu cha, cố gắng học chăm, mai mốt thành người còn giúp mẹ, mẹ chỉ có mỗi mình con - chị quả quyết vậy.

- Dạ, con sẽ cố gắng để không phụ lòng mẹ.

Sáng chợ sớm, chiều chợ trưa bất kể mưa nắng thế nào, chị cũng dãi dầu, xông xáo. Trời thương, nên chẳng bệnh hoạn gì nhưng chị vui và tự hào vì Tý ham học, lại học giỏi. Tháng nào cũng được giấy khen, cuối năm có phần thưởng mang về tặng mẹ. Mẹ Tý vui lắm, chị thường về ngoại tâm sự với bà ngoại Tý. Bà ngoại lúc nào cũng xuýt xoa, thương cảm.

Các bạn học cùng lớp ráng ganh đua nhưng không thể bằng. Trong xóm có thằng Lựu cùng học chung, tính xấu bụng thường dè biểu, bảo rằng: "Con không cha như nhà không nóc".

Tý chẳng để ý, chỉ biết chăm chỉ học hành. Năm nào cũng xuất sắc, cuối cấp bậc tiểu học, Tý hiểu ra được ý nghĩa câu này. Tý giận thằng Lựu lắm. Gần mùa bế giảng cuối cấp 1, sau khi ra khỏi trường. Tý chặn đường Lựu lúc ra về:

- Suốt cả năm nay, tôi có gì không phải với bạn? Sao bạn tụ năm tụ ba nói với các bạn: "Con không cha như nhà không nóc" là sao? Nếu bạn còn nói như thế, tôi sẽ đánh bạn, đừng trách tôi. Tý giận nhưng vẫn bình tĩnh, rắn rỏi. Từ đó, Lựu có vẻ ngán Tý không dám nói nữa.

Sau ngày ấy, không còn nghe Lựu và Tý nhắc gì về điều này. Năm lớp 6, không còn học chung nhau nên hai bạn chẳng gặp nhau. Thời gian cứ êm ả trôi, mẹ Tý mãi hoài lo cơm áo cho con, tuổi xuân cũng theo thời gian nhạt nhòa và càng rắn rỏi hơn cùng sự bào mòn của năm tháng sớm trưa, mưa nắng dãi dầu, tóc đã nhiều sợi bạc, chị hằng ngày chỉ biết con đường lấy hàng và đến chợ xã, chợ huyện bán mua.

***

Thấm thoát gần hai mươi năm trôi qua. Hôm ấy, nhà trường làm lễ bế giảng trường cấp ba và tuyên dương các học sinh xuất sắc, em Tý cũng hân hạnh có trong tốp 10 của các lớp 12 – Những em có thành tích tốt nhất của nhà trường.

Tý về nhà thỏ thẻ cùng mẹ:

- Mẹ à, ngày mai là lễ bế giảng của trường, cô giáo chủ nhiệm có giấy mời mẹ đến dự lễ bế giảng. Thư mời đây mẹ à.

Từ ngày cha Tý đi biền biệt, chưa một lần trở lại thăm con, chị không biết thế nào?! Hôm nay, chị cầm trên tay thư mời, chị tưởng như điều gì rất to lớn. Niềm vui có con được tuyên dương trước trường và nỗi buồn đơn thân chỉ biết một lòng hy sinh cho con, chị quên cả chính mình. Trong lúc bè bạn vẫn ăn diện, có khi rủ rê chị café, nhưng chị khéo léo từ chối. Riết rồi bạn bè không gọi chị nữa, chị lầm lũi tảo tần trên con đường độc hành. Chị vừa tự hào vừa tủi thân, chị khóc.

- Sao mẹ khóc, con chăm chỉ học hành suốt 12 năm học, ngoài giờ học, con phụ mẹ đủ việc, con chưa bao giờ con lêu lổng, hay bỏ bê công việc nhà, sao vậy mẹ hay là mẹ giận con điều gì? Nếu con có điều gì trái ý mẹ và bà ngoại, con xin lỗi mẹ.

- Con không có lỗi gì cả, con là đứa con ngoan, chăm chỉ học giỏi được nhà trường khen tặng tuyên dương, mẹ vui lắm, tự hào lắm, còn phía sau những nỗi niềm của mẹ, con không hiểu được đâu.

- Chưa bao giờ mẹ nói cùng con, mẹ chỉ tủi thân, từ ngày con còn nhỏ đến nay gần đôi mươi, chưa bao giờ cha con trở về để thăm con côi cút, sống chết thế nào? Người chồng, người cha sao bất nghĩa và tàn tệ hay là... Rồi chị hồn nhiên khóc và kể lể với con, nỗi buồn có lẽ cũng trôi theo giọt nước mắt và tan theo dòng lệ nhỏ xuống nền đất làm khô đi muộn phiền chất chứa suốt gần hai mươi năm.

- Mẹ đừng khóc và nói nữa về người đàn ông là cha của con. Xem như cha đã chết, mẹ sẽ an lòng hơn. Con tin sau cái khóc này, mẹ sẽ chẳng còn có gì để khóc, chỉ có niềm vui và nụ cười. Ngày mai, mẹ nghỉ bán lên dự lễ nghe mẹ, cô giáo chủ nhiệm con mong gặp mẹ.

Suốt chiều hôm ấy, chị về ngoại sớm hơn báo với ngoại Tý. Ngoại vui mừng lắm, bà lục lại túi đựng quần áo, có vài chiếc áo dài. Chị ướm thử chiếc áo có hoa cúc vàng phía trước vạt còn tương đối mới, hài lòng, "Sao vừa vặn quá mẹ!" Ngoại móm mém nói yêu với con gái:

- Tội nghiệp con tôi, từ thanh xuân yêu cậu Sơn, có gì chưa được với con mắt tinh đời, mẹ đã can ngăn nhưng rồi định mệnh khắc nghiệt, thằng Tý mới thôi nôi, nó bỏ đi chẳng nói nửa câu. Từ đó chi hậu nó biệt vô âm tín, con một mình hy sinh hết để nuôi con ăn học. Bây giờ Tý được nhà trường tuyên dương không có nổi bộ đồ đẹp để mặc mừng ngày đại lễ của con.

Bà nhìn Tuyền, thấy con gái giống mình thời trung niên, bà vui đến nỗi nghẹn lời. Chị gói áo cẩn thận như kỷ vật quý. Ngày mai mình sẽ mặc chiếc áo dài này dự lễ cùng con, chắc cũng đẹp lắm đây.

Buổi tối ấy chị thao thức trông cho mau sáng để cùng con nhận lãnh vinh quang mà suốt bao nhiêu năm chị nỗ lực, chưa biết mệt mỏi là gì.

Buổi sáng ấy, mẹ Tuyền bước vào sân trường, một sân khấu trước trường cao, trang hoàng khá đẹp mắt. Trên nền vải xanh đính mấy chữ rất đẹp: Lễ Bế giảng & Tuyên dương các học sinh khối lớp 12.

Tý cùng mẹ đi vào, tận tay dắt mẹ đến gặp cô giáo chủ nhiệm:

- Thưa cô, đây là mẹ em, tên là Thanh Tuyền.

Chị cúi đầu chào cô giáo.

- Mẹ à, đây là cô Dung chủ nhiệm lớp của con, cô yêu thương con lắm.

Cô Dung mau mắn:

- Cô à, em Tý học giỏi, rất ngoan, có tinh thần giúp bạn và nỗ lực phát biểu. Suốt 3 năm liền em là học sinh xuất sắc. Chúc mừng cô và em Tý. Lát nữa nhà trường tri ân những phụ huynh có con em xuất sắc, cô lên bục để nhà trường tặng hoa.

- Dạ, cảm ơn cô cùng nhà trường.

- Thôi, em dẫn mẹ đến hàng ghế phụ huynh, chuẩn bị làm lễ bế giảng.

Sau lễ chào cờ, lời giới thiệu của cô giáo MC, thầy Hiệu trưởng nhà trường bước lên sân khấu dõng dạc:

- Kính thưa quý thầy cô, tất cả phụ huynh có mặt, cùng các học sinh thân mến của trường...

... Trường chúng ta năm nay, khối lớp 12 có 10 em trong tốp giỏi nhất, trong đó có em: Nguyễn văn Tý với số điểm tuyệt đối: 4 môn gồm Toán, Lý Hóa, Lịch sử, Văn 9 điểm và cùng 9 em có thành tích xuất sắc khác, tôi nhiệt liệt chúc mừng các em và biểu dương trước học sinh toàn trường, thầy cô cùng tất cả phụ huynh hiện diện. Tiếng vỗ tay rào rào làm mẹ Tuyền của Tý như người hạnh phúc nhất trong sân trường. Ông Hiệu trưởng không quên chúc mừng phụ huynh Thanh Tuyền đã nỗ lực dạy dỗ, khuyên răn em Tý không những học tập tốt mà còn biết giúp đỡ bạn bè cùng cả lớp tiến bộ.

Được nhà trường tặng hoa chúc mừng, mẹ Tý hãnh diện nở nụ cười vui sướng trước mọi người.

Sau cùng, Tý là người đại diện khối lớp 12 phát biểu trước trường, em phát biểu từ tốn, giọng vang đều đều ai cũng lắng nghe, nhóm bạn cùng lớp khoái chí lắm.

Sau lời phát biểu của Tý, khối 12 tung nón mũ lên chúc mừng cũng làm vui một góc sân trường.

Cuối cùng là bế mạc, giọng cô giáo hướng dẫn còn vang vang: Các em lưu lại khoảnh khắc đẹp của trường cấp THPT mình, để mai sau còn nhìn lại. Chúc các em khối 12 đạt thành tích tốt trong kỳ thi cao đẳng và đại học sắp tới để xứng đáng là cựu học sinh ngôi trường thân yêu này.

Các học sinh thi nhau chụp ảnh lưu niệm và vui vẻ với nhau từng tốp một, làm tưng bừng, xôn xao góc sân trường, có bạn còn đưa lưng xin chữ ký của các bạn cùng lớp, chiếc áo như bức tranh nhiều nét chữ ký chồng lên thật ngộ nghĩnh.

Buổi lễ bế giảng trong 3 tiếng đồng hồ cũng qua đi, nhường chỗ cho sự lặng yên của sân trường khi cánh cổng chính ra vào khép lại.

***

Thời gian cứ lầm lì trôi qua, mẹ Thanh Tuyền tiếp tục cuộc hành trình cùng mưa nắng để cố gắng dành dụm gửi vào cho Tý chi phí ăn, ở, học đại học rất cao. Còn Tý biết phận mình nên dè xẻn tất cả có thể, trừ phương tiện học tập. Hơn ai hết Tý biết mẹ mình kiếm đồng tiền rất vất vả, chua cay thậm chí có cả máu xương của mẹ.

Rất may, anh thật thà chơn chất lại học giỏi nên các bạn cùng ký túc xá nói riêng, cùng cả khoa nói chung biết hoàn cảnh anh nên cũng đỡ đần anh phần nào. Ai cũng quý mến anh.

Mới đó, mùa xuân lại đến, những bạn có tiền đã đặt xe về quê nhà đoàn viên cùng gia đình trong 3 ngày tết. Tý buồn vì không có tiền về thăm mẹ. Đang nằm đọc quyển sách cho nhẹ nỗi buồn, thằng bạn ở thành phố này gọi:

- Alo, mày có trong ký túc xá không Tý?

- Tao đang nằm lỳ trong phòng đây, có gì không, Hùng?

- Ra ngoài cà phê Sinh Viên, tao ghé thăm mày chút đây.

- Ok, tao ra ngay.

Hùng kéo ghế mời Tý:

- Nè, café nhé. Tý, mi không có tiền mua vé về thăm mẹ à?

- Mẹ tao, có mỗi một mình, từ ngày vào học Đại học trong này, bà phải "tăng công suất" nhưng bán mua ở chợ xã, chợ huyện làm chi có nhiều tiền, nếu bà gửi vào thì tao về, bằng không tao ăn tết cùng những bạn đồng cảnh ngộ.

- Thôi được, chị tao mới cho vài triệu, tao giúp mày vé xe về thăm mẹ, ngày Tết thiêng liêng lắm, bà trông mòn con mắt về phương Nam mong mày về. Mày cứ tự nhiên coi như tao cho mày mượn, thế thôi.

Tý cảm động lắm, lòng muốn về với mẹ thăm và sẽ có nhiều điều nói trong năm mới, nhưng tiền bạc không cho phép – Đồng tiền là phương tiện dữ dội nhất trên thế gian này, cũng đành thôi.

- May quá, còn có mày. Cảm ơn Hùng nhiều, ơn nghĩa này làm sao trả nổi bằng tiền, phải không Hùng?

- Uống café nói chuyện cuối năm và cậu còn liên lạc nhà xe để quay về với mẹ trong mùa xuân này. Chúc buổi quay về gặp nhiều gương mặt cựu học sinh một thời, nhất là cô nàng nào cậu để ý. Giờ ta là sinh viên của đại học danh giá chứ bộ.

Nắng tháng chạp rực vàng và ấm áp, xuyên qua cành lá của hàng cây cổ thụ làm mát con đường tình sinh viên trước Ký túc xá, người ta đi rộn ràng và xôn xao trên phố, thỉnh thoảng có vài chiếc xe chở cây kiểng, chậu mai vàng chuẩn bị đón tết trông vui mắt lạ thường.

Sau ngày ấy, cặp đôi bạn Tý Hùng gắn bó hơn trong cuộc chơi bóng tròn, hay các kỳ thi Robot tại thành phố này. Hai "nhà khoa học" này chăm chỉ miệt mài nhiều ngày đêm đầu tư tài chính và công sức, trí tuệ và một kỷ niệm khó quên là cặp đôi bạn này lên bục cao nhận giải Robot toàn thành về ý tưởng sản xuất Robot.

Ngày về trường, hai chàng như vị anh hùng được tuyên dương dưới trường Đại học. Sự vinh quang nào cũng phải có giá của nó. Các bạn sinh viên nhìn cặp đôi này với ánh mắt đầy nể nang.

Thấm thoát, ngày tốt nghiệp Tân Cử nhân cũng đã đến sau bốn năm chăm chỉ và miệt mài dưới khung trời đại học.

Lần nữa, anh mời mẹ vào thành phố để bà vui, mở rộng tầm mắt cho mẹ, anh vội gọi điện thông báo cho mẹ, khi có giấy mời của trường:

- Mẹ à, lần thứ hai trong đời, con được trường mời, lại là trường Đại học danh giá, phụ huynh của sinh viên xuất sắc sắp ra trường.

Bên kia, đầu dây bà mẹ có vẻ ngập ngừng:

- Con à, mẹ vui đến rơi nước mắt vì sự chăm chỉ của mẹ và con được ông trời đền bù xứng đáng, nhưng con à, xa xôi quá mẹ lạ nước lạ cái, hay là mẹ không vào cũng được, mặc dù rất tiếc, con nhớ chụp cho mẹ vài tấm ảnh ngày con ra trường để mẹ khoe với ngoại và bà con.

- Không được mẹ ơi, trường sẽ tài trợ vé xe đi và về, mẹ an tâm, bây giờ con đã là tân kỹ sư, mẹ cứ vào, đón xe vào thành phố, gọi con ra đón, nhớ đừng trễ, bỏ lỡ một cơ hội rất đáng tiếc, mẹ nhé. Mẹ có thể mượn tiền ai đó thân thiết, ngày về con sẽ gửi để trả họ. Con mong mẹ. Vậy mẹ nhé, con thương mẹ nhất.

Chiều hôm ấy, mẹ Thanh Tuyền lại vui buồn lẫn lộn, bà không thân thiết ai ngoài bà ngoại và dì cậu, làm sao mượn được vài ba triệu! Bà vội về ngoại.

- Chào mẹ, con báo mẹ tin rất vui, thằng Tý được ra trường rồi, là tân kỹ sư được trường mời con vào dự lễ tốt nghiệp tân kỹ sư, nhưng xa xôi quá, lại không có tiền vào, nhưng nó gọi điện tự tin lắm: “Mẹ cứ vào, nhà trường tài trợ vé xe”, nhưng con không có tiền mặt, hôm qua con trút túi dốc hầu bao lấy hàng, còn quá ít.

- Con dự tính chuyến đi này bao nhiêu?

- Chắc hơn 2 triệu, nghe nói vé xe khứ hồi cả triệu rồi mẹ à...

- Vậy, để mẹ gọi cho vợ chồng con Tư, chắc được. Vừa nói mẹ của Tuyền mở máy gọi:

- Alo mẹ, có việc gì không mẹ gọi con?

- Chẳng giấu chi con, chị Tuyền con được trường Đại học trong thành phố mời vào dự lễ ra trường của thằng Tý. Chị Tuyền mày hôm qua lấy hàng hết tiền rồi, vài bữa nữa sẽ vào thành phố. Con cho chị Tuyền mượn đỡ vài triệu, nó về sẽ trả lại cho vì nhà trường tài trợ vé xe, chưa kịp gửi ra.

- Dạ, có chị Tuyền đó hả mẹ?

- Ừ, nó về hỏi tao nhưng tao không có.

- Mẹ, cho con gặp chị Tuyền nhé.

- À, chị đây em, như mẹ nói đó, em giúp chị mượn đỡ nhé. Chị về sẽ trả ngay.

- Ok chị, để em về gửi chị mượn 2 triệu nhé, chị chờ em, em trên đường về chuẩn bị thăm mẹ. Lâu quá chị em không gặp. Đợi em nghen.

- Ok em. Cảm ơn em.

- Có chi chị, em về nói chuyện nhiều nhé.

Hai chị em lâu ngày không gặp, cùng mẹ nói đủ chuyện trước sau của cả nhà, vui có, buồn có, vui nhất là đề tài Tý, ai cũng mừng và hãnh diện có Tý học giỏi.

Ngày ra trường cũng đã đến, chị vào thành phố trước một ngày, chị nghỉ cùng ký túc xá với Tý, nó vui mừng lắm. Phòng của Tý hôm ấy rất nhiều bạn cùng khóa vào thăm và trò chuyện với chị cả đêm. Bốn chục bánh thuẫn mẹ Tuyền mang vào cũng sạch sẽ, các bạn sinh viên nhiệt tình đáo để, chẳng khách sáo. Mẹ Tuyền vui như từng chưa được vui, lần đầu trong đời chị bước vào ký túc xá, có lẽ sẽ là lần duy nhất. Tối ấy, chị thao thức chờ mai sẽ được cùng ngồi với các vị phụ huynh giàu có và sang trọng, cùng những trí thức mà ai cũng kính nể, chị suy nghĩ vẩn vơ.

Khuôn viên trường quá rộng, chị mãi trầm trồ: "Hèn chi là trường đại học vậy mới đủ để chứa tất cả học sinh nhiều vùng vào đây". Chị được mời vào ngồi trong khán phòng sang trọng, máy phóng thanh xướng tên từng em tân kỹ sư, ông giáo sư mặc áo thụng màu đỏ tặng bằng tốt nghiệp cho các tân khoa áo thụng màu xanh, buổi lễ diễn ra trang nghiêm cũng gần vài tiếng đồng hồ. Sau đó tất cả ra ngoài chụp hình lưu niệm, chị thấy Tý cùng các bạn Tý rộn ràng với nhau hết người này đến người khác, hết tốp này đến tốp khác, chị mỉm cười hạnh phúc suốt buổi.

Các bạn cùng khóa chụp ảnh lưu niêm, sau đó đứng chung quanh Tý reo hò và tung hứng Tý như các cầu thủ bóng đá vừa được lãnh cúp vô địch tung hứng huấn luyện trưởng của mình ca tụng sự tài giỏi của ông, một kiểu chúc mừng Tý rất lý thú. Thời sinh viên nhiều kỷ niệm, nhưng có lẽ kỷ niệm này ấn tượng với Tý, khó quên.

Không quên chụp với mẹ Tý nhiều tấm hình kỷ niệm cùng với Tý và anh em cả khoa, một dấu ấn vinh quang của con chị, chị sung sướng như bắt được niềm vui lớn nhất trong đời. Khi các bạn ra về, Tý lặng lẽ dắt mẹ ra nơi góc trường đại học mà anh đã xứng đáng nhận lãnh những vinh quang.

- Mẹ à, mẹ mặc chiếc áo tân khoa này, con chụp cho mẹ tấm hình độc nhất vô nhị trong đời mẹ.

Sau đó, để mẹ đứng trang nghiêm, anh đứng đối diện, dõng dạc nói với mẹ:

- Mẹ à, mẹ là người xứng đáng vinh danh để mặc chiếc áo tân khoa này, cả cuộc đời con có được tấm bằng này đều do công sức và sự hy sinh vô bờ của mẹ, từ lúc con có mặt trên thế gian này. Cho con lạy mẹ như sự biết ơn công đức to tát ấy.

Chị đứng như trời trồng, không chút phản ứng nào.

Nước mắt của niềm vui chảy dài xuống đôi gò má gầy guộc và sạm nắng rồi rơi xuống đất hòa cùng màu xanh của cỏ trong khuôn viên nhà trường như thể màu xanh hy vọng còn trải dài cho tương lai con của chị là thằng Tý.

Nắng sân trường như rực rỡ hơn trong không gian cao và rộng của trường đại học, bầu trời xanh trong và mây trắng từng cụm ụn trên nền trời xanh trong thật đẹp như tương lai của Tý và mẹ Thanh Tuyền.

Hai mẹ con cùng về ký túc xá, tiếng reo vui trong lòng hai mẹ con sẽ không có văn sĩ tài hoa nào tả được nổi niềm vui đang reo ca trong trái tim người mẹ suốt đời tần tảo vì con.

Phạm Ngọc Dũ

PHẠM NGA
MƯA, MỘT NGƯỜI NÀO KHÁC

"Người khác là địa ngục của tôi."
J. P. Sartre

1.
Buổi chiều ướt át, lạnh lẽo và một mái hiên tình cờ, thầm lặng sau màn nước mưa. Tôi bị giữ chân lại đó giữa lúc đi lang thang, thơ thẩn chẳng có mục đích. Mùa hè đang tan rã. Những cơn mưa buổi chiều hay kéo dài khiến gót chân ngày kéo lê vào đêm bằng vẻ chán chường, trễ muộn. Đứng lạnh căm dưới mái hiên đó còn có một người con gái đẫm ướt, cặp sách ghì sát vào ngực, nửa để trấn át cơn lạnh nửa để che giấu thân trên. Từng vùng da thịt hồng hào nức nở bên trong lớp y phục ướt, gò ngực thanh xuân run rẩy từng cơn, bắt nghĩ tới những cơn ho xé phổi, những sốt nóng liệt giường vì thấm lạnh quá lâu. Tấm thân gầy thon đã đẫm mãi trong nước mưa dửng dưng.

Tôi đang có mặt ở đó và cầm cái áo mưa chưa mở trên tay. Châu thân tôi cũng ướt đẫm, cũng run giật và tự dưng, trước thân thể người con gái bày lộ ra cảm động như thế, đã không cảm thấy thèm muốn như kiểu con mắt thích thú của gã đàn ông vừa bước vào mái hiên. Chỉ thấy trong lòng dấy lên một nỗi buồn tịnh không. Phải chăng tôi đang chứng kiến thảm cảnh một con người đang chịu đựng thiên nhiên và người khác? Tôi không mấy tin là mình nhiều tưởng tượng có vẻ triết lý như vậy.

2.

Tôi ngỏ ý cho cô gái mượn cái áo mưa khoác ngoài cho đỡ lạnh thì nàng lắc đầu. Đôi môi tím ngắt run run cám ơn. Em làm tôi khó nghĩ – đúng hơn là khổ nghĩ. Rõ ràng là em đã gặp khó khăn, khổ ải nhưng dưới mái hiên này thì tôi cũng không may mắn hơn - theo nghĩa thoải mái, dễ chịu. Tôi phải nói sao cho em – một tha nhân – hiểu được tôi?

Em, đang đứng đó, xa tôi một quãng cách nhưng cứ chung nỗi chịu đựng cơn mưa lạnh cắt da này. Trời chưa dông bão nhưng cũng đang đủ làm chúng ta khốn đốn. Xác thân hồn nhiên vô tội của em còn đang chịu đựng thêm nhiều cái nhìn trộm đạo từ khách qua đường, nhất là từ gã đàn ông đứng trú gần đó nãy giờ.

Thật tình, tôi không có một ngụ ý hào hiệp nào. Nếu đang có chút xúc động mơ hồ thì đúng ra, đó là khởi từ em, tôi đang dành lòng ủy mị cho vài thực tại trừu tượng. Như con người. Như thân phận nhân loại. Hay bất cứ danh từ nào có thể gọi tên đám sinh vật khốn khổ là chúng ta đây, dưới cơn mưa trời này.

Trời đã sụp tối. Có mưa thì trời càng tối nhanh và lạnh hơn - như vì một lý do nào đó, Tạo Hóa chán nản, bỏ đi nghỉ sớm. Trong lòng chúng ta hiện đang không khỏi nhen nhóm một nỗi lo âu, đúng hơn là một nỗi tủi phận. Vì, giờ này các gia đình đã sum họp đông đủ trong nhà nên bữa cơm chiều dù đạm bạc cũng cứ ngon lành dưới ánh đèn ấm cúng... Một bày lộ nhỏ bé nhưng quá dễ nhận ra của hạnh phúc. Vâng, cái giờ giấc trễ muộn này là thời khắc mà mọi người/mỗi người có thể trở về nhà, trở về khung cảnh ấm cúng của riêng mình, như bức tranh gia đình tôi vừa vẽ vời. Còn tôi và em, chúng ta, là những kẻ chậm chân, đang khốn khổ, câm lặng đứng như thoi thóp dưới mái hiên tình cờ xa lạ này. Vậy mà chúng ta cũng chẳng có gì để chia sẻ cho nhau, thậm chí dù chỉ là nói với nhau vài điều ngắn ngủn, như lúc nãy tôi ngỏ lời cho em mượn cái áo mưa. Để rồi khi em không nhận cái áo, tôi cũng không buồn mặc vào người... Kìa, trời tối nhanh làm mình càng thổn thức, xốn xang. Ngày trễ muộn cùng cái lạnh, cái đói làm mình càng tủi phận.

3.

Như cố tật, tôi đang là một gã lải nhải nói-một-mình. Sự việc đầy thất vọng vừa rồi cứ khiến tôi dằn vặt...

Thật tình, hơi gợn lên trong đầu nhưng tôi chẳng buồn tìm hiểu do đâu mà cô gái từ chối sự giúp đỡ nhỏ nhoi của mình. Bởi một sự cảnh giác chung chung của con gái khi ra đường? Bởi định kiến cứng nhắc này khác về người lạ, kiếm chuyện hỏi han?... Có gì đó phi lý vì cô gái và tôi đang cùng rơi vào chung một cảnh ngộ khốn đốn như lúc này. Nhưng tôi chịu thua, không thể hiểu.

Thôi thì sự việc đã phi lý như chính cuộc đời, nhưng em đừng bỏ đi nhé. Vì làm thế em cũng không thể thật sự vượt thoát được thảm cảnh trước mắt. Hay em chỉ như gợi lên một chút gay cấn cho một vở kịch sân khấu, trong đó hành vi cúi mặt bỏ đi, đột ngột bước ra khỏi sàn diễn của vai cô gái mà em thủ diễn chỉ làm mệt óc khán giả nào thật sự theo-dõi-có-suy-nghĩ vào vở kịch, dù vở kịch có định làm bi kịch hay không. Hơn thế, trước đề nghị giúp đỡ 'cho mượn áo mưa' của vai chàng thanh niên, cô gái bỏ đi sẽ lố-bịch hóa hành vi của hắn. Mà nhân vật nam hụt với, hóa ra thừa thãi thì càng khiến ý nghĩa vở kịch đã phi lý càng phi lý hơn.

Vâng, em đừng bỏ đi theo ý đồ của đám kịch tác giả, nhà văn, thi sĩ thường chế tác ra toàn những đau thương, bi lụy cuộc đời, chỉ để dụ hoặc người xem, người đọc.

Vậy là vây quanh tôi và em cùng đám-đông-người-khác, chỉ toàn ngộ nhận. Ngộ nhận xảy ra ngay trong thoáng mắt nhìn hay lời mở làm quen sơ ngộ. Điều thảm hại này khiến tôi luôn cảm thấy tẻ nhạt, chán ngán mỗi khi phải miễn cưỡng lên tiếng trước mọi người hoặc lơ đãng nhìn vào cuộc sống. Tôi đang đứng bằng cả hai chân trên nỗi cô độc tai kiếp của mình. Để rồi có khi tôi không khỏi bị người khác xếp vào loại người thuộc 'mốt' thích tạo cho mình một vẻ cô đơn hay khó hiểu. Rất dễ gặp loại người có tật hay làm-dáng-tinh-thần này ngoài đường phố, trong mọi đám đông, dù chỉ để tụ họp vui chơi dễ dãi hay ngược lại – thảo luận nghiêm túc.

Xin trần truồng như thơ dại dâng hiến thân tâm mình cho một hiện sinh thật sự tự do, thoải mái - không vướng định kiến, tiền kiến nào. Thật đáng thương cho những ai khi đầu óc hướng vào nội tâm thì không dám chui lặn thật sâu vào bóng tối những ẩn ức, dồn nén của riêng mình nhưng lại tưởng có thể tính toán giỏi giắn, đúng tốt cho toàn thể số phận riêng mình cùng người khác...

Tôi tiếp tục thầm lải nhải, nghĩ lan man về một vài cơ cấu giả ảo khiến chúng ta có những thái độ không thật sự tự chủ khi cư xử với nhau. Như vừa rồi, trong cơn mưa, tôi tình cờ nhìn thấy em lạnh ướt, khổ sở, vừa run rẩy vừa sợ hãi vì xấu hổ về tình trạng lộ bày thân thể mình. Tôi cũng lạnh ướt, cũng run rẩy, chỉ có thêm một điều là trong lòng tôi dấy lên cảm xúc khi nhìn thấy em khổ sở như thế. Rồi hình như cảm xúc tội nghiệp khá mơ hồ ấy đã xui tôi nảy ý muốn giúp đỡ em, lên tiếng với em rằng sẵn sàng cho em mượn cái áo mưa để khoác lên người cho đỡ lạnh và đỡ ngượng. Chỉ vậy thôi. Như đã nói, cái đề nghị không có tên gọi cho rõ ràng nhưng không có gì đáng để gọi là hào hiệp, nịnh đầm kiểu Tây trước phụ nữ, hay lịch sự, lãng mạn gì đó - hay ngược lại, trong đề nghị cũng không ngầm gói ghém mưu đồ vụ lợi gì khác.

Rốt cuộc, khi em từ chối thì việc tôi muốn giúp đỡ em/một người khác như thế đã bị hoàn toàn phá sản thành một hành vi hụt với. Bấy giờ thì hành vi 'muốn giúp người khác' này đã chính thức có tên gọi đàng hoàng: hành vi thất bại. Em có thể tin điều đó. Tôi van em hãy tin như thế.

Vậy là tôi đã thất bại trong ước muốn nhỏ nhoi của riêng mình nhưng đồng một trật, tôi và em /chúng ta đã thất bại trong một chút tâm cảm của con người hướng về nhau, khi tình cờ tồn tại bên cạnh nhau. Rồi khi con người chúng ta yếu ớt, phân rã như thế là đã góp phần khiến cho cơn mưa chiều dù không phải là dông bão cuồng nộ vẫn được cơ hội trở nên một thế lực thiên nhiên gây nên thảm cảnh cho con người. Cơn mưa không còn chỉ là gây khổ sở cho riêng em mà còn gây khổ thân, khổ tâm cho cả hai chúng ta.

Cứ xem mái hiên này là một sân khấu lộ thiên, thì trong bối cảnh đơn điệu ấy khán giả sẽ thấy tôi và em là hai diễn viên đứng cạnh nhau, đứng sát vào nhau, tưởng như có thể ôm lấy nhau. Còn cơn mưa, mưa không hề phủ chụp cả hai chúng ta dù có vẻ như thế. Sâu xa thì chỉ có một trận mưa cho riêng em và một trận mưa khác cho tôi. Đối với mỗi con người cực cùng cô đơn, cô độc như chúng ta thì ai nấy chỉ có thể ướt át, khổ ải riêng phận mình...

4.

Dù sao, có một điều mà tôi phải cám ơn cô gái là em đã vô tình giúp tôi thấu hiểu hơn về lớp sương mù hờ hững mà đã từ lâu, xuyên qua đó tôi nhìn và nghĩ đến người khác.

Bây giờ không còn là thời thịnh đạt của loại triết lý, văn chương đề cao cá nhân, tôn vinh chủ thể tính nhưng tôi đang sống nghĩ, thao thức như một kẻ lỗi thời. Rằng sống là sống-với, sống với người khác, nên phải biết nghĩ đến tha nhân. "*Đừng ích kỷ! Hãy vì người khác!*", đó là bài học luân lý sơ đẳng, nhưng ác nghiệt thay là mỗi chúng ta dù biết hay không biết cũng đều từng ít nhiều có kinh nghiệm chua xót rằng: "*Tha nhân là địa ngục*" (*Mon enfer c'est les autres*) như triết gia J. P. Sartre từng thừa nhận. Điển hình như 'chiến tranh' – thứ thảm kịch phi lý, giết người hàng loạt đối với toàn nhân loại thì ở đâu, thời nào cũng có người rùm beng lên án chiến tranh, tố cáo kẻ phạm tội diệt chủng, cũng như lớn tiếng đòi giải trừ quân bị, xuống thang kho vũ khí nguyên tử, v.v..., nhưng thật mỉa mai là ở mọi quốc gia dù lớn dù nhỏ, các tổng thống hay nguyên thủ quốc gia đều có cơ hội lần hồi biến thành kẻ gây chiến, kẻ diệt chủng một khi các ông có quyền tuyên chiến với các nước khác hay bấm nút bom nguyên tử giội xuống đất nước thù địch. Rốt cuộc, ở các quốc gia tham chiến đang tổng động viên, đang bắt lính..., vô số nam công dân sẽ bị cưỡng bách tham chiến, biến thành người lính, tức mọi thứ thuộc về nhân cách, tính cách riêng của mỗi người đều tan biến hết để bị đồng nhất hóa vào một thứ duy nhất là số quân.

Rồi khi nào đó được trở về với chính mình, người ta chỉ thấy mình là một nỗi bơ vơ hiện thành người. Bước vào trong hay bước ra ngoài con người mình cũng đều thấy sương mù. Hư vô! Có người nói giữa con người với nhau không hề có cảm thông, kể cả lúc làm tình với nhau hay tự sát cùng nhau. Thế thì có cách bày tỏ, chia sẻ nào thật hiệu quả để mọi người có thể thật sự đến với nhau, hiểu nhau? Không, vì kỳ cùng chỉ dẫn đến ngộ nhận. Ngộ nhận là tiếng nói chung trên trái đất.

Trời đang mưa với em – một người nào khác, không phải với tôi, vì em đã khư khư giữ lấy nỗi ướt át, lạnh lẽo cho riêng em, khác nào đã không nhìn nhận rằng tôi cũng ướt, lạnh vì mưa như em? Thôi, tôi đành rời mái hiên, bước đi như mang cơn mưa của mình đi lãng du. Cách nào đó, vì giờ này ngoài em và tôi, những người trú mưa khác đã trước sau bỏ đi hết từ lâu rồi, nên khi tôi cũng bỏ đi tức bỏ em lại đó bơ vơ một mình.

Nhưng em có biết, dù tôi đã bước đi nhưng lãng đãng nghẹn ngào là tôi vẫn bỏ lại đó một cái tôi đầy phiền muộn khác, một cái tôi tiếp tục đơn độc và chỉ chờ tan biến vời vợi trong mưa trời. Cái tôi tội nghiệp ấy chính là cái tôi đã ngỏ ý trao cho em cái áo mưa. Cái tôi ẩn nhẫn hướng về tha nhân, để rốt cuộc bị ngộ nhận và bị xua đuổi. Sau cùng, cái tôi bi đát, cho thấy đời người/con người chỉ là thế thân cho một nỗi câm nín lẻ loi...

Phạm Nga

Sydney, chớm đông 2025

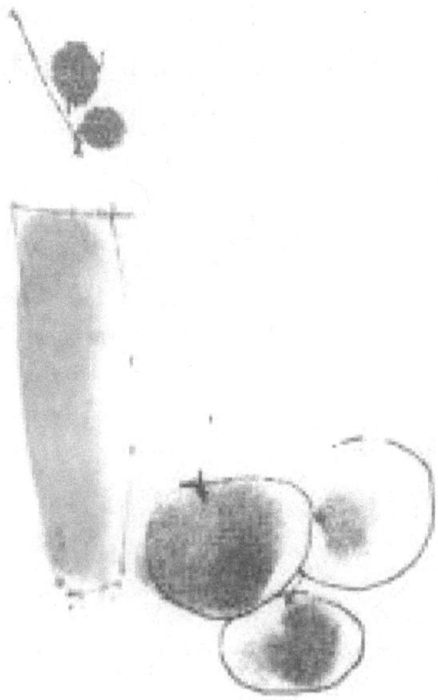

THIÊN DI SG

SỰ THƠ MỘNG & BÍ ẨN CỦA THƠ CA

Thơ ca là cả một đại dương của vẻ đẹp, cảm hứng và sự kỳ diệu. Theo tôi nghĩ phải có hai điều để làm nên một bài thơ hay, thứ nhất về cảm xúc chạm đến trái tim người đọc. Thứ hai ngôn từ phải "thơ" để người đọc tự mở rộng ý theo suy diễn của mình.

Nói về những bài phê phán thơ, cũng có bài tôi đọc - nhưng với thái độ hững hờ. Tôi không thích khen chê thơ dở thơ hay, thơ là tiếng nói tâm hồn tác giả, đã chia sẻ ra thì là tiếng nói của họ, nếu tác giả phân vân nghi ngại chính mình thì xóa đi là xong. Còn bạn không thích thì lướt qua.

Còn về vấn đề chê bai ngôn từ khó hiểu hay cho rằng vì vần điệu mà viết bậy thì cũng có thể có, nhưng bạn dám nói rằng bạn hiểu hết ý tác giả chưa, bạn có trong ngữ cảnh đó đâu mà hiểu? Và thực ra "cảm" là xúc tác của thơ, nhiều khi nó hoàn toàn thuộc về tâm hồn nên không dùng lý trí phân tích được

Carlos Drummond de Andrade là một nhà thơ và nhà văn người Brazil, (được một số người coi là nhà thơ Brazil vĩ đại nhất mọi thời đại) đã từng nói:
"Nếu bạn nhìn chăm chỉ, bạn sẽ thấy không phải là lời giải thích (nghi ngờ) về cuộc sống, nhưng bài thơ (không giải thích) của cuộc sống, nhấn mạnh rằng cuộc sống không nên bị hiểu theo nghĩa đen, khô khan, mà nên được cảm nhận như một bài thơ, với vẻ đẹp, sự bí ẩn và những điều không thể giải thích được."
Lời khẳng định của Drummond mời gọi chúng ta trên một hành trình tìm kiếm, một khám phá sâu sắc và tỉ mỉ về ý nghĩa và sự hiểu biết của cuộc sống. Tuy nhiên, ông ấy đã cảnh báo chúng ta rằng lời

giải thích mà chúng ta mong muốn có thể thoáng qua và không chắc chắn. Thay vào đó, chúng ta được mời suy ngẫm về thơ ca, một miền rộng lớn và bí ẩn thoát khỏi những hạn chế của lý trí.

Cuộc sống là một bản giao hưởng của các sự kiện và trải nghiệm, đầy sắc thái, bí ẩn và mâu thuẫn. Nếu chúng ta tiếp cận nó bằng một cái nhìn thơ mộng, chúng ta sẽ phát hiện ra rằng bản chất thực sự của sự tồn tại không thể hiểu hết hoặc thể hiện qua những từ ngữ và khái niệm hợp lý. Thơ ca cho phép chúng ta trân trọng những tinh tế, cảm xúc sâu lắng và những khoảnh khắc thanh thản trong hành trình của chúng ta.

Tìm kiếm thơ ca của cuộc sống, chúng ta thả mình vào một đại dương của vẻ đẹp, cảm hứng và sự kỳ diệu. Chúng ta tìm thấy sự kết nối tinh tế giữa các sự kiện, khám phá sự phức tạp của cảm xúc con người và chứng kiến sự kết nối của vạn vật. Thơ ca mời gọi chúng ta nhìn xa hơn những vẻ bề ngoài hời hợt và đi sâu vào những tầng trải nghiệm của con người.

Trong khi lời giải thích hợp lý có thể mang đến cho chúng ta những câu trả lời tĩnh giới hạn, thì thơ ca cho phép chúng ta nhảy múa với sự bí ẩn và mơ hồ của cuộc sống. Chúng ta tìm nắm lấy nghịch lý, để chấp nhận sự không chắc chắn, và tìm thấy vẻ đẹp trong cả những tình huống thách thức nhất. Thơ ca nhắc nhở chúng ta rằng cuộc sống là một hành trình khám phá không ngừng, nơi trí tuệ thực sự nằm trong việc chấp nhận giới hạn của chính chúng ta và mở lòng với những điều chưa biết.

Vì vậy, chúng ta hãy trở thành những nhà thám hiểm về thơ ca của cuộc sống. Thay vì tìm kiếm câu trả lời dứt khoát, chúng ta mời gọi vẻ đẹp và sự kỳ diệu vây quanh chúng ta trong từng khoảnh khắc. Hãy để thơ ca dẫn lối chúng ta vượt qua ranh giới của những người được biết, giúp chúng ta trải nghiệm cuộc sống trong sự trọn vẹn, với tất cả màu sắc, sự bí ẩn và sự mê hoặc của nó.

Thiên Di SG

NP PHAN

Am Chúa Và Suối Đổ

Đã từ lâu, trong tâm thức của người dân xứ Khánh Hòa, bà Thiên Y Thánh Mẫu hay Thiên Y A Na là Bà Mẹ xứ sở, đã nuôi nấng dạy dỗ họ, là vị thần đã bảo vệ, chở che cho họ khỏi mọi thiên tai dịch họa, khói lửa can qua. Họ đơn giản gọi Thiên Y Thánh Mẫu là BÀ. Họ nghĩ và nói về Bà với sự ngưỡng vọng thành kính, thiêng liêng.

Theo tôi biết, ở Khánh Hòa có mấy địa điểm gắn liền với sự tích Bà Thiên Y Thánh Mẫu. Đó là Am Chúa, Suối Đổ và Tháp Bà. Trong ba địa điểm này thì có hai nơi ghi dấu ấn trong ký ức tuổi thơ tôi.

Thứ nhất là Am Chúa.

Am Chúa tọa lạc trên lưng chừng một ngọn núi thấp còn gọi là Qua Sơn hay núi Dưa, trong vùng núi Đại An quê tôi: xã Diên Điền, huyện Diên Khánh, tỉnh Khánh Hòa - cách trung tâm thành phố Nha Trang 14 km. Đó là nơi phát tích truyền thuyết về Bà Thánh Mẫu Thiên Y A Na, gắn liền với câu chuyện nổi tiếng từ xa xưa về hai vợ chồng ông Tiều và cô con gái nuôi vốn là tiên nữ xuống trần, sau trở thành Bà Mẹ xứ sở, tức là Mẫu Thiên Y A Na, đã khai sáng và truyền dạy cho dân chúng cách làm ăn, sinh sống. Ngôi mộ của Ông bà Tiều vẫn còn nơi Am Chúa.

Thuở nhỏ, tôi cùng đám bạn, lúc ấy khoảng hơn mười 14, 15 tuổi đã có lần mạo hiểm leo lên núi, đi sâu vô trong rừng, tắm suối

Lồ Ồ (hay Ồ Ồ, có hai dòng thác nước từ trên cao chảy xuống ồ ồ suốt ngày đêm như tên gọi, sau này là nguồn nước chính cho Hồ Am chúa). Bọn tôi leo cả lên tận Am Chúa. Trong trí nhớ của tôi, lúc ấy Am Chúa hoang vắng, tiêu điều, đổ nát. Tôi vào tận trong điện thờ, nhìn tận mắt tượng Bà. Có một điều kỳ lạ mà tôi vẫn còn nhớ mãi đến bây giờ, cho dù đã hơn năm mươi năm: phần mái lợp ngói trên am bị bom đạn thủng lỗ chỗ, có mảng lớn nhìn thấy trời xanh, gãy cả rui mè, chỉ duy nhất gian chính giữa, ngay phía trên tượng Bà là VẪN CÒN NGUYÊN VẸN.

Thứ nhì là Chùa Suối Đổ.

Chùa Suối Đổ nằm trên lưng chừng núi (khoảng 200 m) phía tây dãy núi Hoàng Ngưu (Đồng Bò), thuộc xã Diên Toàn, huyện Diên Khánh. Sở dĩ có tên gọi như vậy là vì chùa nằm bên dòng suối, cứ đến mùa mưa là suối tuôn ào ạt, trắng xóa, có thể nhìn thấy rất rõ từ xa vài cây số, nhất là trên tuyến đường Quốc lộ 1 qua Diên Khánh.

Trong ký ức tuổi thơ tôi, Chùa Suối Đổ là một ngôi chùa linh thiêng, kỳ bí. Khoảng những năm 1963, 1964 (lúc đó tôi chỉ khoảng 6, 7 tuổi) nghe đồn ở chùa Suối Đổ có nhiều loại cây cỏ và nước suối ở đây có thể chữa được bệnh tật, khắp nơi người ta đổ về đây. Tôi được đi theo cha mẹ đến chùa và ngủ lại một đêm ở đây trong không khí huyên náo, đông đúc. Tôi nhớ cha mẹ tôi có lấy mấy chai nước suối về uống để trị bệnh. Tôi không nhớ trị bệnh gì và có hết bệnh không. Tôi nhớ mang máng có người tìm được cả kỳ nam, một vị thuốc quý. Người ta truyền rằng, đây là nơi Bà thường dừng chân nghỉ.

Những năm chiến tranh ác liệt, vào khoảng giữa những năm sáu mươi của thế kỷ trước, có những đêm, trong thinh không có tiếng nổ lớn rồi có một lằn ánh sáng xẹt trên bầu trời, từ phía Hòn Bà, Suối Đổ về hướng núi Đại An (Diên Điền) nơi có Am Chúa. Người dân quê tôi nói rằng Bà bay (vân du) về nhà (núi Đại An). Mỗi lần như vậy, người ta chắp tay hướng về phía Bà, cầu nguyện cho những điều tốt lành. Tôi đã có ít nhất một lần được cha tôi chỉ cho xem hiện tượng này, mặc dù còn rất nhỏ, tôi vẫn còn nhớ như in. Cho đến bây giờ, tôi vẫn không biết giải thích như thế nào...

Tháp Bà là nơi hòa nhập hai nền văn hóa, tín ngưỡng của hai dân tộc Việt và Chăm. Vị thần Po Ina Nagar trong tín ngưỡng của dân tộc Chăm đã thành Thiên Y Thánh Mẫu trong tín ngưỡng của dân tộc Việt, tuy một mà hai, tuy hai mà một. Người Việt tin rằng Tháp Bà là nơi Bà Thiên Y A Na "hiển thánh".

Am Chúa và chùa Suối Đổ hiện nay là những điểm du lịch tâm linh nổi tiếng của vùng đất Diên Khánh, Khánh Hòa.

NP Phan

TÂM KHÔNG VĨNH HỮU

MÙI TRANH

1- Chính hắn cũng không hiểu nguyên nhân nào đã làm cho hắn có phép mầu. Hắn trở thành một hiện tượng lạ đời nhất của nghệ thuật hội họa. Tranh của hắn vẽ ra, bất cứ là tranh nào, người xem tranh lẫn hắn điều ngửi được mùi từ trong tranh. Mùi tranh, không phải mùi của màu của mực, mà là của ý nghĩa cây cảnh, của nhân vật xuất hiện trong tranh hắn.

Từ bức "Ông lão bán kẹo kéo", mùi đường và đậu phộng bay ra thơm lựng. Từ bức "Bến cảng chiều đông", những người phu bốc vác trần trùng trục, nhễ nhại mồ hôi khuân vác những bao phân bón giữa trời âm u giá lạnh, người thưởng ngoạn có thể ngửi được mùi phân u-rê hăng hắc, mùi mồ hôi, mùi gió biển, và cả rác nhập khẩu còn chất đống trên tàu. Từ bức "Kiều", mùi son phấn thoang thoảng tỏa ra, cùng mùi bạc mới thơm phức mà người kỹ nữ ưu sầu rưng rưng nước mắt cầm trên tay sau một cuộc trao đổi với khách làng chơi. Hắn vẽ gì cũng bay mùi đặc trưng của thứ ấy. Thật là quái dị. Và chính nhờ vào sự quái dị này mà hắn bán được tranh. Tranh được mua ào ào. Hắn hăng lên trước thành công vượt quá mơ ước, nên cả ngày cứ cầm cọ đứng trước giá vẽ mà múa may. Tiền vào túi, vào nhà hắn như lá mít rụng ngoài sân, là bàng rơi bên bờ biển. Hắn đổi đời từ dạo ấy.

2- Hắn tậu ngay một ngôi nhà tráng lệ ngay trung tâm thành phố. Vợ con được rước về, bỏ ngôi nhà từ đường ở miệt ngoại ô, để hưởng những tháng ngày sung sướng đầy đủ tiện nghi vật chất hiện đại. Hắn bị cuốn vào dòng chảy lợi danh với tinh thần phấn chấn, hắn tự nguyện bị cuốn, vừa hăm hở tươi cười, vừa tung hoành tay cọ, mắt nhìn tới đâu là nơi ấy in ra cho hắn những xấp bạc giấy mới còn thơm mùi mực. Tranh của hắn bán không đủ cho khách mộ điệu, dù hắn đã vùi đầu vào công việc hái ra tiền suốt mười tám giờ đồng hồ mỗi ngày. Cho đến khi mọi thứ trong nhà đã được sắm sửa thừa mứa, tiền vàng đầy cứng trong tủ rương, trong ngân hàng, hắn mới yên tâm giảm tốc độ sáng tác. Hắn bắt đầu làm eo với khách hàng. Bắt đầu hưởng thụ cuộc sống, ít làm nhiều chơi. Tranh của hắn vì vậy lại tăng giá vun vụt, vun vút. Mỗi bức tranh hiếm hoi của hắn bây giờ có giá trị bằng mười bức trước kia. Vậy mà hắn cứ nhởn nhơ, thong thả ngao du vào cái thế giới ăn chơi phù phiếm xa hoa mà trước kia hắn chưa dám mơ đến.

3- Hắn đắm chìm giữa dòng khoái lạc mà hắn cho là thơ mộng, là hạnh phúc, với cách vung tiền quá trớn của một kẻ đang đắc thắng. Hắn thay người tình như thay đổi áo quần. Chỉ cần vẽ một bức chân dung tặng không cho mỹ nhân cũng đủ nhiếp hồn người đẹp. Người đẹp ngửi thấy cái mùi đặc trưng của thân thể mình từ tranh, kính phục và hiến dâng. Có hàng tá người đẹp xếp hàng chờ hắn mở lời trăng gió giao duyên chỉ vì mê ngọn cọ thần sầu quỷ khốc, mê bút pháp vô tiền khoáng hậu của hắn. Người ta kính sợ, nể nang hắn như trước mặt họ là một tay phù thủy có pháp thuật cao cường lão luyện, chứ không phải là một họa sĩ chân chính hào hoa. Càng kính sợ hắn chừng nào, tranh của hắn vẽ ra càng đắt và hiếm. Thế giới trụy lạc đầy màu sắc đã cuốn hút, khiến hắn mê đắm, tuyệt nhiên không nghĩ đến chuyện rời xa. Hắn càng mê đắm khoái lạc, càng vẽ điêu luyện, và không sợ thiếu thốn tiền bạc bao giờ. Hắn vẽ. Chơi. Vẽ. Chơi. Vẽ đủ thứ. Vẽ từ cô gái bán hoa đứng đường gọi khách, mong tìm ít đồng ăn đỡ đói, cho đến vẽ nàng con gái cưng của một ông lớn đang đú đởn se sua, làm điệu bộ cho ra trưởng giả, nhai nhóc nhách kẹo *chewing gum* như bà già nhai trầu. Cứ thế, vầng hào quang hỗn hợp màu sắc tỏa sáng sau lưng hắn một cách quái dị. Hắn tự biết mình có giá, mình quan trọng, mình luôn là người của đám đông, là cây đinh của nghệ thuật hội họa tỉnh nhà, là cái rốn của làng vẽ cả nước. Hắn đang muốn vươn xa, vượt biên giới, để đem cái pháp thuật nhiệm mầu của mình khuynh loát thiên hạ. Mộng của hắn ngày càng lớn lên, sình trướng lên, sặc mùi danh lợi, bốc mùi đô-la, mùi bia lon rượu ngoại, mùi đàn bà con gái...

4– Đêm ấy, hắn có mặt ở một khách sạn thuộc hạng sang nhất thành phố. Cửa phòng đã đóng lại. Trong phòng chỉ có hắn và một cô gái, cô gái mới chỉ tuổi trăng tròn, ngây thơ, bẽn lẽn, phập phồng trước hắn một kẻ già giặn kinh nghiệm, sành sỏi ăn chơi. Hắn chuẩn bị phá trinh cô gái ngây thơ kia theo giá cả đã thỏa thuận. Hắn mở túi xách, luôn kè kè bên mình, lấy ra những dụng cụ thường thấy ở một họa sĩ, bày ra giường, đem một tấm toan khổ lớn, căng ra đóng bốn đinh bốn góc cho dính vào tường. Hắn pha một màu, loay hoay rất lâu với mớ đồ lỉnh kỉnh, không hề nói một lời, cũng chẳng buồn nhìn về phía cô gái kia. Xong xuôi, hắn tắt đèn nê-ông, bật ngọn đèn ngủ đầu giường, rồi chậm rãi trút bỏ quần áo trên mình. Hắn bước lại đứng trước cô gái, ném đôi mắt đau đáu nhìn ngắm cô gái như con mèo đang ngắm nghía con chuột bạch hiền lành. Cô gái ngồi bất động từ nãy giờ trên giường, ngước mặt, nhướng mắt lên nhìn thẳng vào mặt người đàn ông tồng ngồng trước mặt mình.

Ôi... đôi mắt bồ câu đen lay láy, với lệ lưng tròng của cô gái đang rực sáng lên không chút sợ hãi, cũng chẳng van lơn, hay hối hận. Hắn hơi lạnh mình. Nhưng rồi con quỷ nhục dục trong hắn đã vùng dậy, vùng vẫy mạnh bạo. Hắn chồm tới.

Mười ngón tay của hắn chẳng hiểu vì sao, chính hắn cũng chẳng hiểu vì sao, lần này lại cóng róng, lại run rẩy khi mày mò tìm những hạt nút để cởi áo của món hàng trinh trắng mà hắn đã trả tiền trước sòng phẳng và hậu hĩnh. Hắn mỗi lúc càng luýnh quýnh với những hạt nút nhỏ nhoi đang là những ổ khóa bảo vệ cánh cửa một thế giới mới lạ bên trong. Mở hoài chẳng được, hắn chửi hẳn lên:

"Mẹ kiếp!"

Cô gái thở dài, hất tay hắn ra, rồi bình thản mở từng hạt nút trên áo của mình. Hắn đứng chết lặng, trố mắt nhìn. Cô gái cởi bỏ hết đến mảnh vải cuối cùng trên người, rồi điềm nhiên nằm dài xuống nệm. Hắn còn trong trạng thái bàng hoàng, chợt nghe giọng cô gái cất lên:

"Anh là họa sĩ vẽ tranh có mùi?"

Hắn giật mình, tỉnh hồn gật đầu. Cô gái lại hỏi:

"Anh không vẽ tặng em một bức chân dung hay sao?"

Hắn ngần ngừ, nói:

"Vẽ chớ. Nhưng khi đã làm xong cái chuyện ấy."

Cô gái nhoẻn miệng cười:

"Anh nên vẽ em trước khi em trở thành một người đàn bà!"

Hắn kinh ngạc:

"Sao vậy?"

Cô gái ngồi dậy, nói chắc rõ từng tiếng:

"Vẽ em bây giờ, bức tranh của anh sẽ chẳng có mùi gì hết. Tuyệt nhiên không có một mùi nào!"

Hắn ngẩn ngơ, nhíu mày, trầm ngâm. Rồi hắn gục gặc, nói:

"Em nói có lý. Vẽ tranh bay mùi đàn bà thì anh đã vẽ hàng nghìn bức rồi. Vẽ tranh bay mùi trinh nữ thì chưa."

Cô gái lắc đầu:

"Trinh nữ không có mùi. Không có mùi gì thì gọi là mùi trinh nữ."

Hắn nhăn mặt, gật gù:

"Có lẽ vậy. Nhưng phải thử xem, có đúng là không có mùi trinh nữ hay không?"

Cô gái cười khẩy:

"Tranh sẽ không có mùi gì hết!"

"Để thử đã!"

Hắn nạt. Rồi hắn dợm bước lại tấm toan căng trên tường. Chợt nghe tiếng cô gái vang lên từ phía sau:

"Tại sao anh không tự họa chân dung của chính mình nhỉ?"

Hắn giật nẩy mình như vừa như vừa bị điện giật, quay phắt lại, nhướng mắt ngó cô gái với vẻ khiếp đảm, nghe tim mình đập thom thóp trong lồng ngực. Mồ hôi tươm ra khắp mình mẩy trần truồng của hắn. Hắn lạc giọng, hỏi:

"Cô... cô vừa... nói gì?"

Cô gái hất cằm, giọng thánh thót:

"Anh đã bao giờ tự họa chân dung của chính anh hay chưa?"

Hắn nhăn nhó đau khổ, mắt bỗng nóng ran, lúng búng:

"Có lẽ... chắc là... chưa."

Cô gái cười, đứng dậy với thân thể mảnh khảnh trắng như bông gòn, tay chống nạnh nói:

"Vậy thì hãy vẽ đi, anh hãy vẽ để xem bức tranh có mùi gì? Mùi của anh chắc là đặc biệt lắm. Vẽ đi!"

Lời của cô gái như một mệnh lệnh bất khả kháng, làm cho hắn bủn rủn tay chân, nhất thời không biết phải làm gì. Hắn ngồi phịch xuống cái sàn gạch bông lạnh lẽo, mặt tái nhợt như mất máu. Hắn đốt thuốc, ém khói vào lồng ngực. Chừng ba hơi thì lấy lại bình tĩnh.

Cô gái vẫn đứng kia, trinh trắng và hồn nhiên, nhìn hắn với ánh mắt thương hại. Hắn lồm cồm đứng dậy, xua tay, nói lia lịa:

"Đi đi. Em hãy đi mau khỏi phòng này. Mặc quần áo vào, lẹ lên, coi như mọi chuyện đã xong rồi. Đi mau đi. Đi đi!"

Cô gái mỉm cười, bước lại lấy quần áo mặc vào, rồi đủng đỉnh bước đi. Ra đến cửa phòng, trước khi đóng cửa lại, cô gái nở một nụ cười khinh mạn, nhắc nhở:

"Nhớ vẽ chân dung tự họa của anh nhé. Chắc tranh có mùi đặc biệt lắm. Chào anh!"

Hắn bịt tai, nhắm mắt lại. Tiếng cửa đóng sầm tàn nhẫn. Hắn thở phào, đưa mắt nhìn quanh căn phòng vắng lặng. Chỉ còn một mình hắn. Và cái bóng in trên tường cũng bất động.

5 – Hắn mặc áo quần đi vào, đi một chặp, lại quay về phòng khách sạn với giá vẽ, bột màu, vải toan một cuộn. Hắn khỏa thân trước tấm gương lớn gắn trên chiếc tủ đứng. Giá vẽ đã ở sẵn một bên. Hắn ngắm nghía tấm thân xanh xao ốm yếu của mình thật lâu, và bắt đầu tự họa chân dung, chân dung của họa sĩ vẽ tranh có mùi.

Vẽ xong bức đầu tiên, hắn đưa mũi tới trước ngửi thử, không nghe một mùi gì. Hắn dí mũi tới sát đụng tranh, hít khịt khịt liên hồi, vẫn không nghe mùi gì, kể cả mùi bột màu. Kinh ngạc, hắn vứt bỏ bức tranh vô hương hữu sắc ấy vào góc phòng. Hắn vẽ bức thứ hai. Vẽ xong, hít thử, ngửi thử, rồi lại đến cả liếm thử cũng không nghe mùi gì. Lại vứt vào xó, vẽ lại. Bức thứ ba, thứ tư, rồi bảy, tám, chín, mười... cho đến nửa đêm về sáng. Hắn vẫn không tìm được mùi gì từ những bức tranh tự họa chân dung.

Đúng 9 giờ sáng hôm sau, thấy trong phòng im ắng lạ thường, bồi phòng gõ cửa gọi khách. Vẫn lặng thinh. Cửa phòng được mở bằng chìa khóa thứ hai. Người ta thấy khách thuê phòng nằm co quắp dưới sàn nhà lạnh tanh. Giữa đống tranh ngổn ngang bừa bãi.

Hắn đã giã từ cõi trần.

Đống tranh chân dung tự họa không mùi không hương của hắn đem cho ai cũng không dám, không thèm nhận. Có người khuyên nên bỏ hết vào cỗ quan tài, chèn nhét quanh thi thể cứng đờ của hắn. Giờ nhập quan, các bác sĩ pháp y công bố kết quả khám nghiệm tử thi: nạn nhân chết vì bị... nghẹt mũi.

Khi cỗ quan tài được đóng nắp, bất ngờ một mùi xông lên lan tỏa ra khắp nhà. Đó không phải là mùi của hắn. Vợ con hắn nhất quyết khẳng định như vậy. Mà đó là một mùi hỗn hợp các thứ mùi thường có ở những nơi mà hắn từng đi qua, từng sống, từng chơi trong chuỗi tháng rộng năm dài lặn hụp kiếm tìm cặn bã vinh hoa ...

Tâm Không Vĩnh Hữu

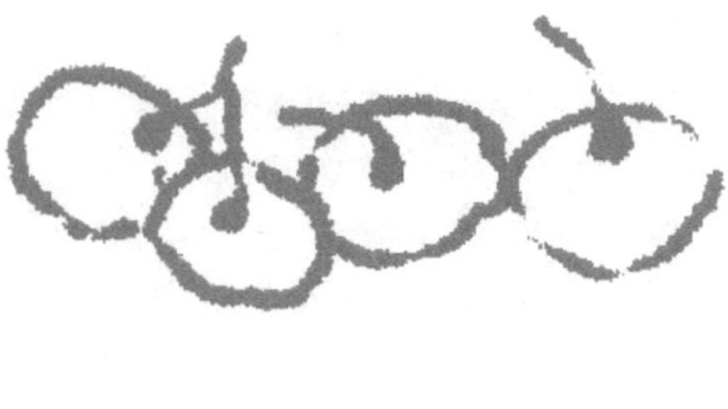

THÁI THỊ LÝ

LẶNG THẦM

Những tưởng thời gian sẽ phủ lớp bụi mờ, lấp che mọi thứ. Nhưng không! Ký ức luôn tồn tại, lẩn khuất đâu đó sâu thẳm trong tâm hồn để rồi bất chợt bùng lên mãnh liệt. Đó là tâm trạng của tôi hôm nay, khi đọc hai câu thơ:

... Rất vội vàng tôi mặc áo chinh nhân
Vẫn áo trắng em đi vào cuộc chiến
(Thơ Binh Le)

Chuyện kể rằng:

Sau buổi liên hoan chia tay hè năm 1972, tất cả bọn học trò chúng tôi tan hàng, cùng lao vào kỳ thi Tốt nghiệp mà ngày ấy gọi là thi Tú Tài 2 (hay Tú Tài toàn phần). Vậy rồi, người thì đi du học, người vào Đại Học hoặc các ngành nghề khác và cũng có những bạn vào lính! Các bạn tôi cũng vậy. Riêng tôi, an ổn ở Viện Đại Học Đà Lạt, xứ sở của mộng mơ, thiên nhiên trong lành, huyền ảo với những chiều, những sớm sương mù che khuất núi đồi, phủ kín mặt hồ Xuân Hương, với thông reo, liễu rũ...

Tuy ở nơi thơ mộng, đầy quyến rũ, ru mê lòng người, nhưng tôi luôn có một tâm hồn "tỉnh thức" với quyết tâm học tập, ngoài ra chẳng gì nữa mặc cho "kẻ ngó người nhìn", có chăng chỉ là chuyện "đôi co, đấu đá" bằng lời, gọi là cho vui! Tóm lại: Hồn nhiên, vô tư lắm! Đến năm 1973, tôi đang học năm thứ 2- Một tối nọ, trong giấc chiêm bao, tôi thấy mình đang ngồi học ở khu nhà Minh Thành, hình như Minh Thành 3, lâu quá cũng không chắc lắm! (Ở Viện Đại học họ đặt tên cho các phòng học như vậy, thường khu nhà gần như biệt lập với khoảng không gian riêng, cây cỏ xanh tươi bao bọc, đường đi lối lại tươi xanh như một khu biệt thự, thật đẹp); vẫn nhớ trong giấc ngủ tôi thấy đang học môn Lịch Sử với giáo sư Nguyễn Thế Anh, một vị thầy rất giỏi, khi ấy thầy là Thạc Sĩ lại vô cùng khó tính... bất chợt tôi nhìn ra cửa lớp, sau cái cảm giác như có ai đang tìm mình! Quả nhiên là có. Đó là bạn Nguyễn Văn Do, bạn vẫn trong bộ đồng phục áo trắng, quần xanh. Vẫn cái dáng dong dỏng cao, cái cảm nhận ban đầu là gầy ốm, xanh xao và cả ánh mắt xa xăm mong đợi đang chăm chú nhìn tôi! Bất giác, tôi đứng lên nhìn giáo sư, cúi đầu chào và đi ra! Tôi lên tiếng trước (tính tôi vẫn vậy, nhanh nhẹn, mau miệng rất vồn vã khi gặp người quen, bè bạn...), hỏi nhanh, vì trong trí tôi vẫn nhớ "mình đang học và bạn ấy đã lâu không gặp".

- Ủa, ông đi đâu đây? Có chuyện gì không?

Tôi vẫn nhớ ánh nhìn của bạn, gần như một sự "van cầu", bạn quay đầu nhìn về hướng đồi cù nói nhanh:

- Qua bên đồi cù chơi tí đi!

(Đồi Cù nằm đối diện với VĐH)

Tôi suy tính nhanh, và trả lời cũng nhanh vừa lắc đầu vừa nói:

- Không được, tui đang học, sao bỏ đi được. Với lại thầy khó lắm!

Hình như bạn ấy không trả lời, mà quay người thật nhanh... và tôi cũng giật mình tỉnh giấc! Hơi một thoáng nghĩ về giấc mơ nhưng cũng không thắc mắc gì, tôi ngủ tiếp, trời Đà Lạt mà! Được nằm trong chăn ấm thì giấc ngủ nào có khó gì nhất là với cái tuổi đôi mươi, lòng không vẩn đục, lại chẳng tơ vương.

Tuy đi học xa nhà, nhưng điều kiện của tôi rất thuận lợi, phải nói là "sang chảnh". Hàng tuần cứ chiều thứ sáu hoặc trễ lắm là sáng thứ bảy đã có lịch học cho tuần sau, cứ theo lịch đó, thứ hai mà không có tiết, hoặc chiều mới học là kể như tôi trong tư thế sẽ về Phan Rang chơi, thứ hai đi chuyến sớm, đến nơi đi luôn lên Viện để học, dài dài như vậy. Lần này về, tôi quyết định mang xe lên để đi học chứ để Bác đưa đi học thì ngại quá! Với lại, đã kiểm định một năm rồi, rành đường và yên tâm là xe mình leo được các dốc để đến trường, trừ dốc Lê Đại Hành!

Cứ thói quen, về đến nhà, chiều, nơi tôi đến đầu tiên là nhà chị Bon. Ra, thì chuyện cứ thao thao, trên trời, dưới biển chẳng hề hạn chế, chợt nhớ ra, tôi bèn kể lại giấc chiêm bao trong tâm trạng thật vui, thật rộn rã, xong còn thêm: Mà mắc cười ghê! Em đâu có bao giờ nghĩ gì về "nó" đâu, sao tự dưng lại chiêm bao vậy không biết; hào hứng quá, tôi không để ý, chị Bon... im lặng, sững sờ, sắc mặt "tái xanh" há miệng mà không cất nên lời, tôi chột dạ, hỏi nhanh:

- Ủa, sao dzậy?

Vẫn trong tâm trạng đầy xúc động, phải mất khá lâu chị mới từ từ nói:

- Chị chưa kịp kể với em. Em thấy "nó" thật hở? Lâu chưa?

Tôi hơi ngờ ngợ nghĩ thầm: Bà này quái, bữa nay tự nhiên sao từ tốn vậy không biết! Nhưng tôi vẫn đáp nhanh:

- Cũng hơn tuần rồi! Và tôi nhẩm nhanh rồi tiếp: chính xác 8 ngày. Mà sao?

Chị chưa hết bàng hoàng, kể rằng:

- Em à. Do chết rồi! Nó tử trận! Giờ cũng đã hơn tuần! Chị có đến đám tang...

Giờ đến lược tôi tê dại, ngồi chết trân, chẳng khác chi Từ Hải, có khác chăng thì Từ Hải chết đứng còn tôi chết ngồi. Tai tôi ù đặc. Không nghe gì nữa, cảm giác lạnh từ đầu đến chân. Tôi đang sợ và tiếc thương một người bạn mới rời ghế nhà trường, vẫn còn đó "áo trắng thư sinh". Phút cảm xúc rồi cũng qua! Tôi đã trở lạnh bình tĩnh, yêu cầu chị kể lại chứ nãy giờ lời chị nói như tiếng vọng tận đâu đâu đưa về! Chị nói lại, tôi nghe càng hoảng hơn:

- Nhà nó gần xóm chị, nên khi hay tin chị có đến thăm. Gia cảnh cũng neo đơn, chỉ còn mẹ và đứa em gái. Chị thắp nhang và có khấn với nó là: Em đang đi học tận ĐL chắc không biết, thôi khi nào Lý nó về chị sẽ dẫn lên thắp nhang cho em!

Trời ơi! Tôi nghe mà muốn xỉu! Chị đừng đùa kiểu này. Sao lại đi hứa với người đã chết mà là hứa thay. Có ăn gan trời tôi cũng không dám đến, đã vậy còn giấc chiêm bao kia nữa. Và tôi thật sự vô cùng sợ hãi! Run giọng nói thật lòng:

- Chị Bon, em nói thiệt. Vụ này, em không giỡn, mà thật tình em không thể đến được! Em sợ lắm! Giờ chị tự hứa thì chị tự mà đi trả lời luôn đi! Lên nhà Do thắp nhang và nói giúp: Em rất quý bạn, một tình bạn trong sáng, giờ bạn mất rồi em cũng buồn nhưng em không thể và thiệt tình là không dám đến nhà đâu, cho chị rút lời hứa! Còn nó chịu hay không thì hai người tự mà điều đình! Thiệt tình, em làm mai mối cho chị "phận đẹp duyên ưa" giờ chị mai mối kiểu này chắc tiêu đời người ta!

Chị cũng biểu đồng tình, và nói thêm:

- Ừ, Do đã "tìm gặp" như vậy thì đúng là em không nên đến, sợ nó lại càng vương vấn thêm. Mà thiệt, đúng là "Tơ vương đến thác" (tên một tựa phim). Trời ơi, còn nhấn mạnh nữa chứ!

Rồi chị từ từ kể thêm, tôi, lần đầu tiên, im lặng lắng nghe, vừa nghe vừa chìm vào giòng ký ức miên man. Chị nói:

- Phải nói rằng Do thương em nhiều lắm! Theo chị là một mối tình si! Có những hôm đi học chung đường nó theo nói chuyện với chị mà trăm lần như một chỉ nói mỗi chuyện em, ân cần tha thiết, đầy vẻ chăm lo, rằng "nhìn Lý mảnh mai yếu đuối"..., nhiều khi tình cờ chị thấy nó nhìn em đầy thiết tha, đắm đuối mà từ ánh mắt đến nét mặt buồn lắm! Chắc nó cũng tự biết là tình yêu đơn phương!

Trời ơi, giờ nói với tôi điều này liệu có ích gì? Mà đâu phải tôi không biết! Chỉ là lòng còn vô tư, biết là biết vậy chứ không lộ một phản ứng gì mà cũng không phải mỗi mình bạn ấy. Tôi vẫn nhớ...

"Năm ấy, trường tổ chức hội trại, tôi tham gia nhưng đêm lạnh, sương nhiều, không khỏe, nên tôi vào trại sớm... chẳng lâu sau, bạn ấy vào, thăm hỏi, rồi nói về phương pháp trị bệnh bằng châm cứu bằng bấm huyệt mà bạn được biết qua một vị sư, bạn rất thích, ao ước có được bộ kim bằng bạc để học và cứu người, tôi nghe nhưng tai được, tai không, và giục bạn ấy "đi ra", tôi cần nghỉ... Bạn ra khỏi trại buồn hiu!

Rồi trong buổi liên hoan chia tay, những cánh chim chuẩn bị vỗ cánh tung mây... các bạn vui trong sự bịn rịn và hơi quá trớn, trong buổi văn nghệ, các bạn mời cả rượu mà là rượu đế, bọn con gái chúng tôi thì chỉ nước ngọt, thịnh lúc ấy là cam tươi, xá xị... Thế rồi, từng nhóm mời nhau, các bạn nam đến, cầm rượu đến cụng ly, rồi có bạn rót luôn rượu vào ly nước xá xị của tôi. Lại yêu cầu "không uống là không phải bè bạn"! Hừ, các bạn đánh giá tôi quá thấp. Thứ nhất tôi khá là kiên cường, thứ hai các bạn không biết đó thôi, gần như hàng ngày hoặc ít ra là hàng tuần tôi vẫn thường cụng ly với ông già (ba tôi) món bia khuấy với đường, so ra thì có nặng nhẹ hơn đôi chút, nhưng nào nghĩa lý gì? Thế là... tới luôn, tiếng cười vui, hò reo vang dội... nhưng không vuột khỏi tầm nhìn của tôi là ánh mắt đầy lo lắng gần như van lơn "đừng uống" của Do, sự hoảng hốt, thất vọng khi tôi cạn ly... Tôi ra về, cũng có chút loáng choáng, vì đi trại nên tôi đi bộ từ trường về nhà, đường cũng khá xa, Do đi phía sau, cứ thăm dò "có sao không"? Rồi như nói với chính mình "lẽ ra bà không nên uống, nguy hiểm lắm...". Tôi không đáp lời, rồi bạn ấy về, trước khi đi vào ngã rẽ bạn ấy nhìn tôi thật lâu... bằng cái ánh nhìn "vời vợi, mênh mông" mà cho mãi đến khi trong giấc chiêm bao vừa qua tôi mới gặp lại ánh nhìn ấy trọn vẹn sống động, trước khi bạn quay phắt người... biến mất trong cõi hư vô.

Nghe chuyện chị Bon kể lại, trên suốt đường về, tôi bị ám ảnh thật sự, ánh nhìn bạn ấy chợt hiện lên, chừng như lẩn khuất, quẩn quanh đâu đó! Và, để cho yên lòng, khi xe đến quãng đường rẽ về nhà bạn ấy, tôi giảm tốc độ, thành tâm cầu khấn "Bạn hãy quên đi! Quên người bạn vô tâm là tôi đây mà tìm đường siêu thoát!". Và cũng kể từ đó tôi không còn chiêm bao mộng mị gì nữa! Mong rằng ở tận chốn mênh mông nào đó bạn đã thật sự siêu thoát và đang về Cõi An Lành!

Thái Thị Lý

NHÀ XUẤT BẢN NHÂN ẢNH GIỚI THIỆU SÁCH MỚI IN TRONG THÁNG 7 & 8 NĂM 2025

www.ingramcontent.com/pod-product-compliance
Lightning Source LLC
LaVergne TN
LVHW040415051026
849517LV00002B/320